TẠP CHÍ VIÊN GIÁC
SỐ 258 - 12/2023

VIÊN GIÁC

**TẠP CHÍ CỦA NGƯỜI VIỆT VÀ PHẬT TỬ
VIỆT NAM TẠI CỘNG HÒA LIÊN BANG ĐỨC**

Zeitschrift der Vietnamesen und buddhistischen
Vietnamesen in der Bundesrepublik Deutschland

CHỦ TRƯƠNG (HERAUSGEBER)
Congregation d. Vereinigten
Vietn. Buddh. Kirche (gem.) e. V.
Karlsruher Str.6 - 30519
Hannover - Deutschland

QUẢN LÝ TÒA SOẠN
Thị Tâm Ngô Văn Phát

CHỦ NHIỆM SÁNG LẬP
Hòa Thượng Thích Như Điển

CHỦ BÚT
Nguyên Đạo

KỸ THUẬT
Nguyên Đạo – Quảng Hạnh Tuệ

BAN BIÊN TẬP & CỘNG TÁC VIÊN

* **Đức:** HT. Thích Như Điển - Tích Cốc Ngô Văn Phát - Nguyên Đạo – Từ Hùng Trần Phong Lưu - Dr. Trương Ngọc Thanh - Trần Đan Hà - Đỗ Trường - Lương Nguyên Hiền - Nguyễn Quý Đại - Nguyên Hạnh HTD – Hương Cau – Hoa Lan Thiện Giới - Thi Thi Hồng Ngọc – Phương Quỳnh - Dr. Văn Công Trâm - Tịnh Ý - Quỳnh Hoa - Trần Thế Thi – Hoàng Quân – Đại Nguyên Nguyễn Quý Đại.
* **Pháp:** Dr. Hoang Phong Nguyễn Đức Tiến.
* **Thụy Sĩ:** TT. Thích Như Tú - Trần Thị Nhật Hưng - Song Thư LTH – Lưu An Vũ Ngọc Ruẩn.
* **Bỉ:** Nguyên Trí Hồ Thanh Trước.
* **Ý:** Huỳnh Ngọc Nga - TS. Elena Pucillo Trương & Trương Văn Dân.
* **Hoa Kỳ:** Tuệ Nga – Họa Sĩ ViVi Võ Hùng Kiệt & Cát Đơn Sa – Diễm Châu – Lâm Minh Anh – thylanthao – Nguyên Minh Nguyễn Minh Tiến – Dr. Bạch Xuân Phẻ.
* **Canada:** Dr. Thái Công Tụng – GS. Trần Gia Phụng – DVM Nguyễn Thượng Chánh.
* **Úc Châu:** TT. Thích Nguyên Tạng – Dr. Lâm Như Tạng – Quảng Trực Trần Viết Dung.
* Và chư Tôn đức Tăng Ni, Cư sĩ Phật tử cũng như văn, thi, họa sĩ… tán đồng chủ trương của Viên Giác.

CÙNG SỰ CỘNG TÁC CỦA (Mitwirkung von)
Hội Phật Tử VNTN tại Cộng Hòa Liên Bang Đức
Vereinigung der Buddhistische-Vietnamflüchtlinge i. d. BRD

TÒA SOẠN
Chùa/Pagode Viên Giác
Karlsruher Str. 6 - 30519 Hannover
Tel. 0511 - 87 96 30 . Fax : 0511 - 87 941 200
Website: https://www.viengiac.info
Email Chùa: todinh@viengiac.info
Email văn phòng: pagodevg2020@gmail.com
Email kỹ thuật: baoviengiac@yahoo.de
Email bài vở: chubut.viengiac@gmail.com

- Báo Viên Giác phát hành mỗi hai tháng vào những tháng chẵn.
- Báo Viên Giác nhằm bảo tồn và phát huy truyền thống Văn Hóa Phật Giáo và Dân Tộc Việt Nam ở hải ngoại, không có tính thương mại. Mọi hỷ cúng và ủng hộ để phụ giúp trang trải các chi phí ấn loát, điều hành, bưu phí… chúng tôi xin đón nhận và chân thành cảm tạ.
- Ủng hộ hiện kim cho báo Viên Giác, khi có yêu cầu chúng tôi sẽ gởi đến quý vị biên nhận để làm đơn xin quân bình thuế lương bổng, lợi tức hằng năm ở sở thuế.
- Nội dung bài viết hay quảng cáo thuê đăng trên báo Viên Giác không nhất thiết là quan điểm hay chủ trương của Ban Biên Tập. Các tác giả hay những cơ sở thuê đăng quảng cáo chịu trách nhiệm về nội dung hay bản quyền trích dẫn theo quy định tác quyền (copyright).

Trương mục ngân hàng:
Congr. d. Verein Vietn. Buddh. Kirche Abteilung i.d. Sparkasse Hannover Konto Nr. 910 4030 66
BIC: SPKHDE2HXXX. IBAN: DE40 2505 0180 0910 4030 66

MỤC LỤC số 258

3 Thư Tòa Soạn

• **Phật Giáo & Đời Sống**
5 Suy nghĩ về hướng giáo dục đạo Phật cho tuổi trẻ (Tuệ Sỹ)
7 Tâm Kim Cương của Bậc Xuất trần (Thích Bảo Lạc)
12 Đọc Kinh Thắng Tư Duy Phạm Thiên Sở Vấn (Thích Như Điển)
16 Đức Phật bàn về Chính trị học, Kinh tế học và Thuật lãnh đạo đất nước (William J. Long - Đỗ Kim Thêm dịch)
22 Lý tưởng của người Bồ Tát… (Hoang Phong dịch)
27 Sau Giấc Trường Sơn (Trần Kiêm Đoàn)
30 Lành thay chữ THỨC (Lâm Minh Anh)
33 Biến đổi Khí hậu và vấn nạn Lương thực Toàn cầu (Thái Công Tụng)
40 Truyện Cổ PG: Người Mù (Tịnh Ý kể) – [Việt & Đức - in VN & DE]

• **Tân niên 2024 & Xuân Giáp Thìn**
29 Hình tượng Rồng (Trần Phong Lưu & Quỳnh Hoa)
47 Năm Thìn nói chuyện Rồng (Ngô Văn Phát)
50 Cậu bé mang tuổi Thìn (Trần Thị Nhật Hưng)
52 Đón Tết mùa Cô Vi (Hoa Lan)
39 Tản Mạn Ngày Xuân (Nguyên Hạnh HTD)

• **Sáng tác Văn học**
62 Gia đình mình là con Phật (Thi Thi HN) - Truyện thiếu nhi
59 Buổi học đầu tiên - Quà cho Mẹ (H.Quân) – Truyện thiếu nhi
61 Hành trang ngày trở lại (Trương Văn Dân)
67 Tùy Anh: Những vần thơ trước giờ giã biệt (Đỗ Trường)
71 «Nguyên-Trí-Anh» và Báo Viên Giác với tôi (Đào Hiếu Để)

• **Tin Tức**
72 Trang Y HỌC & ĐỜI SỐNG (Bs. Văn Công Trâm phụ trách)
74 Lễ Khánh Thành Chùa Vạn Hạnh (Quảng Phúc)
77 Tin Phật Sự (Mỹ Đình phụ trách)
79 Tin Sinh Hoạt Cộng Đồng (Đại Nguyên phụ trách)
83 Tin Việt Nam (Quảng Trực phụ trách)
86 Tin Thế Giới (Quảng Trực phụ trách)
90 Hộp Thư Viên Giác – Phương Danh Cúng Dường

• **Thơ**
11 Thơ Tuệ Nga (Diệu Minh Tuệ Nga)
42 Thơ Nguyễn Du "Xuân Dạ" (Thích Như Điển dịch)
49 Thơ Tuệ Sỹ - Bạch Xuân Phẻ dịch Anh ngữ
76 Hương Xuân Tịnh Mặc (Tùy Anh)
39 Mười bài thơ cho Trái đất (Nguyễn Chí Trung)
15 Xuân nồng – Xuân nhớ (Nguyễn Minh Hoàng)
70 Phù vân

90• **Phân Ưu, Cáo Phó, Cảm Tạ**

Bìa: Họa sĩ Đình Khải
Hình ảnh: Cát Đơn Sa, Lương Nguyên Hiền, Ostlaender
Ấn loát: Gutenberg Beuys Feindruckerei GmbH

* Số tới VG259 sẽ là số Chủ đề Tân Niên Giáp Thìn – Báo Viên Giác năm thứ 45. Bài đăng báo xin gởi đến trễ nhất là 10.01.2024.
* Vì số trang báo có giới hạn nên một số bài viết cũng như Phương danh Cúng dường… không thể đăng hết trong một kỳ. Chúng tôi sẽ lần lượt đăng trong các số báo tới. Xin quý vị thông cảm.
* Muốn nhận Báo Viên Giác, xin vui lòng viết thư hay Email gởi về tòa soạn như địa chỉ ô kế bên. Xin ghi rõ: Tên họ, địa chỉ, Email, số điện thoại. Báo sẽ được gởi qua bưu điện đến tận nhà.

THƯ TÒA SOẠN

(Báo Viên Giác số 258/tháng 12.2023)

Kinh Anapanasatti Sutta (An Ban Thủ Ý Kinh) được nói ra từ chính kim khẩu của Đức Phật Thích Ca Mâu Ni dạy về hơi thở Chánh Niệm (Majjihima Nikaya 118) là Kinh căn bản trình bày chi tiết về Thiền Chánh Niệm, đếm hơi thở vào ra của hành giả khi thực tập Thiền Định. Kinh nầy có số hiệu 602 thuộc Đại Chánh Tân Tu Đại Tạng Kinh, quyển thứ 15 thuộc Kinh Tập Bộ nhị, từ trang 163 đến trang 172. Linh Sơn Pháp Bảo Đại Tạng Kinh dịch ra tiếng Việt ở tập thứ 58 thuộc Bộ Kinh Tập V, trang 813 đến trang 856. Đời Hậu Hán, Tam Tạng Pháp Sư An Thế Cao, người nước An Tức dịch từ tiếng Phạn sang Hán Văn. Kinh nầy có lời tựa do Ngài Khương Tăng Hội (?-280) viết. Thân phụ của Ngài là người nước Khương Cư (Sogdiana), mẹ là người Giao Chỉ. Ngài được sinh ra tại đây và theo Thiền Sư Thích Nhất Hạnh trong quyển *Việt Nam Phật Giáo Sử luận* cho rằng Ngài là sơ Tổ của Phật Giáo Việt Nam.

Theo *Thanh Văn Tạng* do Hòa Thượng Thích Tuệ Sỹ làm Chủ Tịch Hội Đồng Phiên Dịch Tam Tạng đã xuất bản 24 tập và 5 quyển Tổng Lục thì Kinh nầy thuộc về Trung A Hàm Tổng Lục trang 140, phần thứ 8. Anapanasasttisuttam (M.118. Nhập Xuất Tức Niệm Kinh). Đại Chánh Tạng, Tập I; TN.96: Trị Ý Kinh. Kinh nầy thuộc A Hàm bộ thượng (chữ Hán) từ trang 919 đến trang 921(thất dịch). [Tham chiếu thêm: Trường A Hàm - Tổng Lục trang 110: Anapana, xuất nhập tức (thở ra vào)].

Kinh An Ban Thủ Ý, Thiền Sư Thích Nhất Hạnh đã dịch ra tiếng Việt và dạy cho các Tăng Ni sinh Làng Mai cũng như người ngoại quốc rất thành công. Thầy gọi là Thiền Chánh Niệm. Cũng còn dịch là "quán niệm hơi thở Chánh Niệm" qua các giai đoạn của sổ tức, tương tùy, chỉ, quán, hoàn và tịnh; nhưng có lẽ dịch như vậy thì người thực tập dễ nắm bắt hơn.

Người xuất gia cũng như người tại gia dầu cho tu pháp môn nào đi chăng nữa như: Thiền, Mật, Tịnh thì 37 phẩm trợ đạo gồm: Tứ Niệm Xứ, Tứ Chánh Cần, Tứ Như Ý Túc, Ngũ Căn, Ngũ Lực, Thất Bồ Đề Phần và Bát Thánh Đạo Phần vẫn là những phần giáo lý căn bản của Nam Truyền lẫn Bắc truyền và kể cả Kim Cang Thừa và Thiền quán niệm về hơi thở rất quan trọng để chúng ta đạt đến cảnh giới không sanh, không diệt.

Kinh số 593 trong Đại Chánh Tạng là Kinh nói về: Phật vì Thiên Tử Thắng Quang nói về cách trị dân trị nước. Ngài Nghĩa Tịnh đời Đường đã dịch Kinh nầy từ chữ Phạn sang Hán Văn. Kinh chép rằng: "Thiên Tử Thắng Quang là Quốc Vương của nước Kiều Tát La cùng với đoàn tùy tùng rời khỏi thành La Phiệt hướng đến rừng Thệ Đa nhằm ra mắt cung kính cúng dường Đức Phật và nhân đây vua bạch Phật rằng: 'Nguyện xin Đại Sư khai ngộ cho con, khéo chỉ dạy về pháp của bậc quốc vương, khiến cho đời hiện tại được an lạc, sau khi mạng chung được sinh lên cõi trời, cho đến tâm Bồ Đề luôn được nối tiếp'".

Đức Phật bảo rằng: "Nầy Đại Vương! Lành thay, lành thay! Đại Vương nên nhất tâm lắng nghe, đây là việc rất hiếm có ai có thể thưa hỏi để cầu đạt những hành trang thù thắng thì nên thuận theo pháp mà hành hóa, diệt trừ việc ác. Vì sao? Nầy Đại Vương! Nếu vua và Đại Thần bỏ pháp lành, thực hành theo pháp ác thì ở đời hiện tại người khinh chê, không dám gần gũi, đều sinh tâm nghi hoặc, thường thấy ác mộng, có nhiều kẻ oán thù, lại sinh hối hận, sau khi chết đi bị đọa vào địa ngục... Nầy Đại Vương! Làm Thiên Tử cũng như vậy. Đối với quần thần cho đến người hầu, muôn dân trong nước đều dùng bốn nhiếp pháp mà giáo hóa họ. Đó là: Bố thí, Ái ngữ, Lợi hành và Đồng sự. Lúc đó vị vua ấy ở trong cõi nước có thể tạo được nhiều lợi ích lớn như vậy, thì thành tựu những việc như: Cha Mẹ thương con không khác; được muôn dân trong nước tự xem mình là con vua, hết lòng trung hiếu"... (*Trích LSPBĐTK tập 58 trang 633-635*).

Đức Phật tự ngàn xưa đã giáo hóa cho vua chúa Đại Thần nước Ấn Độ như vậy; còn ngày nay chúng ta đang chứng kiến chiến tranh, giặc giã nổi lên khắp nơi trên thế giới. Kẻ mạnh đánh kẻ yếu, dựa vào quyền lực sẵn có để đi xâm chiếm khắp nơi, nhằm tạo uy thế cho nước mình. Chung cuộc cũng chỉ vì lợi dưỡng và tiếng tăm, địa vị; không màn đến nỗi khổ của người dân ở trong cũng như ngoài nước, khiến họ phải bị chết oan nghiệt dưới lằn tên mũi đạn như ở Ukraine, Nga Sô, Trung Đông v.v... Ai đúng, ai sai - lịch sử đã và sẽ chứng minh điều đó; nhưng vấn đề căn bản là những người lãnh đạo quốc gia thiếu tư duy, chánh niệm cũng như không áp dụng Tứ Nhiếp Pháp vào việc chăn dân trị nước nên thế giới ngày nay mới phát sinh những chướng nạn như vậy.

Báo Viên Giác bắt đầu từ số 258 nầy, theo đề nghị của tân Chủ Bút, Ban Biên Tập quyết định có một số thay đổi về hình thức cũng như nội dung để bước vào năm thứ 45 phát hành Báo. Ví dụ như đã thiết lập mẫu bìa ngoài mà quý vị đang thấy, cũng như bên trong cách trình bày layout cũng có một số thay đổi cho phù hợp với kỹ thuật điện toán mới; đồng thời về nội dung cũng có vài cải tiến, như tăng cường thêm một vài trang ngoại ngữ, hay các mục thường xuyên như Y học và Đời sống, Phật giáo và Tuổi trẻ, Truyện cổ Phật giáo v.v... để cố gắng đáp ứng phần nào các nhu cầu mới cho nhiều giới độc giả - đặc biệt là giới trẻ ở các thế hệ tiếp theo sinh ra và lớn lên ở hải ngoại – cốt sao để mọi người có thể dễ dàng đón nhận tờ báo trong thời đại báo điện tử đang phát triển quá nhanh.

Tuy vật giá leo thang, lạm phát khắp nơi trên thế giới, giá in ấn và bưu điện đã tăng liên tục; nhưng để duy trì nền Văn Hóa của Phật Giáo và của Dân tộc Việt Nam, chúng tôi vẫn mong quý độc giả đóng góp cho các chi phí báo như giá biểu cũ, nghĩa là trong nước Đức mỗi năm chỉ xin đóng góp 20 Euro và ở ngoài nước Đức xin ủng hộ 30 Euro là đủ để chúng ta có thể tồn tại nhiều năm tháng nữa. Đây chỉ là chi phí tượng trưng vì lẽ cũng có nhiều độc giả không những chỉ đóng góp số căn bản ấy mà còn ủng hộ gấp nhiều lần hơn như thế nữa. Nhờ vậy mà tờ báo Viên Giác mới còn tồn tại cho đến ngày hôm nay.

Xin niệm ân tất cả chư tôn đức Tăng Ni và Quý vị Văn, Thi hữu khắp nơi trên thế giới lâu nay đã đóng góp bài vở cho Viên Giác mà không có một điều kiện nào đi kèm, cũng như Quý độc giả không vì lý do báo giấy không còn ưa chuộng nhiều nữa mà quên đi tờ báo vốn có duyên với Quý vị độc giả đã gần 45 năm mà vẫn còn tồn tại trên thế giới với chúng ta cho đến ngày hôm nay.

Kính chúc chư Tôn Đức Tăng Ni và Quý Vị luôn được vô lượng an lạc, vô lượng cát tường trong năm mới 2024.

Ban Biên Tập Báo Viên Giác

Nhân dịp Tân Niên 2024 và Xuân Giáp Thìn
Tăng chúng Tổ Đình Viên Giác Hannover
cùng toàn thể Ban Biên Tập, Cộng Tác Viên Báo Viên Giác

Thành tâm Kính Chúc

**Chư Tôn Hòa Thượng, Thượng Tọa,
Đại Đức Tăng Ni
Pháp Thể Khinh An, Tuệ Đăng Thường Chiếu.**

*Chúc quý Đạo hữu Phật tử cũng như toàn thể Độc giả khắp nơi trên thế giới
Một năm mới Thân Tâm An Lạc, Vạn Sự Cát Tường Như Ý.*

Chùa Viên Giác Hannover & Báo Viên Giác

Tuệ Sỹ

Suy nghĩ về hướng giáo dục đạo Phật cho tuổi trẻ

Phật giáo Việt Nam đang chứng kiến những xáo trộn và khủng hoảng chưa từng có trong lịch sử. Các mô hình tổ chức, những lễ tiết sinh hoạt, từ ma chay, cưới hỏi các thứ, được cố gắng rập khuôn theo mô hình phương Tây một cách vội vã đã làm xói mòn phần nào truyền thống tâm linh của dân tộc. Thêm vào đó, dưới tác động của xã hội tiêu thụ, và sức ép của quyền lực chính trị làm nảy sinh những tâm trạng bệnh hoạn do bởi quan điểm thế quyền và giáo quyền thiếu nền tảng giáo lý. Tình trạng đó tất nhiên đã có những tác động tiêu cực lên đường hướng giáo dục thanh niên phật tử Việt Nam.

Ngày nay, nói đến tuổi trẻ Việt Nam, có lẽ nên tượng hình như hai đường thẳng mà điểm hội tụ là một điểm trong xã hội tiêu thụ. Đó là hai bộ phận tuổi trẻ trong nước và ngoài nước. Tuy tất cả cùng được giáo dục theo mô hình giáo dục phương Tây, nhưng do khác biệt định chế xã hội dựa trên quyền lực chính trị chứ không phải do xu hướng phát triển tự nhiên. Đó là sự khác biệt, giả tạo như vũng sình, không biết đâu là chỗ chắc thật để bám vào mà thoát thân. Tuổi trẻ Việt Nam đang bị bật rễ, do đó có nguy cơ mất hướng, hay thực sự đã mất hướng. Tuổi trẻ của đạo Phật Việt Nam cũng không ngoại lệ, và không dễ dàng vượt qua tình trạng mất hướng này.

Ở đây tôi nói mất hướng là nhìn từ điểm đứng dân tộc. Tuổi trẻ ở nước ngoài chỉ cần quên, hay tạm thời quên, nguồn gốc Việt Nam của mình, thì hướng đi cho nhân cách được xác định ngay từ khi vừa bước chân vào cổng đại học. Nói cách khác, tuổi trẻ Việt nam hải ngoại không phải hoàn toàn bị bật rễ, nhưng ở trong tình trạng di thực.

Quýt phương Nam đem trồng trên đất phương Bắc, có thể ngọt hơn, có thể chua hơn, và cũng có thể èo uột vì không hợp phong thổ. Tuổi trẻ trong nước là thân cây còn dính chặt với gốc rễ trên bản địa. Nhưng để sinh tồn, và muốn phát triển nhanh chóng, bị sức hút của sự thăng tiến tác động từ bên ngoài, nên có nguy cơ bật rễ. Đại bộ phận tuổi trẻ Việt Nam ngày nay biết rất ít về quá khứ ông cha mình, đã yêu nhau như thế nào, đã suy nghĩ như thế nào để bắt kịp những giá trị tâm linh phổ quát của nhân loại.

Tuổi trẻ của đạo Phật Việt Nam tuy có thể được tin tưởng là còn cố bám chặt lấy gốc rễ truyền thống để vươn lên, nhưng do sự thiếu trách nhiệm hoặc thiếu nhận thức về hướng đi của thời đại của những người đang đứng trên cương vị giáo dục vô tình chẳng khác nào bác sĩ không còn biết liệu pháp nào hay hơn là cho uống thuốc ngủ để người bịnh quên đi những nhức nhối của thời đại mà tuổi trẻ cần phải biết để chọn hướng đi tương lai cho đời mình.

Mặt khác, do sức ép chính trị mà tuổi trẻ cần phải được tập hợp thành lực lượng tiền phong và hậu bị để bảo vệ chế độ, do đó việc giảng giải đạo Phật cho tuổi trẻ không được phép vượt qua các cổng chùa. Bên trong cổng chùa, tuổi trẻ chỉ được giảng dạy những ý nghĩa vô thường hay vô ngã không như là quy luật vận động để tồn tại, phát triển và hủy diệt của thiên nhiên và xã hội, mà như là một bức tranh toàn xám của cuộc đời được tô trét bởi những người mà tuổi đời đã mệt mỏi với những thành công và thất bại đã làm thui chột ý chí.

Trong một xã hội mà các giá trị tâm linh truyền thống đang bị băng hoại, một số thanh niên tác quái tại các đô thị lớn dựa vào quyền lực chính trị của cha chú, hay tiền của bất chính của bố mẹ; một số khác miệt mài học chỉ để làm thuê, làm những người nô lệ kiểu mới trung thành với những ông chủ giàu sụ.

Một số khác, cam chịu thân phận nghèo đói, thất học, cam chịu tất cả nhục nhã của một dân tộc nghèo nàn lạc hậu. Trong tình trạng đó, sự hiện diện của các đoàn sinh Gia đình Phật tử, những đơn vị tập hợp các thanh niên biết tìm lẽ sống cho bản thân, thật sự là một thách thức xã hội, mà quyền lực chính trị cảm thấy như một đe dọa nếu không vận dụng được để phục vụ cho tham vọng đen tối, mà vì tham vọng ấy có khi sẵn sàng mãi quốc cầu vinh.

Như thế thì, tất nhiên là ảo tưởng khi nói rằng, chúng ta chỉ tập họp tuổi trẻ để dạy đạo, không cần biết cái gì khác nữa. Nói thế chẳng khác nào lừa những nai con vào một chỗ để cho cọp dữ dễ dàng thao túng.

Tất nhiên, đất nước cần tuổi trẻ để xây dựng. Đạo pháp cũng cần tuổi trẻ để thể hiện bản hoài tiếp vật lợi sinh của mình. Theo bản hoài đó, giáo dục đạo Phật cho tuổi trẻ không chỉ có mục đích chiêu dụ họ vào trong bốn vách tường nhà chùa để cách ly những phòng trà, hộp đêm, những môi trương cám dỗ, sa đọa. Tuy nhiên, cơ bản giáo dục đạo Phật vẫn phải là rèn luyện đạo đức, phát triển trình độ nhận thức tâm linh.

Trước hết, hãy nói về rèn luyện đạo đức. Ở đây hoàn toàn không có vấn đề nhồi nhét những tín điều đức lý. Nghĩa là, không nói với tuổi trẻ không được làm điều này, không được làm điều kia. Tuổi trẻ có thể làm bất cứ điều gì mà họ tự thấy thích ứng với thời đại. Nhưng không để cho tuổi trẻ bị lôi cuốn bởi những yếu tố độc hại của thời đại, không bị lệch hướng nhận thức bởi các phong trào thời thượng, do đó cần thiết lập một không gian an toàn, và di động. Không gian an toàn đó là Bồ-đề tâm. Tính di động, đó là vô trụ xứ của Bồ-tát. Chúng ta cần nói thêm hai điểm này.

Lớn lên tại các đô thị phồn vinh, rồi bước vào xã hội với học vị cao, mức sống ổn định, một bộ phận tuổi trẻ ít khi trực tiếp sống với những đau khổ của các bạn trẻ khác ở những vùng đất tối tăm xa lạ. Thiếu đồng cảm về những khổ đau của đồng loại, do đó cũng thiếu luôn cả nhận thức về thực chất của sự sống, không thể hiểu hết tất cả ý nghĩa thiết cốt của khát vọng sinh tồn.

Cho nên, đưa đạo Phật đến với tuổi trẻ, phải có nghĩa là đưa tuổi trẻ đến giáp mặt với thực tế của sinh tồn. Đó là làm phát khởi Bồ-đề tâm nơi tuổi trẻ: Ở nơi nào hiểm nạn, tôi nguyện sẽ là cầu đò. Nơi nào tối tăm, tôi nguyện sẽ là ngọn đuốc sáng. Đây có thể là ước nguyện xa vời, thậm chí sáo rỗng đối với một số người. Nhưng đó chính là mặt đất Kim cang để trên đó tuổi trẻ tự vạch hướng đi cho mình, tự quy định những giá trị sống thực cho chính đời mình.

Về tính di động, đó là tính mở rộng, không tự câu thúc vào trong một không gian xã hội chật hẹp, để có thể có tầm nhìn xa hơn, vượt ngoài thành kiến và truyền thống khép kín của xã hội mình đang sống. Nói cụ thể hơn, tuổi trẻ được giáo dục để luôn luôn ở trong tư thế sẵn sàng lên đường. Đến bất cứ nơi nào trên trái đất này, nơi mà đau khổ được sống thực hơn, hạnh phúc được trắc nghiệm chân thực hơn. Trong một ý nghĩa khác, tính di động như vậy đồng nghĩa với tính phiêu lưu. Từ khi sống tại những đô thị được xem là ổn định, nhân loại đã dập tắt đi tính phiêu lưu nơi tuổi trẻ, nhưng khơi dậy tính du lịch nơi người lớn đi tìm những lạc thú mới để thay đổi khẩu vị thường nhật.

Tinh thần vô trụ xứ tất nhiên có nhiều điểm khác biệt. Vô trụ xứ nói, không trụ sinh tử, không trụ Niết bàn. Đó là tinh thần khai phóng, không bị buộc chặt vào bất cứ giá trị truyền thống nào. Tuổi trẻ cần được học hỏi để sống với tinh thần khai phóng và bao dung, để tự mình định giá chuẩn xác giá trị các nền văn minh nhân loại, tự mình chọn hướng đi thích hợp trong dòng phát triển hài hòa của tất cả các nền văn minh nhân loại, tuy khác biệt tín ngưỡng, khác biệt tập quán tư duy, khác biệt cả phong thái sinh hoạt thường nhật.

Về sự phát triển trình độ nhận thức tâm linh nơi tuổi trẻ, ở đây chúng ta nói đến sự học tập thông qua Kinh điển truyền thống. Tam tạng Thánh điển là kho tàng kiến thức bao la. Dựa trên những lời dạy căn bản của đức Phật về giá trị của sự sống, bản chất của đau khổ và hạnh phúc, trên đó nhiều quy luật về thiên nhiên, về xã hội, về tâm lý, ngôn ngữ, của con người lần lượt được phát hiện qua nhiều thời đại trong nhiều khu vực địa lý có truyền thống lịch sử khác nhau.

Tuy nhiên, chúng ta cũng biết rằng, trong toàn bộ lịch sử các nền văn minh nhân loại, đang tồn tại hay đã biến mất, không một học thuyết nào mà không từng bị nhận thức của người đời sau vượt qua. Có học thuyết bị vượt qua và bị đào thải luôn. Có học thuyết bị vượt qua, rồi được phục hoạt. Nhưng có rất ít học thuyết được phục hoạt mà bản chất không bị biến dạng. Biến dạng cho đến mức nếu so sánh với quá khứ, nó như là quái thai. Giáo lý của Phật khẳng định quy luật vô thường, nên vấn đề là khế lý và khế cơ, chứ không phải là vấn đề bị hay không bị vượt và đào thải.

Tuổi trẻ học Phật không có mục đích trở thành nhà nghiên cứu Phật học, mà học Phật là tự thực tập khả năng tư duy bén nhạy, linh hoạt, để có thể nhìn thẳng vào bản chất sự sống. Cho nên, sự học Phật pháp không hề cản trở sự học thế gian pháp; kiến thức Phật học không xung đột với kiến thức thế tục. Duy chỉ có điều khác biệt, là học Phật khởi đi từ thực trạng đau khổ của nhân sinh để nhận thức đâu là hạnh phúc chân thật. Bi và Trí là đôi cánh chắc thật sẽ nâng đỡ tuổi trẻ bay liệng vào suốt không gian vô tận của đời sống. ■

... sự học Phật pháp không hề cản trở sự học thế gian pháp; kiến thức Phật học không xung đột với kiến thức thế tục. Duy chỉ có điều khác biệt, là học Phật khởi đi từ thực trạng đau khổ của nhân sinh để nhận thức đâu là hạnh phúc chân thật. Bi và Trí là đôi cánh chắc thật sẽ nâng đỡ tuổi trẻ bay liệng vào suốt không gian vô tận của đời sống.

Thích Bảo Lạc

Tâm kim cương của Bậc xuất trần

*Người đi dấu vết chưa nhòa
Bát y truyền lại sương pha lạnh lùng
Tam sanh hẹn kiếp tương phùng
Tông phong Tổ ấn gởi cùng non sông*
(T. Giải Hòa dịch)

Cho dầu mười năm, hai mươi năm, ba mươi năm, một trăm năm hoặc bao lâu chăng nữa thì ngọc bích vẫn sáng ngời không biến đổi, vì được tinh luyện kỹ nên bất hoại qua thời gian năm tháng. Một chặng đường đã qua nay nhắc sơ lược đôi nét về bậc thầy khả kính – Hòa Thượng Thích Minh Tâm – trong lễ tưởng niệm mười năm (2013-2023) Ngài viên tịch nơi ngôi chùa Khánh Anh như rực sáng hơn lên từ ngày 17 đến 20 tháng 8 năm 2023 tại Évry Paris, Pháp quốc. Đại lễ tổ chức bốn ngày gồm 4 Phật sự trọng đại:

- Đại giới đàn Minh Tâm
- Lễ Hiệp Kỵ lịch đại chư vị Tổ sư – Ngày về nguồn thứ 13
- Lễ tưởng niệm 10 năm Hòa Thượng Minh Tâm viên tịch
- Đại trai đàn chẩn tế cầu âm siêu dương thái & lễ Vu Lan

Sự tái sanh nơi ba cõi diễn tiến liên lỉ (?) từ quá khứ, hiện tại và vị lai nên thế nào chúng ta cũng trùng phùng nhau trong 6 nẻo luân hồi bất tận đó. Vòng sanh hóa (samsàrà) do nghiệp thiện hay bất thiện ta tạo tác ở quá khứ dẫn sanh theo định hướng như đã trừ dứt tham sân si, ngã chấp hay chưa (vẫn còn là một nghi vấn chưa ai giải đáp được). Do vậy, phó chúc tức là truyền y bát lại cho hậu duệ kế thừa tông phong Tổ ấn để duy trì mạng mạch Phật Pháp tồn tại mãi ở thế gian:

Đại giới đàn Minh Tâm

Đại giới đàn lấy đạo hiệu Minh Tâm truyền trao giới pháp cho giới tử xuất gia và tại gia tiếp tục sứ mệnh kế thừa lời di giáo sau cùng của Đức Bổn Sư từ phụ, là bậc thầy của trời người trước giờ thị tịch Niết Bàn rằng: sau khi Như Lai nhập Niết Bàn, các con nên lấy giới luật làm thầy như kim chỉ nam. Vì giới luật là mạng mạch của Phật Pháp; giới luật còn là Phật Pháp hưng thịnh ở thế gian. Hòa Thượng Thích Minh Tâm y theo lời Phật dạy kiến lập đạo tràng khắp nơi tại Âu Châu để phá nghi, vọng chấp của con người trong thời đại văn minh vật chất này.

*Đạo tràng dụng khắp nơi nơi
Lưới nghi phá hết trong ngoài sạch không
Tà ma hàng phục đến cùng
Truyền đăng Phật pháp nối dòng vô chung…*
(TS Nhất Hạnh dịch)

HT Thích Bảo Lạc phát biểu

Đàn Giới truyền cho 6 tân Tỳ kheo, 25 tân Tỳ kheo ni, 13 Thức xoa, 7 Sa di và Sa di ni; đại giới tỳ kheo tăng, ni là 31 vị, thức xoa, sa di, sa di ni 20 vị; tổng cộng là 51 giới tử xuất gia. Trong số giới tử có một Tỳ kheo người Đức và 8 Tỳ kheo ni không là người Việt; quí Sư cô này tu theo Phật giáo Tây Tạng, nhưng Phật giáo Tây Tạng không có truyền thống truyền đại giới cho nữ tu nên họ xin phép Ban Kiến Đàn truyền giới mà Hòa Thượng Thích Tánh Thiệt, Chánh Chủ Đàn phương tiện cho phép các Sư cô được thọ đại giới theo Phật giáo Việt Nam hành hạnh Bồ Tát đạo; chín giới tử này đến từ các quốc gia khác như Columbo (1 vị), Australia (2), Spain (1), France (2), Italy (1), Holland (1) và Germany (1 vị).

Đại giới đàn Minh Tâm kiến lập đúng nghi cách gồm hai Hội đồng giới sư Tăng -Ni riêng biệt, Hội đồng giới sư Tăng Đàn Đầu HT. Thích Bảo Lạc (Úc quốc), Yết Ma A Xà Lê HT. Thích Tín Nghĩa (Hoa Kỳ), Giáo Thọ A Xà Lê HT. Thích Như Điển (Đức quốc), 7 vị tôn chứng sư, Đệ nhất tôn chứng; HT. Thích Bổn Đạt, Đệ nhị HT. Thích Quảng Hiền, Đệ tam HT. Thích Tâm Huệ, Đệ tứ HT. Thích Tâm Minh, Đệ ngũ HT. Thích Trường Phước, Đệ lục HT. Thích Thông Trí, Đệ thất HT. Thích Hạnh Thông. Tuyên luật sư HT. Thích Minh Giác; dẫn thỉnh sư TT. Thích Hạnh Bảo, TT. Thích Viên Duy, Tả giám đàn TT. Thích Đồng Văn, Hữu giám đàn TT. Thích Hạnh Tấn.

Hội đồng giới sư Ni, Đàn đầu Hòa Thượng, Ni trưởng TN Như Viên (Đức quốc),

Yết Ma A Xà Lê NT Thích nữ Diệu Phước (Đức quốc), Giáo Thọ A Xà Lê NS Thích nữ Minh Hiếu

(Đức quốc), Tôn chứng 1 NS Thích nữ Diệu Trạm, Tôn chứng 2 NS Thích nữ Huệ Châu, Tôn chứng 3 NS Thích nữ Huệ Thanh, Tôn chứng 4 NS Thích nữ Tâm Nghĩa, Tôn chứng 5 NS Thích nữ Như Quang, Tôn chứng 6 NS Thích nữ Tuệ Đăng, Tôn chứng 7 NS Thích nữ Tuệ Trí, Dẫn thỉnh sư NS Thích nữ Tuệ Đàm Châu, NS Thích nữ Hạnh Khánh.

Giới đàn Minh Tâm suốt 2 ngày 17 và 18 tháng 8 năm 2023 (nhằm mồng 2 và mồng 3 tháng 7 năm Quý Mão), Phật lịch 2567 tại chùa Khánh Anh, Paris, Pháp quốc, tổng số giới tử xuất gia và tại gia Bồ tát giới là 129 vị theo như đúc kết của Ban Kiến Đàn đã được thập phần châu viên; các tân giới tử Tỳ kheo và Tỳ kheo ni được dự vào hàng tăng bảo, dũng mãnh dấn thân hành đạo, phụng sự nhân loại, chúng sanh, hầu đền đáp bốn ân trong muôn một.

Lễ Hiệp Kỵ Lịch Đại Chư Vị Tổ Sư – Ngày Về Nguồn Lần 13

Từ "về nguồn" cũng có người thắc mắc hỏi tại sao phải về nguồn? Xin thưa, Phật tử phát nguyện quy y Tam Bảo là đã tìm tới cội nguồn tâm linh, thật là đơn giản như vậy thì không thể hiểu máy móc theo thiên kiến của mình rồi truyền đạt sang người khác làm cho vấn đề thêm phức tạp tranh cãi trong thời gian qua chưa tới hồi kết thúc, tác giả mong mỏi chư tôn đức Tăng Ni cùng quý Phật tử nên chấm dứt để khỏi rơi vào tà ngụy, thì đâu còn chánh pháp?

Công ơn giáo dưỡng của Thầy Tổ mà hàng môn hạ chốn tòng lâm còn trân quý gìn giữ chủng bồ đề ươm mầm tuệ giác làm quang huy đạo pháp bằng cách trở về Tổ đình vào Ngày Húy Kỵ Tổ sư mỗi năm, đấy chính là cách báo ân trong muôn một.

Ân giáo dưỡng một đời nên huệ mạng
Nghĩa ân sư muôn kiếp khó đáp đền.

Đó chính là tâm nguyện của hàng trưởng tử Như Lai muốn nhắc nhở các thế hệ mai sau "giữ gìn tôn phong Tổ ấn" qua Ngày Về Nguồn tại các ngôi Tổ đình môn phái như Nguyên Thiều, Chúc Thánh, Liễu Quán v.v… tại quốc nội cũng như hải ngoại. Giáo Hội PGVNTN Liên Châu từ nay trở đi Lễ Hiệp Kỵ Lịch Đại Chư Vị Tổ Sư, Ngày Về Nguồn được quy định lại 2 năm một lần; lễ hội Về Nguồn lần đầu tiên do Thượng Tọa Tâm Hòa, Viện chủ Chùa Pháp Vân, Canada nhận lãnh tổ chức năm 2007 thành tựu viên mãn. Sau đó lễ hội được luân phiên đi khắp 4 châu, mỗi năm một lần tổ chức đến năm 2018; lần Về Nguồn thứ 12 năm 2019 bị bịnh dịch Covid-19 hoành hành nên Giáo Hội Úc, không tổ chức được mãi tới tháng 10 năm 2022 (sau 3 năm ngăn cách) Lễ Hiệp Kỵ - Về Nguồn lần thứ 12 tổ chức tại Tu Viện Quảng Đức, Melbourne, Úc châu thành công tốt đẹp. Lễ Hiệp Kỵ năm nay Giáo Hội Phật Giáo Việt Nam Thống Nhất Âu Châu đăng cai tổ chức sớm hơn một năm nhân Lễ Tưởng Niệm 10 Năm Hòa Thượng Minh Tâm viên tịch nên thành phần tăng ni tham dự đông hơn trong nghĩa ân sư tình pháp lữ thấm đượm qua 3 buổi thuyết trình do chư tôn đức tăng ni đảm trách thật sâu lắng, nhẹ nhàng thanh thản.

Hạnh nguyện và sự nghiệp HT. Thích Minh Châu

Thuyết trình viên: HT. Thích Trường Sanh và HT. Thích Tâm Minh.

Hai diễn giả HT. Trường Sanh và HT. Tâm Minh cùng phát xuất từ Huế, dù khác thế hệ, nhưng cũng ít nhiều học hỏi Phật pháp từ HT. Thích Minh Châu qua diễn giảng hay sách báo của Ngài, nên nêu bật chủ đề: Cuộc đời phụng sự đạo pháp trên lãnh vực giáo dục của cố trưởng lão Thích Minh Châu để hội chúng cùng nhau học hỏi và thảo luận sâu rộng hơn. Tiền thân của Viện Đại Học Vạn Hạnh là Viện Cao Đẳng Phật Học đặt tại 2 nơi, chùa Pháp Hội và chùa Xá Lợi trong 3 năm từ 1964 đến 1966. HT. Minh Châu du học Ấn Độ trở về nước năm 1964 sau khi hoàn tất học vị Tiến sĩ và đảm nhận chức vụ Phó Viện trưởng Viện Cao Đẳng Phật Học. Khi Viện Cao Đẳng biến thành Viện Đại Học Vạn Hạnh, Ngài là Viện trưởng đầu tiên của viện. Trong bài tham luận, Ngài viết rằng, *Vạn Hạnh là một trung tâm giáo dục chuyên nghiên cứu và giảng dạy tri thức và minh triết của Đông và Tây, của quá khứ và hiện tại. Viện tìm cách truyền đạt cho sinh viên của Viện một lối thấu hiểu và thẩm định mới về văn hóa và lịch sử Việt Nam, nền văn hóa và lịch sử trong đó Phật giáo là yếu tố căn bản. Ngài nhận thấy được trọng trách nên xác quyết là đặt Vạn Hạnh vào trong viễn tượng đúng đắn của nó, xây dựng một nền móng vững chắc cho sự phát triển mai sau, qui tụ những giáo sư và chuyên viên quản trị có khả năng, và tư cách để hoàn thành sứ mạng giáo dục đã được giao phó. Ngài cũng nói rõ lập trường của vị Viện Trưởng là tránh những hành vi chính trị cá nhân và không gia nhập vào một đoàn thể chính trị, cũng như đặt chính trị ra ngoài ngưỡng của Đại học*, quả thật là một việc không dễ dàng trong hoàn cảnh chiến tranh VN đang leo thang lúc bấy giờ. Hòa Thượng đề xuất 4 cương lãnh:

- Sứ mệnh đào tạo lãnh tụ tương lai cho tổ quốc không thể là vật hy sinh cho chính trị đương thời.

Không thể trở thành một dụng cụ trong tay những chính khách.

- Giáo sư và sinh viên được tự do tham gia chính trị, nếu họ muốn, nhưng phải tham gia với tư cách cá nhân.

- Không được phép xử dụng Đại học như một phương tiện để theo đuổi những mục đích chính trị.

Chủ đề bao quát rộng lớn, thực tiễn sâu xa, sau hơn 40 phút trình bày của nhị vị HT thuyết trình viên, là phần ý kiến của cử tọa thật là đa diện sôi nổi, làm cho không khí hội trường trở nên linh động phấn khởi trong vòng 80 phút thảo luận chăm chú với sự đóng góp nhiệt tình của các bậc tôn túc và hội chúng, chúng ta rút tỉa được nhiều bài học giá trị thâm thúy từ nhân cách tuyệt vời của Hòa Thượng Thích Minh Châu Viện Trưởng Viện Đại Học Vạn Hạnh đầu tiên của Giáo Hội PGVN Thống Nhất và cũng là vị Viện Trưởng cuối cùng được Việt Nam và thế giới hết lời tán dương công đức, sau pháp sư Huyền Trang (602-664) của Phật giáo Trung Hoa đời Đường (618-907) mà hậu bối khâm phục kính lễ.

Hạnh nguyện và sự nghiệp Hòa Thượng Thích Đức Niệm

Thuyết trình viên: HT. Nguyên Siêu và HT. Thông Hải đảm trách.

Hòa Thượng Thích Đức Niệm xuất thân từ Bình Thuận có liên hệ tông tộc với HT. Thích Minh Tâm, HT. Minh Tâm du học Nhật, HT. Đức Niệm du học Đài Loan, tốt nghiệp Tiến sĩ quốc gia về Văn – Triết học năm 1978. Năm 1979, HT. Thích Thiên Ân Viện Trưởng Viện Đại Học Đông Phương mời Ngài đến Hoa Kỳ đóng góp vào công cuộc hoằng dương chánh pháp, là Phó Viện trưởng Viện đại học này tại Los Angeles, California.

Ròng rã suốt 20 năm (1979-1999) đến ở Hoa Kỳ, Hòa Thượng hết sức nhẫn nại, kiên tâm bền chí trong việc ấn hành kinh sách, xuất bản tập san, dạy dỗ tăng chúng duy trì nếp sống thiền môn, Ngài còn trước tác, dịch thuật, hoằng pháp đó đây, kiến lập đạo tràng, duy trì văn hóa dân tộc...

Nhị vị thuyết trình viên HT. Thích Nguyên Siêu và HT. Thích Thông Hải tuy chỉ biết được Ngài Đức Niệm muộn màng trong khoảng 10 năm làm việc với Giáo Hội PGVNTN tại Hoa Kỳ, nhưng quý Ngài sống đúng pháp lục hòa, trong đó pháp Kiến hòa thứ 5 cùng chia sẻ kiến thức, kinh nghiệm cho nhau, qua 30 phút trình bày tóm lược hạnh nguyện và sự nghiệp của Hòa Thượng Thích Đức Niệm; phần còn lại 90 phút là sự đóng góp ý kiến cụ thể của toàn hội chúng tạo thành sức mạnh, dũng mãnh vô úy như pháp hội Linh Sơn hội Phật còn tại thế.

Trùng hưng Tam Bảo hoằng khai
Đạo mầu lưu nhuận hòa hài đẹp xinh
Rạng ngời dưới ánh bình minh
Linh sơn cốt nhục mối tình Phật gia. (Sông Thu)

Hạnh nguyện và sự nghiệp Ni Trưởng Thích Nữ Trí Hải

Thuyết trình viên Ni Trưởng Thích Nữ Giới Châu, Ni Trưởng Thích Nữ Diệu Phước đảm trách.

Ni Trưởng pháp danh Tâm Hỷ, pháp hiệu Thích nữ Trí Hải, thế danh Cao Tăng Tôn Nữ Phùng Khánh, sanh ngày 9 tháng 3 năm 1938 tại Vỹ Dạ, tỉnh Thừa Thiên - Huế, nguyên quán Gia Miêu Ngoại Trang, Thanh Hóa.

Xuất thân từ một danh gia vọng tộc nhiều đời thâm tín Phật giáo. Bởi có túc duyên sâu với Phật pháp nên lúc còn là thai nhi 3 tháng người đã được sớm quy y Tam Bảo với Đức đệ nhất Tăng Thống Thích Tịnh Khiết. Ngôi chùa Tường Vân và Diệu Đức đã ươm hạt giống bồ đề cho Người từ buổi thiếu thời vào những ngày còn học phổ thông. Ni Trưởng với thiên tư thông tuệ, tài hoa phẩm cách thanh cao đã nuôi chí xuất trần vào lúc tuổi hoa niên tươi đẹp.

Ni Trưởng như là một thần đồng, là một bậc thiên tài của Phật giáo Việt Nam mà xưa nay lệ thường người tài hoa lại hay yểu mạng nên Ni Trưởng chỉ thọ 66 tuổi cũng không ngoại lệ đó.

Áng thơ chủ đề Sáng của Người lưu bút:
Sớm mai con mới chào đời
Dâng lên chư Phật những lời đầu tiên
Tạ ơn pháp lạc hiện tiền
Vô sanh an trú tâm thiền mười phương
Lung linh thế giới ba ngàn
Đựng trong từng mỗi giọt sương trên cành
Thời gian như huyễn trôi nhanh

Vạn niên nhất niệm đủ thành, hoại, không. (1986)

Quý Ni Trưởng Thích nữ Giới Châu, Thích nữ Diệu Phước trình bày khá rõ chi tiết 8 vị vua Triều Nguyễn từ vua Gia Long (1802) đến vua Bảo Đại có liên hệ dòng dõi với Ni Trưởng Thích nữ Trí Hải, rất hữu ích cho những ai chưa đọc lịch sử VN cận đại, Hội chúng tán thán và cảm niệm công đức Ni Trưởng Giới Châu đã bỏ công lục lợi rà sát tài liệu liên quan cho buổi thuyết trình hôm nay sáng tỏ cụ thể xin cử tọa tán dương hai thuyết trình viên một tràng pháo tay...

Ngày 17 tháng 12 năm 2003, Ni Trưởng đi Phan Thiết lo Phật sự xong, trên đường trở về cùng hai đệ tử Tuệ Nhã và Phước Tịnh bị lâm nạn và thị tịch vào lúc 17 giờ ngày 14 tháng 11 năm Quí Mùi hưởng thọ 66 tuổi đời và 33 hạ lạp như một đóa ưu đàm tươi thắm ngát hương chợt bị bão tố vô thường cuốn đi vào cõi vô cùng để lại bao nỗi ngậm ngùi đau thương cho những người ở lại.

Phần 1 trình bày 30 phút đến phần phát biểu của cử tọa thật là sôi nổi, cảm động, hào hứng như hai buổi hội thảo trước, giới hạn trong 90 phút qua nhanh thật.

Phần đúc kết 3 buổi thuyết trình của nhị vị Hòa Thượng Thích Như Điển, Thích Nguyên Siêu nêu bật những điểm đặc thù tinh hoa của 3 bậc thầy lỗi lạc như kim cương bất hoại: Hòa Thượng Thích Minh Châu, Hòa Thượng Thích Đức Niệm, và Ni Trưởng Thích Nữ Trí Hải của Phật giáo Việt Nam trong hậu bán thế kỷ 20 nhân dịp Lễ Hiệp Kỵ Lịch Đại Chư Vị Tổ Sư – Ngày Về Nguồn lần thứ 13 tại chùa Khánh Anh, Paris, Pháp quốc.

HT Thích Như Điển và HT Thích Nguyên Siêu

Lễ tưởng niệm Hòa Thượng Thích Minh Tâm 10 năm viên tịch.

Hòa Thượng Thích Minh Tâm giã từ môn đồ đệ tử, pháp lữ huynh đệ mới đó mà thấm thoát đã 10 năm, nhưng hình bóng Người như vẫn còn ẩn hiện nơi ngôi chùa Khánh Anh thân thương ngày nào. Kỷ niệm khó quên lần này của chúng tôi là liêu Phương Trượng của Ngài lúc sanh thời mà nay 6 huynh đệ kẻ xa người gần gồm các cụ Bảo Lạc, Tín Nghĩa, Tánh Thiệt, Như Điển, Nguyên Siêu, Bổn Đạt không hẹn mà gặp, tạm trú chung mấy hôm, ban đêm nằm nghe tiếng xe lăn bánh, tiếng côn trùng rả rích, chim hót líu lo rủ nhau đi tìm mồi vào buổi sáng tinh sương, thật vô cùng ý nhị, thấm thiết thân thương, đạo tình quý kính trong lúc trà đàm, bàn Phật sự hiện tại, tương lai trước giờ công phu khuya như đã sắp đặt này, và không biết còn lần nào gặp lại nhau nữa không chưa biết chắc được, vì tuổi tác đã cao, sức khỏe giảm dần, cạn kiệt nên ngại đường xa bất tiện nhiều bề, cũng e trở ngại những Phật sự chung trong các dịp đại lễ.

Đêm đốt nến cầu nguyện vào ngày thứ bảy 19 tháng 8 năm 2023 qua các tiết mục: tưởng niệm Hòa Thượng Thích Minh Tâm, cầu nguyện thế giới vượt qua dịch bệnh hiểm họa, các nạn nhân chết vì chiến tranh Ukraine, động đất tại Thổ Nhĩ Kỳ, Syrie và hỏa hoạn tại đảo Maui, Hawaii (USA) được siêu sanh tịnh độ, đồng thời cầu nguyện những nạn nhân bị thương tật sớm bình phục, gia đình sum hợp bình yên.

Sáng chủ nhật ngày 20-8-23, lễ Hiệp kỵ tổ sư, kỷ niệm 10 năm HT. Minh Tâm viên tịch và Đại lễ Vu Lan báo hiếu. Khung cảnh chánh điện chùa Khánh Anh giờ đây chật ních, lặng im phăng phắc, tăng ni quan khách, Phật tử xa gần chung một tấm lòng, trang nghiêm cung kính, ngưỡng phục tôn dung, cúi đầu bái vọng:

Ngưỡng bạch giác linh Hòa Thượng, chư tôn Tổ Đức chứng giám lòng thành, lễ bạc đơn thuần, kính dâng doãn nạp.

Hòa Thượng đã thể hiện bản hoài với sứ mệnh hoằng dương Phật pháp tại phương Tây và đến nay hẳn Ngài đã mãn nguyện.

Người đi tâm nguyện chưa tròn
Nhắn cùng huynh đệ sắt son giữ gìn.
(Sông Thu)

Trưởng ban tổ chức đại lễ, Thượng Tọa Thích Quảng Đạo trong lời cảm tạ chư Tôn Đức Tăng Ni, cùng chư Phật tử xa gần có đoạn:

"Cũng vào ngày này tháng này của cách đây 10 năm, Tôn Sư của chúng con là Hòa Thượng thượng Minh hạ Tâm, đã không từ mà vội biệt. Ngài vội vã ra đi khỏi thế gian đầy bi lụy sầu muộn, nhưng có lẽ vì thế Ngài càng phải đi thật nhanh, để sớm vội trở về với bản hoài cứu khổ độ sanh… Nhưng hạnh phúc thay cho chúng con luôn được trú ngụ dưới mái nhà Tam Bảo rộng lớn, vi diệu nhiệm mầu. Được chư Tôn đức tăng ni trong Giáo Hội Âu Châu luôn ủng hộ giúp đỡ chở che, với tất cả ân tình Linh Sơn cốt nhục. Vì vậy, nhân dịp tưởng niệm 10 năm ân sư của chúng con viên tịch, thừa sự chỉ giáo của Giáo Hội, dạy chúng con đứng ra tổ chức ngày Hiệp Kỵ Lịch Đại Chư Vị Tổ Sư – Ngày Về Nguồn kỳ 13 và khai mở Đại Giới Đàn tôn hiệu Minh Tâm. Ngõ hầu báo đáp ân sư trong muôn một".

Lễ Hiệp Kỵ Chư Vị Lịch Đại Tổ Sư, Tôn Sư, Lễ Vu Lan Báo Hiếu tuần tự diễn tiến gần 2 tiếng đồng hồ gồm 2 phần hành chánh có chính quyền tham dự với lời cảm từ chia sẻ, tán dương công đức HT. Thích Minh Tâm về hạnh nguyện hoằng pháp lợi sanh, đến phần nghi lễ cổ truyền với lời tán thỉnh trầm hùng sâu lắng của ban kinh sư khiến buổi lễ tăng thêm phần long trọng.

Đại lễ trai đàn chẩn tế

Đàn tràng thiết trí trang nghiêm như pháp gồm phẩm vật: gạo, muối, hoa hương, bánh trà, quả phẩm… cúng thí chư âm linh thuộc 12 loại cô hồn âm hồn cho ngạ quỷ Diệm khẩu và pháp giới âm linh được thọ nhận đầy đủ các phẩm vật và ngay đây vượt thoát luân hồi.

Qua nghi tiết, gia trì sư và kinh sư đối tán tụng ra tán trạo các bài kệ tứ ngũ (câu 4 chữ câu 5 chữ) giọng điệu luyện điệu nghệ khiến cho người còn nghe thê lương não nuột rơi lệ thương thay, huống chi kẻ mất oan hồn vong mạng lâu ngày dật dờ đói khát, nghe lời kinh giải thoát phổ độ đêm nay:

Trong uẩn tử thành
Gió rít sầu thê thảm
Trước ngõ quỷ môn
Tiếng than buồn ảm đạm
Biết cậy vào đâu
Những loại cô hồn quỷ
Đàn tế đêm nay
Thỉnh thọ cam lồ vị...

Tóm lại, đàn tràng trang nghiêm như pháp qua các phần như trên, còn có các lễ: chúc tán thù ân, tụng Bồ Tát giới, trao bình bát qua GHPGVNTN Hoa Kỳ lần Về Nguồn 14 và lễ Vu Lan thành tựu viên mãn.

Đàn Tràng vừa hoàn mãn
Pháp sự đã châu viên
Bốn chúng thành kính lễ
Phật, Bồ Tát, Thánh hiền
Cầu nhân loại mọi miền
Tỉnh thức, diệt não phiền
Chúng sanh cõi pháp giới
Sống đẹp, thác bình yên. ■

Thích Bảo Lạc

Tư liệu tham khảo:
- Giới đàn tăng, HT. Thiện Hòa dịch, Phật học viện quốc tế ấn hành năm 1986 Hoa Kỳ.
- Pháp sự khoa nghi Thích Giải Hòa (HT. Huyền Quang) dịch, chùa Quang Thiện ấn hành năm 2002, Hoa Kỳ.
- Tiểu sử danh tăng Việt Nam cuốn III Thích Đồng Bổn biên soạn, nxb Tôn Giáo ấn hành 2017, Sài Gòn.
- Tư tưởng số 4 Viện Đại Học Vạn Hạnh ấn bản 1968, TT. Thích Minh Châu, chủ nhiệm kiêm chủ bút.
- Kỷ yếu tưởng niệm HT. Thích Minh Tâm, chùa Khánh Anh, ấn hành năm 2015, Paris, Pháp.
- Tưởng niệm Ni Trưởng Thích Nữ Trí Hải, nxb Tổng Hợp ấn hành năm 2004, Sài Gòn.
- Du già diệm khẩu khoa nghi, HT. Thích Huyền Tôn dịch, nxb Tôn Giáo ấn hành năm 2007, Sài Gòn.
- Trang nhà Quảng Đức. www.quangduc.com
- Tài liệu Ban kiến đàn Đại giới đàn Minh Tâm.

Cho Hồng Suối Thơ

Sáng nay Hoa Tuyết rơi nhiều quá
Trắng một phương mây, trắng một trời
Giá buốt len vào hồn tịch mịch
Cánh buồm không sóng cũng chơi vơi ...

Có ai ngược nẻo thời gian cũ
Gom lại giùm tôi chút nắng trời
Gom lại mầu hoa cành Phượng Vỹ
Cho hồng kỷ niệm Suối Thơ tôi,

Sáng nay Hoa Tuyết rơi nhiều quá
Những cánh bâng khuâng ... Trắng Ý Đời!
Thoảng Gió Trầm Hương Bay lãng đãng ...
Trong Vườn Tâm Tưởng Đóa Hồng Tươi !

Tuệ Nga

Vườn Nắng Hạnh Đào

Người về đốt nến làm thơ
Gói tròn hệ lụy nửa tờ hoa tiên

Từ dòng sông ấy cô miên
Sớm nghe Chim hót an nhiên mở ngày

Bao Nhiêu Vui, Khổ kiếp này,
Thả ra Biển Gió, đón ngày Nắng Vui!

Đâu đây tiếng trẻ thơ Cười,
Đâu đây Dịu Ngọt! Ý đời Ca Dao!

Tiếng Chuông hòa Mõ lên cao
Trong Vườn Sớm, Nắng Hạnh Đào Tươi Sương ...

Tuệ Nga
Oregon, Miền Tây Bắc,
2/28/2023

Thích Như Điển

LỜI PHẬT DẠY QUA KINH THẮNG TƯ DUY PHẠM THIÊN SỞ VẤN

(Đại Chánh Tân Tu Đại Tạng Kinh tập thứ 15, Kinh Văn số 587 gồm 6 quyển, đời Nguyên Ngụy Ngài Tam Tạng Bồ Đề Lưu Chi, người Thiên Trúc dịch từ tiếng Phạn sang Hán Văn từ trang 62 đến trang 95).

Kinh, Luật, Luận của Phật Giáo cả Nam Truyền lẫn Bắc Truyền đọc tụng suốt cả đời cũng không hết. Bởi lẽ lời Phật, lời Tổ quá sâu sắc nhiệm mầu và đã trải qua hằng nghìn năm, nên hàng hậu học của chúng ta nếu không đi vào Tam Tạng Thánh Giáo thì dễ bị đi lạc vào rừng sâu của tà kiến không có lối ra.

Tôi được một nhân duyên thù thắng là kể từ năm 2003 đến nay (2023), sau khi về ngôi Phương Trượng của Tổ Đình Viên Giác, Hannover, Đức Quốc, giao hẳn việc Trụ Trì cho 4 đời lo liệu (Thầy Hạnh Tấn, Thầy Hạnh Giới, Thầy Hạnh Bổn và Thầy Hạnh Định), nên tôi có rất nhiều thời gian để nhập thất, tịnh tu, đọc sách và nhất là đọc Đại Tạng Kinh. Tổng cộng Kinh văn trong Đại Chánh Tân Tu Đại Tạng Kinh (Taisho Shinshu Daizokyo) có tất cả là 2.920 kinh văn. Có loại ngắn, loại dài khác nhau. Ví dụ như Kinh Đại Bát Nhã 600 cuốn mà Ngài Huyền Trang mang từ Ấn Độ về lại Trung Quốc, cho dịch từ tiếng Sanskrit sang Hán văn từ năm 661 đến 663 đời Nhà Đường, từ tập thứ 5 bộ thứ nhất trong Đại Chánh Tạng đến hết tập thứ 7 bộ thứ 3, gồm mấy ngàn trang cũng chỉ thuộc kinh văn thứ 220 trong 2.920 kinh Văn ấy. Nếu dịch hết ra Việt ngữ Đại Chánh Tạng cũng không dưới 250 tập; mỗi tập độ trên dưới 1.000 trang. Nếu có ai hỏi Tam Tạng Thánh Điển của Phật Giáo Đại Thừa bao nhiêu trang kinh sách, thì chúng ta có thể trả lời như vậy.

Mỗi lần đọc đến đâu tôi hay ghi chú những lời dạy của Đức Phật và chư Tổ mà mình nắm bắt được đến đó, viết thành những đoạn văn ngắn, để những vị nào ít có thời gian thì cũng có thể thâm nhập ít nhiều về những giáo lý cao cả thâm sâu này. Đây không phải là việc phô trương, mà chỉ là một sự cống hiến theo tinh thần Lục Hòa vậy. Đó là: Kiến hòa đồng giải.

Phần trích dẫn và giảng rộng dưới đây thuộc quyển thứ 6 của Kinh Thắng Tư Duy Phạm Thiên Sở Vấn.

"... Bấy giờ Tuệ Mạng Đại Ca Diếp ở trong chúng hội, liền đến bạch Phật rằng:

Bạch Đức Thế Tôn! Ví như rồng lớn muốn làm mưa thì nó thường mưa ở những nơi biển rộng, ngoài ra nó không mưa các nơi khác. Các vị Bồ Tát cũng lại như vậy, thường đem mưa pháp lớn rưới lên những ai có tâm rộng lớn. Ngoài ra các vị không giảng nói cho người có tâm nhỏ hẹp.

Đức Phật dạy rằng:

Này Ca Diếp! Đúng vậy, đúng vậy, đúng như lời Ông vừa nói! Các rồng chúa sở dĩ không mưa xuống cõi Diêm Phù Đề không phải là chúng ích kỷ, nhưng do nơi chốn đó không thể chứa hết lượng mưa lớn. Vì sao? Vì giọt mưa của rồng chúa lớn như trục xe, ở trong cõi Diêm Phù Đề không thể dung nạp hết. Nếu có mưa xuống cõi ấy thì nơi các thành ấp, xóm làng, rừng núi, ao hồ đều trôi nổi như chiếc lá táo. Cho nên rồng chúa không mưa xuống cõi Diêm Phù Đề".

Chúng ta thử thẩm thấu vào đoạn Kinh nầy để hiểu sâu hơn so với sự tiến bộ của khoa học ngày nay như thế nào? Đầu tiên Đức Phật Thích Ca Mâu Ni là một Đức Phật lịch sử, có sinh ra, lớn lên, lập gia đình, đi xuất gia, tu khổ hạnh, thành đạo, thuyết pháp và nhập Niết Bàn. Ngài Ca Diếp cũng là một vị Thanh Văn A La Hán lịch sử. Ngài người Ấn Độ, trước khi theo Phật, Ngài theo Bà La Môn giáo. Ngài là một trong 10 vị Đại Đệ Tử của Đức Phật, tu theo hạnh đầu đà và thiền định. Ngài là Sơ Tổ của tất cả tông phái Phật giáo về sau nầy. Đức Phật chia các loài chúng sanh ra nhiều loại khác nhau gọi là Thiên Long bát bộ gồm có: Thiên, Long, Dạ Xoa, Càn Thát Bà, A Tu La, Ca Lâu La, Khẩn Na La và Ma Hầu La Già. Thiên đứng đầu là Đế Thích, Long tức là rồng, Dạ Xoa là quỷ thần, Càn Thát Bà là nhạc thần, A Tu La gồm cả thiện thần có phước báu lớn và ác thần có ít phước báu, Ca Lâu La là chim Đại bàng, Khẩn Na La là nhạc thần của Đế Thích và Ma Hầu La Già là thần rắn, mình người đầu rắn. Những loại chúng sanh như thế nầy với mắt thường chúng ta không thể thấy được, nhưng với huệ nhãn của Như Lai hay các vị Bồ Tát hoặc các vị A La Hán có thể gặp gỡ, nhìn thấy, mà mắt thường với nhục nhãn như chúng ta ít phước báu không thể cảm nhận ra được.

Ngày nay khoa học chứng minh rằng: nước bốc hơi thành mây, mây gặp lạnh thành mưa và mưa thành nước. Chỉ đơn giản vậy thôi, chứ khoa học cũng chưa rõ biết hết nguồn gốc của nước từ cõi nào đến đây. Vì khoa học chưa có tuệ nhãn như chư Phật hay các vị Bồ Tát. Nhưng điều quan trọng ở đoạn văn nầy là những người có tâm hẹp hòi như chúng ta ở cõi Diêm Phù Đề này không thể đón nhận được những trận mưa pháp lớn của các vị Bồ Tát, nếu các Ngài ban rải mưa pháp dồi dào thì chúng sanh ở đây sẽ bị ngập lặn trong biển pháp, cũng giống như rồng lớn không mưa xuống cõi Diêm Phù Đề này, vì sợ nước dâng cao sẽ ngập hết cả thế giới này.

"Này Ca Diếp! Các vị Bồ Tát này không tuôn mưa pháp xuống nơi các chúng sanh khác, không phải vì tâm ích kỷ, mà do các chúng sanh ấy không có đủ khả năng để lãnh hội các pháp này. Do ý nghĩa đó các vị Bồ Tát thường đối với những ai có trí tuệ sâu rộng, vô lượng, vô biên, với tâm rộng lớn như biển mới ban bố pháp vũ vô thượng, không thể nghĩ bàn ấy".

Đoạn này Đức Phật giải thích cho chúng ta qua Ngài Ca Diếp rất rõ ràng. Nghĩa là tâm của chúng ta chỉ có thể đón nhận, lãnh hội giới hạn những lời dạy của các vị Bồ Tát, không thể nhận hết được những lời dạy sâu xa của các vị Bồ Tát. Không phải vì các vị Bồ Tát ích kỷ, hẹp hòi mà chính là để chỉ ban cho những người nào có trí tuệ sâu rộng, mới có thể lãnh hội được những cơn mưa to lớn ấy.

"Này Ca Diếp! Giống như biển lớn có thể chứa được lượng mưa hạt lớn như trục xe mà không có tăng, không có giảm. Các vị Bồ Tát cũng lại như vậy, đối với một kiếp, hoặc trăm kiếp, hoặc nghe lãnh hội, hoặc giảng nói pháp môn an nhiên trong lặng không tăng, không giảm".

Quả là cao cả và tuyệt diệu! Bởi lẽ biển cả mênh mông tràn đầy với nước, nhưng biển sẽ không chê, không chối từ nước ấy từ nơi nào đến và chảy vào biển; nhưng phải là biển lớn mới chứa được lượng nước mưa lớn. Với tâm của các vị Bồ Tát cũng vậy, dầu cho trong một kiếp số, mười kiếp số hay nhiều kiếp số đi chăng nữa khi nghe hay lãnh hội hoặc giảng nói… tâm của các Ngài an nhiên, trong lặng, không tăng, không giảm như biển cả mênh mông kia vậy.

"Này Ca Diếp! Ví như biển lớn chứa đựng được nước của hằng trăm con sông chảy vào, nhưng đều hòa chung thành một vị mặn. Các vị Bồ Tát cũng lại như vậy, dù nghe rất nhiều pháp, lãnh hội vô số luận nghị, nhưng đều tin hiểu chỉ có một vị, đó là vị Không".

Đoạn này rất là tuyệt vời khi chúng ta hiểu thêm về tánh Không của các pháp. Đó là: không đến, không đi, không còn, không mất, không tăng, không giảm, không một mà cũng chẳng khác một. Đây chính là tánh Không, là Phật tánh. Bởi lẽ tánh ấy cũng giống như vị mặn của muối. Dầu trăm con sông tràn vào biển cả, chúng cũng bị hóa giải thành một vị duy nhất. Đó là vị mặn của muối, của nước biển. Bồ Tát dầu tu đủ loại pháp môn, nghe rất nhiều pháp, lãnh hội vô số luận nghị; nhưng tất cả các vị Bồ Tát đều tin hiểu rằng: Pháp ấy chỉ có một vị. Đó là vị Không. Vì sao vậy? Bởi lẽ tất cả các pháp đều do nhân duyên mà hòa hợp. Rồi do nhân duyên biến đổi, pháp ấy mất đi rồi hoàn lại. Chỉ có tâm chúng sanh thay đổi, chứ pháp thì không thay đổi.

"Này Ca Diếp! Ví như biển lớn thanh tịnh, không cấu uế, các dòng sông đục dơ đổ vào đều trở thành trong sạch. Các vị Bồ Tát ở đây cũng lại như vậy, có thể làm thanh tịnh tất cả các thứ phiền não, sân hận, oán hại, cấu bẩn".

Biển cả mênh mông không phân biệt nước dơ hay sạch chảy vào đó. Khi đã vào lòng biển rồi đều lắng trong, không còn dơ hay sạch nữa. Tâm Bồ Tát cũng rộng như hư không, dẫu cho phiền não của tham, sân, si, mạn, nghi, ác kiến v.v… có chảy vào tâm của các Ngài thì Bồ Tát có thể làm cho những sân hận, phiền não ấy thanh tịnh. Nơi tâm của các Ngài không có nhân ngã, bỉ thử. Đã có lần tôi phát nguyện rằng: "Con xin nguyện làm một dòng sông để chuyên chở những trong đục của cuộc đời và xin nguyện làm mặt đất để hứng chịu những sạch nhơ của nhân thế". Đó chính là học ở hạnh này vậy. Vì là dòng sông thì không chê nước trong hay đục và là mặt đất thì dơ sạch cũng là chuyện bình thường, không trụ vào đó để chấp trước với nhơn ngã, bỉ thử v.v…

…"Này Ca Diếp! Ví như biển lớn trọn không thiên vị vì một chúng sanh nào mà có. Các vị Bồ Tát ấy cũng lại như vậy, không vì riêng một chúng sanh nào mà phát tâm Bồ Đề".

Tâm Bồ Đề là tâm đại đạo, không phân biệt kẻ hiền người trí, kẻ dữ, người lành. Tâm ấy không được phép thương riêng chúng sanh nào và cũng không được phép ghét riêng chúng sanh nào. Nên tâm ấy gọi là tâm đại đạo. Bởi vì sự phát tâm ấy không phải vì có sự hiện hữu của chúng sanh, nên Bồ Tát mới phát tâm, mà tâm ấy giống như biển cả bao la, dung nạp hết tất cả các chúng sanh vào đấy.

"Này Ca Diếp! Ví như biển lớn không dung chứa tử thi qua đêm. Các vị Bồ Tát ấy cũng lại như vậy, không dung chứa tâm của hàng Thanh Văn, Bích Chi Phật, cũng không dung chứa những người có tâm tham lam, phá giới, điên cuồng, giận dữ, lười biếng, loạn động, ngu si, kiến chấp nơi ngã, nhân, chúng sanh…".

Rõ ràng là như thế! Tuy biển cả rộng mênh mông, không ai đo được sự bao la ấy, nhưng tử thi có trôi vào thì biển lớn cũng không dung chứa qua đêm. Mà tử thi ấy phải nổi lên. Tuy là biển chứa tất cả, nhưng tham lam, tật đố, ngu si, tà kiến, lười biếng, giận dữ, kiến chấp nơi ngã v.v… chảy vào đó phải hòa thành pháp vị của Bồ Đề hạnh, không thể cứ chấp chặt vào

VIÊN GIÁC | 13

những nhân ngã bỉ thử kia, để chỉ trở thành một vị duy nhất, giống như vị mặn của muối.

"Này Ca Diếp! Ví như lúc kiếp tận, thế giới này bị lửa thiêu đốt, thì các ao hồ, sông ngòi, khe suối đều khô cạn trước, sau đó biển lớn mới khô cạn. Lúc Chánh pháp bị hủy diệt cũng lại như vậy, những ai hành theo Chánh pháp của đạo nhỏ thì bị diệt trước, sau đó mới hủy diệt Chánh pháp của các vị Bồ tát với tâm rộng lớn như biển".

Hình minh họa: Lương Nguyên Hiền

Không cần phải qua những lời tiên tri của những bậc hiền triết xưa nay đang lưu hành đây đó, chúng ta cũng có thể hiểu qua lời Phật dạy rằng thế giới này sẽ bị lửa thiêu đốt, rồi gió sẽ thổi mạnh, nước sẽ dâng cao, như trong Luận A Tỳ Đàm về việc thành lập thế giới, Đức Phật cũng đã dạy như vậy. Ngay cả bây giờ trong thế kỷ thứ 21 nầy những phong trào bảo vệ khí hậu, bảo vệ quả địa cầu, bảo vệ môi trường v.v… đang được thành lập khắp nơi trên thế giới, nhưng thế giới này cũng sẽ đi đến chỗ diệt vong, nếu con người không biết tôn trọng sự sống trên quả địa cầu nầy. Chánh pháp cũng như vậy, Chánh pháp nhỏ cũng giống như những lá cây hay cành cây nhỏ bị khô héo trên một thân cây, sẽ bị hủy diệt trước và những cành lớn hơn ví như Chánh pháp của các vị Bồ Tát sẽ bị hủy diệt sau. Tất cả đều được sinh ra trên một thân cây, nhưng có cành bị gãy đổ trước và có cành bị hư hại sau. Vì sao vậy? Vì lẽ chúng ta không nói năng như Chánh pháp và không yên lặng như Chánh pháp. Thế nào là nói năng như Chánh pháp? Đó là lời nói hay thuyết pháp không trái lại lời Phật dạy, không trái lại với pháp và không ngược lại sự hòa hợp của Tăng. Im lặng như Chánh pháp có nghĩa là người nào hiểu được Phật, kẻ ấy sẽ hiểu được Pháp. Pháp ấy là pháp vô tướng và tự tánh của pháp nầy vốn là Không. Tăng có nghĩa là Vô Vi. Chính đó là Niết Bàn an tịnh mà người xuất gia cần đạt đến.

"Này Ca Diếp! Các vị Bồ Tát ấy thà bỏ thân mạng, chớ không xả bỏ Chánh Pháp".

Thân mạng nầy có được là do nghiệp lực tạo ra để được làm người, làm chư Thiên hay Bồ Tát hoặc ngay cả những chúng sanh thấp hơn. Nếu chúng ta có xả bỏ là xả bỏ thân mạng này để còn Chánh pháp; chứ không lìa bỏ Chánh pháp để cố giữ thân mạng nầy. Chúng ta phải nên thực hành hạnh nguyện như Ngài Dược Vương và Ngài Dược Thượng Bồ Tát trong Diệu Pháp Liên Hoa Kinh phẩm thứ 23, hay sự bảo vệ Chánh pháp như Bồ Tát Thích Quảng Đức, vị pháp thiêu thân vào ngày 20 tháng 4 năm Quý Mão 1963 tại Việt Nam vậy.

"… Các vị Bồ Tát cũng lại như vậy, khi Chánh pháp bị hủy diệt, có 7 loại tà pháp xuất hiện. Bấy giờ, các vị Bồ Tát mới đi đến các phương khác. Bảy loại tà pháp ấy là:

Luận sư ngoại đạo
Tri thức ác
Hạng lạm dụng đạo pháp theo nẻo tà
Não loạn lẫn nhau
Vào rừng gai tà kiến
Không thể phá trừ căn bất thiện
Không có người chứng đắc pháp.

Khi bảy loại tà pháp nầy xuất hiện giữa đời, các vị Bồ Tát ấy biết các chúng sanh không thể độ được, lúc ấy mới sinh về quốc độ của các Đức Phật khác để thường được gặp Phật, nghe pháp và giáo hóa chúng sanh, làm tăng trưởng thiện căn".

Rõ ràng là chúng sanh bỏ các vị Bồ Tát; chứ không phải các vị Bồ Tát bỏ chúng sanh. Bởi lẽ chúng sanh ưa chuộng 7 tà pháp bên trên và ngay trong đời này đã hiện ra đầy dẫy khắp đó đây. Do vậy chúng ta phải cố gắng tu tập để Chánh pháp còn ở lại với đời và các vị Bồ Tát ở lại với chúng ta để chúng ta được nương nhờ và được gội nhuần ân pháp vũ.

"Này Ca Diếp! Ví như biển lớn làm nơi sinh sống của vô lượng chúng sanh, làm cho tất cả đều được an vui. Các vị Bồ Tát cũng lại như vậy, làm nơi nương tựa của chúng sanh, khiến cho họ đạt được an lạc nơi cõi trời, người và Niết Bàn".

Mục đích của các vị Bồ Tát ra đời là: Nguyện thay thế cho chúng sanh để thọ nhận nhiều khổ nạn, nhưng chúng sanh nào hay biết, mải ham mê nơi cõi dục nầy, khiến cho các vị Bồ Tát khó giáo hóa được, nên quý Ngài muốn thay đổi chỗ giáo hóa, đi về nơi khác có Phật và giúp cho chúng sanh ở cõi ấy được tăng trưởng thiện căn. Nếu chúng ta ở cõi nầy biết rằng Bồ Tát chính là nơi nương tựa giống như biển cả mênh mông là nơi nương tựa của nhiều loài chúng sanh thì chúng ta cũng sẽ hưởng được sự an lạc của cõi trời, cõi người hay ngay cả Niết Bàn nữa.

... "Nầy Ca Diếp! Ví như chúng sanh ở trong biển lớn, không tìm nước ở nơi khác để uống, mà chỉ uống nước mặn của biển. Các vị Bồ Tát cũng lại như vậy, không cần tìm cầu pháp vị ở nơi khác để uống, mà chỉ tự uống pháp vị của chư Phật".

Khi nào bảy loại tà pháp xuất hiện trên đời nầy, khiến cho Bồ Tát không thể độ được nữa, thì Bồ Tát mới đi nơi khác. Bởi lẽ như Đức Phật thường dạy rằng: Ta không gây sự với chúng sanh, mà chúng sanh luôn gây sự với ta. Nên sự tìm cầu pháp vị nơi khác của các Bồ Tát là việc chẳng đặng đừng, cũng giống chúng sanh ở trong biển lớn thì chỉ có uống nước mặn của biển đó để sống sót và tự nuôi dưỡng thân tâm mình.

"Bấy giờ, Tôn Giả Đại Ca Diếp bạch Phật rằng:

- Bạch Đức Thế Tôn! Biển lớn sâu rộng còn có thể đo lường được, nhưng các vị Bồ Tát, thì tất cả hàng Thanh Văn, Duyên Giác không thể đo lường được. Do vậy nói tâm của các vị Bồ Tát giống như hư không.

Phật dạy rằng:

- Nầy Ca Diếp! Nước trong biển lớn, nơi hằng hà sa số thế giới có thể đo lường được, nhưng trí tuệ rộng lớn của các vị Bồ Tát không thể đo lường được".

Đây là đoạn kết của Kinh Văn nầy trước khi Đức Phật dùng kệ để tuyên nhắc lại ý nghĩa trên.

Tâm của Ngài Ca Diếp tương hợp với lời dạy của Đức Thế Tôn nên mới thưa lời so sánh, ví dụ là dầu cho biển cả rộng lớn đến bao nhiêu đi chăng nữa người ta có thể đo lường được, nhưng các vị Thanh Văn, Duyên Giác không thể nào biết hết được tâm nguyện của các vị Bồ Tát. Vì tâm của các vị Bồ Tát giống như hư không vậy.

Đức Phật cũng đã tán dương về việc nầy và kết luận rằng: Nước trong biển đại dương của hằng hà sa số thế giới có thể đo lường được, nhưng trí tuệ rộng lớn của các Bồ Tát thì không thể đo lường được.

Trên đây là những lời dạy căn bản của Đức Phật Thích Ca Mâu Ni xuyên qua việc thưa hỏi của Ngài Ca Diếp, để đời sau chúng sanh theo đó mà phát nguyện tu tập, nhằm xiển dương trí tuệ Phật Đà, không để cho những tà pháp lấn át thế gian nầy, khiến cho nhiều chúng sanh bị chìm đắm trong mê lộ, không có đường về bến giác. ∎

THÍCH NHƯ ĐIỂN

Viết xong vào lúc 16:00 ngày 28 tháng 10 năm 2023 tại Phương Trượng Đường Tổ Đình Viên Giác, Hannover, Đức Quốc.

Xuân nồng

Dưới ánh nắng hồng mưa nhè nhẹ
Ta bên nhau say đắm ngất ngây nhìn
Ôi mắt biếc, ôi làn môi kiều diễm
Ôi xanh xao vóc dáng nai gầy

Ta muốn níu thời gian ngừng lại
Ta muốn cười và khẽ nói yêu em
Cho bến cũ thuyền thôi trở lại
Để người xưa phút chốc chẳng quay về

Nguyễn Minh Hoàng

Xuân nhớ

Em có nhớ chiều kia ta gặp gỡ
Nắng xuân reo trên mái tóc em mềm
Em đứng đó cho thiên thu lắng đọng
Gió hơi nhiều nhưng bỗng ấm hơn lên

Nguyễn Minh Hoàng

William J. Long
Đỗ Kim Thêm dịch

Đức Phật bàn về Chính trị học, Kinh tế học và Thuật lãnh đạo đất nước

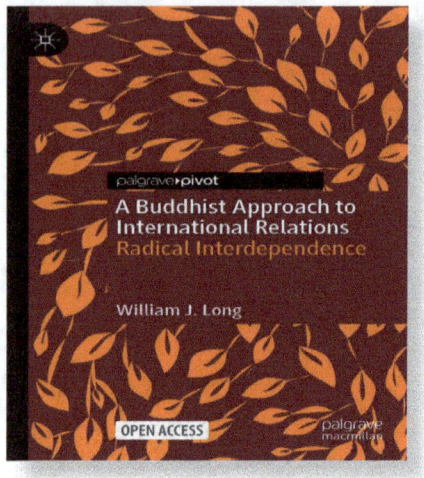

Lời người dịch: Tác giả William J. Long là Giáo sư khoa Chính trị học tại Đại học Georgia State (Hoa Kỳ). Nguyên tác của bản dịch là Buddha on Politics, Economics, and Statecraft (Chương 3 trang 35-50) trong tác phẩm **A Buddhist Approach to International Relations** - Radical Interdependence do Nhà Xuất Bản Palgrave Macmillan Cham ấn hành năm 2021.

Tác phẩm có thể truy cập tại *https://doi.org/10.1007/978-3-030-68042-8*. Phần chú thích và tài liệu tham khảo của bản dịch xin xem trong nguyên tác trang 46- 50.

Tóm lược

Chương này phác thảo về lý thuyết kinh tế và chính trị của giáo lý Phật giáo, bao gồm những khái niệm về các mối quan hệ giữa các quốc gia, nó dựa trên sự hiểu biết độc đáo về bản chất của thực tại. Một số độc giả có thể ngạc nhiên khi nghe rằng có một lý thuyết về chính trị học trong giáo lý của Đức Phật. Nhưng thực ra, Đức Phật đã nói một cách bao quát về chính trị, trái ngược với sự khẳng định của Max Weber, người nổi tiếng đã xác quyết rằng Phật giáo là „một tôn giáo có vị thế phi chính trị và phản chính trị một cách quá đặc biệt". Mặc dù mục tiêu quan trọng trong giáo lý của Đức Phật là giải thoát của cá nhân từ các đau khổ đang lan tràn. Đức Phật coi chính trị là quan trọng, nhưng không đặt nó quá nặng vì giá trị nội tại, nhưng vì nó tạo ra một môi trường ngoại tại có thể tạo điều kiện hoặc cản trở cho việc theo đuổi hạnh phúc cá nhân, nó được định nghĩa như là sự thăng tiến tâm linh và thành tựu của minh triết về bản chất đích thực của bản ngã và thế giới. Mặc dù được hiểu rõ nhất như là một phần mở rộng của giáo lý của Ngài bàn về việc giải thoát cho con người, Đức Phật cũng là một triết gia quan trọng về chính trị và xã hội nguyên thủy. Giáo lý về xã hội của Đức Phật song hành với tư tưởng về dân chủ hiện đại, nền kinh tế thị trường hỗn hợp và chủ thuyết quốc tế ở phương Tây. Chương này phác thảo về lý thuyết chính trị và kinh tế của Đức Phật bao gồm cả những tư duy của Ngài về thuật lãnh đạo đất nước và các khả năng cho trật tự quốc tế.

Đức Phật bàn về Chính trị học

Kinh điển Phật giáo buổi sơ thời đề cập đến một số vấn đề quốc tế, kinh tế và chính trị. Khi mục đích chính trong giáo lý của Đức Phật là giải thoát cá nhân ra khỏi các đau khổ đang lan tràn, giáo lý của Ngài cũng thừa nhận sự tương thuộc của cá nhân với xã hội, thể chế chính trị và kinh tế. Giáo lý của Đức Phật đã tìm cách dung hòa những mối quan hệ này một cách xây dựng. Mặc dù ở phương Tây phần lớn là không biết đến, Đức Phật là một triết gia nguyên thủy và quan trọng về kinh tế, chính trị và xã hội và một triết gia dân chủ mang tinh thần nhân bản và duy lý. (Ling 1981).

Các yếu tố chính trong viễn kiến về quy phạm của Đức Phật đối với chính trị là gì? Đức Phật thấy chính trị không phải là một mục đích tự tại nhưng hoặc là một công cụ có thể cung cấp các điều kiện thuận lợi hoặc là những trở ngại có hại cho sự thăng tiến của cá nhân. Đức Phật công nhận rằng chính phủ là cần thiết để đem lại trật tự và phúc lợi xã hội và các giá trị, nội dung và tiến trình của nó phải phù hợp với "giáo pháp". "Giáo Pháp" (dhamma trong tiếng Pali) có nhiều ý nghĩa, nhưng ở đây đề cập đến các lời dạy của Đức Phật và sự hành trì giáo pháp, mà nó mang lại như là các quy luật tự nhiên hoặc phổ quát, chẳng hạn như luật duyên khởi và đau khổ, đó là kết quả từ sự vô minh về chân lý cơ bản này. Những quy luật này không do Đức Phật tạo ra, có hoặc không có Ngài thì quy luật cũng vận hành, nhưng Đức Phật đã khai mở những quy luật này và khuyến nghị là chúng ta kiểm chứng và hành động cho phù hợp; không qua đức tin mù quáng, nhưng qua một tiến trình đánh giá thuần lý của con người. Một hệ thống chính trị được tổ chức phù hợp với những chân lý cơ bản này có thể giảm thiểu các hình thức đau khổ cho tất cả các thành viên trong xã hội, đặc biệt là cho những người kém may mắn nhất mà sự đau khổ có thể để nhận ra là lớn lao nhất và nó đóng một vai trò tích cực trong việc cá nhân đạt đến các hình thức cao hơn trong hạnh phúc.

Khi nói rằng việc thực hành chính trị phải phù hợp với giáo pháp vì tính chính thống của nó, điều đó có nghĩa là gì? Một nguyên tắc cơ bản của giáo pháp liên quan đến chính trị là sự bình đẳng và phẩm giá của tất cả các cá nhân. Đức Phật nhấn mạnh rằng tất cả mọi người đều có giá trị cố hữu và khả năng giác ngộ, được gọi là "Phật tánh". Trái ngược với giáo lý Bà La Môn đang thịnh hành, Đức Phật bác bỏ hệ thống giai cấp và lập luận rằng các đức hạnh được phân phối đồng đều, không theo thứ bậc qua xã hội. Đức Phật xác định: "Hiện nay, vì cả hai đức tính tốt và xấu được bậc trí giả chê trách và khen ngợi, nó lan tràn trong bốn đẳng cấp mà không phân biệt, bậc trí giả không nhận ra lời chê trách về đẳng cấp thuộc về Bà La Môn là nhiều nhất ... [bất cứ ai cũng có thể trở nên được giải thoát ... nhờ vào các đặc điểm của giáo pháp" (DN, 27, 2012 trang 408). Giáo pháp được áp dụng như nhau đối với tất cả mọi người bất kể đến giai cấp, địa vị xã hội hay hoàn cảnh kinh tế. Bởi vì người dân và nhà lãnh đạo đều bình đẳng trước giáo pháp, các định chế chính trị nên phản ánh chân lý cơ bản này. Vì đã đến lúc những điều này là những nhận thức về xã hội mang tính đột phá thực sự.

Giáo lý của Đức Phật cũng phản ánh nguyên tắc về bình đẳng khi Ngài quy định rằng chế độ quân chủ, hình thức cai trị chiếm ưu thế trong lúc Ngài còn sinh tiền, phải nên dựa trên sự đồng thuận của dân chúng (không phải là quyền thiêng liêng), nó được tiến hành với sự tham vấn với người bị trị, không phân biệt trong việc áp dụng về công lý và phù hợp với **giáo pháp**. Tuy nhiên, dân chủ là hình thức cai trị mà sự bình đẳng là tối quan trọng, và **tăng đoàn**, một sự sáng tạo chính trị riêng của Đức Phật, (**sangha,** dòng tu của Tăng và Ni trong tiếng Pali và Sankrit), được điều hành bởi sự bình đẳng nghiêm ngặt trong các quy luật về quy y, tham gia, quản lý và hòa giải tranh chấp.

Bởi vì sự bình đẳng và thiện tánh tối hậu của mỗi cá nhân (và bởi vì họ tất cả đều đau khổ), Đức Phật dạy rằng mỗi người trong số họ đều xứng đáng với lòng từ bi của chúng ta, và ở mức độ tối thiểu, họ không nên bị hại bởi nhà nước. Bất bạo động hoặc vô hại (ahimsa trong tiếng Sankrit và Pali) là một hệ quả tự nhiên tất yếu của lời dạy của Đức Phật về sự bình đẳng của con người và là cơ sở của việc bảo vệ các quyền cá nhân. Có lẽ ví dụ trực tiếp nhất của nguyên tắc này đối với chính trị là lời khuyên của Đức Phật được Ngài lặp đi lặp lại rằng, một nhà lãnh đạo liêm chính phải tuân theo các giới luật đạo đức về việc không giết hại, không trộm cắp, không nói dối, v.v... Khẳng định hơn, nhà lãnh đạo thành công phải chứng minh lòng từ bi và quan tâm thông qua các thực hành lòng tử tế, bình đẳng, kiên nhẫn và rộng lượng. Bất bạo động và bình đẳng là nền tảng của lòng công bằng xã hội trong Phật giáo, và chính phủ hoàn hảo đòi hỏi việc bảo vệ về đạo đức và pháp lý chống lại việc sử dụng tùy tiện quyền lực. Đức Phật, giống như những bậc quốc phụ của nước Mỹ, lo ngại về sự nguy hiểm của chế độ chuyên chế.

Đặc điểm thứ ba trong giáo lý chính trị của Đức Phật là tinh thần khoan dung đối với các cấu hình chính trị khác nhau và phương cách thực dụng và không theo giáo điều (theo nghĩa này là "tự do" hoặc "đa nguyên") đối với các vấn đề chính trị. Thay vì công khai tán thành một hình thức đặc biệt của chính phủ, khi Ngài dành thiện cảm và tư vấn cho các nước cộng hòa các vương quốc như nhau, Đức Phật ngụ ý rằng, việc quản trị hoàn hảo có thể nhận được nhiều hơn là một hình thức của chính phủ, nhưng nó phải cho phép tối đa hóa hạnh phúc cá nhân của người dân (được định nghĩa theo một cách vượt ra khỏi sự hưởng lạc thú nhục dục đơn thuần và bao gồm việc tự thực hiện) và giảm thiểu đau khổ của họ. Việc này cho phép người dân trau giồi lòng từ bi, khoan nhẫn, rộng lượng, tập trung thiền định và trí huệ trong khi ngăn cản tham lam, sân hận và vô minh. Đức Phật đã không cổ vũ công khai về một hình thức duy nhất của chính phủ, và ở một cấp độ, Ngài thừa nhận rằng các loại chế độ khác nhau có thể được coi như là chính thống, nếu tinh thần của người cai trị và bị trị phù hợp với giáo pháp.

Tuy nhiên, Đức Phật chỉ ra một sự ưu tiên về các hình thức dân chủ và đại nghị của chính phủ. Trong giáo lý và giới luật của Ngài, Đức Phật tán thành các nguyên tắc dân chủ như sự tham gia của người dân và tự do bày tỏ ý kiến; thảo luận, tham vấn, xây dựng sự đồng thuận; bỏ phiếu và tôn trọng sự đồng ý của người dân; minh bạch thông qua các cuộc họp đối mặt và tranh luận công khai; tính ưu việt của tinh thần trọng pháp và chính phủ được giới hạn. Chúng ta thấy những tiền đề này trong sự tán thành của Đức Phật đối với nguyên tắc cộng hòa trong kinh điển và sự kết hợp của các nguyên tắc dân chủ thành các quy tắc chi phối xã hội riêng dành cho các tăng ni theo giới luật của Đức Phật. Giáo lý của Đức Phật có liên quan trực tiếp đến nền chính trị đương đại và tương thích với sự cai trị của một nhà nước dân chủ hiện đại. Tư duy về chính trị của Đức Phật tương đồng với tư tưởng về tự do dân chủ của phương Tây với sự nhấn mạnh về quyền bình đẳng, bảo vệ chống lại chuyên chế thông qua sự bình đẳng trước pháp luật, và việc quản trị có tham gia thảo luận.

Sự khác biệt quan trọng nhất giữa nền dân chủ

theo "giáo pháp" và nền dân chủ tự do của phương Tây là việc nhấn mạnh của Phật giáo đến các bổn phận cá nhân đối với tha nhân cũng nhiều như các quyền cá nhân, các nghĩa vụ vượt quá việc tuân thủ pháp luật. Khi nền dân chủ tự do đề cập rất ít về những phẩm chất đạo đức của những gì tạo nên sự quản trị hoàn hảo vượt qua các giá trị về bình đẳng về cơ hội và bảo vệ sự lựa chọn của cá nhân và thay vì tập trung vào tiến trình của việc quản trị hoàn hảo không thực chất (Garfield 2001), "nền dân chủ theo giáo pháp" mô tả một nghĩa vụ rõ ràng cho mối quan tâm đối với tha nhân và cả với thiên nhiên. Về cơ bản, trong nền dân chủ dựa theo giáo pháp, các cá nhân có nhiệm vụ không chỉ để tránh hạn chế tự do của tha nhân, nhưng cố gắng phát triển ý thức trách nhiệm và mối quan tâm phổ quát đối với chúng sinh và thế giới tự nhiên. Mặc dù nhiệm vụ này là trách nhiệm của mọi người, các định chế chính trị và các nhà lãnh đạo nên phản ánh những nguyên tắc này, và chính sách nên khuyến khích việc gây tiêm nhiễm và thực hành chúng. Sự nhấn mạnh về trách nhiệm cũng như quyền bắt nguồn trực tiếp từ bản thể học cơ bản trong thuyết tương thuộc và nhân quả. Của Phật giáo Hai lý thuyết cho rằng duy trì cuộc sống của chúng ta không tách rời nhau mà tương thuộc sâu xa. Thích Nhất Hạnh, nhà văn và nhà sư Phật giáo đương đại, nắm bắt được sự khác biệt này trong bối cảnh của Hoa Kỳ khi ông nhận xét: "Chúng ta có bức tượng Nữ thần Tự do ở bờ biển phía Đông. Tôi nghĩ rằng chúng ta phải tạo nên một bức tượng về Trách nhiệm ở bờ biển phía Tây để đối trọng với Tự do. Tự do mà không có trách nhiệm thì không phải là tự do đích thực". (Hạnh 2006, trang 137). "Tự do" trong tư tưởng Phật giáo nghĩa là tự do từ xiềng xích của sự vô minh tự tạo, không phải là sự theo đuổi lợi ích "bản ngã" không kiềm chế.

Đức Phật bàn về Kinh tế học

Cũng giống như khi Đức Phật có những điều quan trọng để nói về chính trị học, Ngài đã đưa ra nhiều nhận thức sâu sắc và thực tế về các vấn đề kinh tế trong các kinh điển. Những giáo lý này mang đến sự hướng dẫn về cách làm thế nào để thăng tiến tâm linh và hạnh phúc vật chất có thể tương thích và hỗ trợ nhau.

Mục đích của hoạt động kinh tế trong Phật giáo là cung cấp cơ sở vật chất cần thiết cho các cá nhân để tận hưởng một cuộc sống thoải mái, do đó, giải thoát để họ theo đuổi các hình thức cao hơn về hạnh phúc. Sản xuất, tiêu thụ và phân phối các của cải vật chất phải làm giảm bớt đau khổ và cung cấp phúc lợi bền vững và công việc xứng đáng cho tất cả các thành viên của xã hội thông qua việc sử dụng khôn ngoan các nguồn lực khan hiếm. Quan điểm này về hoạt động kinh tế như một phương tiện hướng tới các mục đích cao cả hơn trái ngược với Kinh tế học cổ điển hoặc tân cổ điển phương Tây, nơi chỉ tập trung vào hạnh phúc vật chất và sản xuất, tiêu thụ và phân phối được thiết kế để tối đa hóa "tiện ích" hoặc "phúc lợi" của cá nhân thông qua sản xuất và tiêu thụ vật liệu ngày càng tăng, và trong cách tổng hợp, để làm tăng trưởng Tổng quốc nội Sản phẩm (GDP), qua những hạn chế về nguồn lực.

Giống như chính trị, Phật giáo coi sinh hoạt kinh tế là một phần của cuộc sống trong sự phù hợp với giáo pháp và do đó, xem chính trị như là một phần của khuôn khổ đạo đức rộng lớn hơn mà nó không thể bị tách rời. Nhờ vào học thuyết tương thuộc triệt để, hoạt động kinh tế nhất thiết phải là một phần của một tổng thể lớn hơn, một phần quan trọng, nhưng chỉ là một phần, và nó phải được giữ hài hòa với các khía cạnh gia đình, xã hội, môi trường và tâm linh của cuộc sống. Trong kinh tế học Phật giáo, không có "yếu tố phí tổn do ngoại cảnh". Tiến bộ kinh tế, đối với bản thân hay xã hội, không phải là một mục đích tự tại, mà là một phần của tiến trình rộng lớn hơn về thăng tiến cá nhân và xã hội.

Tuy nhiên, Đức Phật cảnh báo chống lại việc bỏ qua các nhu cầu vật chất và tránh theo đuổi vật chất, và khuyến nghị là tiến bộ trong hạnh phúc vật chất và tinh thần được cân bằng - cái gọi là "Trung đạo" giữa khổ hạnh làm hủy hoại thể xác và niềm đam mê vật chất khiến cho nghiền nát tâm hồn như là con đường dẫn đến hạnh phúc. Mục tiêu của kinh tế học Phật giáo là mang lại an toàn về vật chất, ổn định kinh tế cho cá nhân, xã hội và tăng trưởng bền vững. Nhà nước phải đảm bảo nhu cầu vật chất của các cá nhân dưới hình thức "bốn yếu tố cần thiết": thực phẩm, quần áo, chỗ ở và thuốc men, vì chúng tạo thành nền tảng cho việc theo đuổi khác như phát triển đạo đức và tiếp thu minh triết.

Giáo lý về kinh tế của Đức Phật không phải là chống lại sự giàu có. Ngài dạy rằng không có đau khổ nào phát sinh từ việc trải nghiệm hoặc hưởng thụ các đối tượng của các giác quan. Vấn đề với của cải vật chất phát sinh từ ảo tưởng phổ biến của chúng ta mà nó hiểu sai về bản chất đích thực của các hiện tượng trong cõi luân hồi như đã thảo luận trong Chương 2. Đó là, chúng ta quên đi bản chất vô thường của những lạc thú vật chất và lầm lạc khi nghĩ rằng chúng là một nguồn gốc đích thực của hạnh phúc lâu dài. Đó là sự tham ái và chấp thủ của chúng ta vào những đối tượng phù du (và chính chúng ta) dựa trên sự sợ hãi, gian tham và vô minh về bản chất của thực tại mà nó dẫn đến đau khổ. Vấn đề không nằm ở các đối tượng của các giác quan hoặc là sự hưởng thụ bắt nguồn từ chúng, mà từ nhận thức sai lầm về bản chất vô thường của chúng và việc theo đuổi các đối tượng vật chất như là nguồn hạnh phúc tối cao cho bản ngã mà cuối cùng nó cũng không tồn tại. Do đó, sự giàu có không cản trở con đường của sự giải thoát, nhưng sự ràng buộc vào sự giàu có thì có.

Đối với cư sĩ, Đức Phật khuyên việc thụ đắc tài sản và thịnh vượng vật chất thông qua đức tính siêng năng, cẩn trọng, tinh thần doanh nhân và khả năng tháo vát vượt khó khăn, nhưng Ngài cũng cổ vũ các giá trị như là quan tâm và chăm sóc tha nhân, không gây hại, rộng lượng, và cuối cùng, không ràng buộc với của cải vì là vô thường và không có khả năng mang lại hạnh phúc lâu dài. Không bị ràng buộc có nghĩa "là sở hữu và sử dụng của cải vật chất, nhưng không bị của cải làm sở hữu hoặc sử dụng" (Sizemore và Swearer 1993 trang 1).

Tiêu thụ, giống như của cải, không bị Đức Phật ngăn cản, mà người ta nên lưu tâm đến các rủi ro liên quan đến nó. Bởi vì loài người có những ham muốn gần như không giới hạn, Đức Phật khuyến khích sự điều độ trong tiêu thụ mà người ta có thể phân biệt các nhu cầu vật chất và mong muốn. Để hướng dẫn trong việc phân biệt giữa nhu cầu và mong muốn, Đức Phật liệt kê những thứ sau đây nên dùng tiền để chi tiêu: thực phẩm, quần áo và chỗ ở; chăm sóc cha mẹ; chữa trị cho thân nhân và khách; bố thí khi tưởng nhớ người quá cố; cúng dường; và các khoản thanh toán cho nhà nước (AN, 3:45, 2012).

Tóm lại, đối với các cá nhân, Đức Phật khuyên về một cuộc sống quân bình, thoát khỏi những đau khổ của cả nghèo đói và thụ hưởng và được hướng dẫn bởi trí tuệ, phân biệt và chánh kiến. Phương cách này có thể dẫn đến một ý nghĩa sâu xa hơn của sự mãn nguyện, mà Đức Phật nói đó là "hình thức cao nhất của sự giàu có" (Dhp. 204, 2007). Trong Phật giáo, điều quan trọng là thái độ và hành động của một người về sự giàu, không phải là mức độ giàu có. Không ràng buộc là thái độ thích hợp đối với sự giàu có, mà nó có thể được trau giồi bằng cách thụ đắc của cải qua các phương tiện liêm chính, sử dụng nó với mức độ vừa phải, và phát triển lòng toại nguyện và chia sẻ của cải một cách rộng lượng, nhưng khôn ngoan (SN, 99, 2000).

Đối với nhà nước, tình trạng nghèo đói là mối đe dọa chính đối với sự thăng tiến của cá nhân và xã hội và cung cấp đầy đủ trong bốn điều kiện vật chất cho tất cả mọi người là mục đích đầu tiên của một hệ thống kinh tế chính trị. Cả cá nhân và nhà nước đều có nghĩa vụ bảo vệ và thúc đẩy phúc lợi của mọi người dân. Đối với cá nhân, nghĩa vụ quan tâm đến tha nhân này bắt nguồn từ sự phát triển của các trạng thái tâm trí cao hơn như lòng quảng đại và từ bi và tôn trọng bình đẳng và phẩm giá của chúng sinh. Nhưng chỉ có lòng từ thiện thôi là sẽ không đủ để giải quyết vấn đề. Thách thức về nghèo đói phải được giải quyết liên quan đến chính sách của chính phủ một cách có hệ thống, nhất thiết mà nó có thể sử dụng đầy đủ các nguồn lực sản xuất của xã hội (DN, 5, 2012). Nếu nhà nước thiếu quan tâm đến dân chúng, nhà nước có thể mất đi chính danh và tạo ra các căn bệnh xã hội và bất ổn. Nhà nước cũng phải ngăn chặn bất công kinh tế, loại bỏ tham nhũng và bảo vệ môi trường và người tiêu dùng khỏi bị bóc lột. Do đó, giáo lý của Đức Phật hình dung ra một cái gì đó là một vai trò to lớn hơn của nhà nước trong các vấn đề kinh tế so với hầu hết các mô hình kinh tế tự do truyền thống, nhưng việc trị liệu của Ngài không quá khác biệt với chủ nghĩa tự do phúc lợi trong nhiều nền kinh tế thị trường tiên tiến.

Đối với khu vực tư nhân, Đức Phật thừa nhận rằng sở hữu tài sản tư nhân của cư sĩ là một đáp ứng thực dụng đối với các xu hướng vị kỷ của chúng ta và là một phương tiện hiệu quả để tạo ra động lực khích lệ cho lao động và năng suất (DN, 27, 2012). Ngài công nhận thương mại và tạo lợi nhuận là hoạt động kinh tế cần thiết và hợp pháp. Kinh tế học Phật giáo không hề là cách chống kinh doanh. Các kinh điển khuyến khích tự do kinh tế và tinh thần doanh nhân nếu theo đuổi một cách liêm chính, không gây hại cho tha nhân, và không có gian tham quá mức. Tại các điểm khác nhau trong kinh điển, Đức Phật khuyến khích doanh nhân là trong hành động nên đầy năng lượng, chánh niệm, thuần khiết, tự chủ, ân cần, chính mạng và chú tâm. Thật vậy, các giới thương nhân là một trong những thành phần đầu tiên ủng hộ cho triết học Phật giáo và truyền bá Phật giáo khắp châu Á. Thương nhân được khuyên là nên hành động với sự khôn ngoan, nhạy bén và đáng tin cậy và nên biết thế nào là một mức lợi thích hợp cho hàng hóa (AN, 1: 116, 2012). Lợi nhuận là chủ yếu và cần thiết nếu chúng được thu dụng một cách thành thực và không có gian lận hoặc lừa đảo. Doanh nhân được khuyến khích nên làm việc chăm chỉ và tránh lười biếng và hiệu năng trong quản lý là được khen ngợi. Một nhà văn đã mô tả ý nghĩa chính trong lời khuyên về kinh tế của Đức Phật trong kinh điển "một cách không thể nhầm lẫn là theo tư sản" (Reynolds 1993 trang 71), một tác giả khác xem đó như là phản ánh các giá trị "loại thương nhân" (Ornatowski 1996 trang 206). Tuy nhiên, việc tạo lợi nhuận không phải là mối quan tâm duy nhất của các nhà sản xuất và thương nhân, vì họ có trách nhiệm với nhân viên của mình xã hội, và cả với thiên nhiên nữa. Và kinh doanh một số hàng hóa bị minh thị cấm đoán, cụ thể là buôn bán vũ khí, con người (buôn bán nô lệ), sát sinh, say xỉn và chất độc (AN, III: 209, 2012).

Liên quan đến mối quan hệ giữa hoạt động kinh tế và môi trường, Đức Phật là một trong những nhà tư tưởng đầu tiên cổ vũ về một khoa kinh tế học bền vững cho môi trường như một nguyên tắc xã hội thiết yếu. Vì sự tương thuộc sâu đậm và các trách nhiệm đạo đức của chúng ta, mà nó vượt ra khỏi con người cho đến tất cả sinh vật hữu tình và thiên nhiên trong kiếp này và kiếp hậu lai, Đức Phật khuyên nên duy trì mối quan hệ đúng đắn giữa các hoạt động sản xuất và môi trường. Đức Phật khẳng định rằng trong khi tích lũy của cải, loài người phải đối xử với thiên nhiên như một con ong thu thập phấn hoa khi nó vừa không gây hại cho vẻ đẹp của hoa cũng như cho hương thơm và đảm bảo kết quả trong tương lai. Cũng tương tự như vậy, sản xuất kinh tế không được gây hại cho môi trường tự nhiên hoặc an lạc của các thế hệ tương lai, bằng cách phá hủy quyền lực tái tạo của thiên nhiên hoặc vẻ đẹp của nó (Dhp. 2007 trang 49). Phật giáo không xem môi trường là một sự sáng tạo thiêng liêng cho con người khai thác, cũng không được coi là "yếu tố ngoại tại" đối với tiến trình sản xuất. Môi trường cũng phải được đối xử cẩn trọng và không gây hại vì con người và thiên nhiên phụ thuộc nhau.

Kinh tế học Phật giáo khác với các mô hình của phương Tây đang thịnh hành, trong một số chiều kích quan trọng, tuy nhiên, về cơ bản, nó không quá xa lạ với tư duy của phương Tây. Ở mức độ cơ bản, sự khác biệt quan trọng nhất là khi kinh tế học về thị trường tự do xem thế giới vật chất là có thật, thường hằng và nguồn hạnh phúc, thực tại vật chất trong kinh tế học Phật giáo coi nó là vô thường, và nếu xử lý một cách khôn ngoan, xem nó như là nguồn gốc của hạnh phúc ít hơn và là điều kiện tiên quyết cho các hình thức cao hơn của an lạc. Kinh tế học tự do quan tâm đến việc đáp ứng nhu cầu ngày càng mở rộng và mong muốn của bản ngã, và kinh tế học Phật giáo là một phương tiện để hỗ trợ các cá nhân trong việc thăng hoa bản ngã và kiểm soát những cảm xúc tiêu cực đằng sau những ham muốn chưa được kiềm chế của chúng ta thông qua sự phát triển của sự điều độ, tự tại và trí huệ (về bản chất của thực tế). Phương cách của Đức Phật nhấn mạnh đến chính kiến, đó là hiểu biết về bản chất thực sự của cuộc sống của chúng ta, và chính nghiệp, đó là làm việc, thụ đắc tài sản và tiêu dùng phải nhất quán với quan điểm này. Với chánh kiến, người ta nhận ra tính cách vô thường là tối hậu, các bản ngã là không có thực chất và mọi hiện tượng và hiểu biết rằng vật chất không phải là nguồn gốc của hạnh phúc đích thực và bám víu vào chúng sẽ chỉ kéo dài đau khổ của chúng ta. Cuối cùng, từ quan điểm của Phật giáo, tăng sản lượng và tiêu thụ không nhất thiết là một thước đo chính xác cho sự cải thiện an lạc của xã hội hoặc các thành viên của xã hội. Đo lường sự an lạc trong xã hội là đồng nghĩa với việc mở rộng Tổng Sản lượng Quốc gia (GDP) là thiếu sót và phải được thay thế bằng các số liệu toàn diện hơn nhằm xem xét đến một loạt các yếu tố quan trọng hơn nhiều để phát triển cho con người và kiểm tra phẩm chất và tính bền vững của tăng trưởng. Nhiều tổ chức quốc tế đang đi theo chiều hướng này, và trong Chương 5 chúng ta sẽ xét đến việc áp dụng các nguyên tắc kinh tế này trong các chính sách phát triển về chỉ số về Tổng hạnh phúc quốc gia (Gross National Happiness, GNH) của Bhutan.

Giống như các tư tưởng về chính trị của Đức Phật, lời dạy của Ngài về kinh tế không bắt buộc là một hệ thống kinh tế duy nhất, nhưng tương thích rộng rãi với nền kinh tế thị trường hỗn hợp, hiện đại. Về thị trường hỗn hợp, tôi muốn nói đến niềm tin rằng trong khi các thị trường vận hành hoàn hảo cho nhiều thứ, các thị trường không phải là giải pháp cho tất cả các vấn đề kinh tế, và chính phủ có một số trách nhiệm duy trì trong lĩnh vực kinh tế các giá trị xã hội mà nó vượt quá sự tự do và tinh thần cạnh tranh hợp pháp bao gồm nghĩa vụ quan tâm đến tha nhân và môi trường.

Vì vậy, bất chấp sự khác biệt giữa kinh tế học Phật giáo và kinh tế học tự do, những khảo hướng này có nhiều điểm chung và một cuộc thảo luận có ý nghĩa là có thể giữa hai triết lý liên quan đến các vấn đề kinh tế quan trọng hiện nay như nghèo đói và bất bình đẳng thu nhập, tính bền vững, quan hệ doanh nghiệp và chính phủ, và vai trò của nhà nước với những nước khác (Daniels 2005). Điều quan trọng là cả kinh tế học Phật giáo và chủ nghĩa tư bản theo thị trường tự do cùng chia sẻ một khảo hướng thực dụng và hợp lý đối với các vấn đề kinh tế mà nó công nhận về vai trò của cả hai khu vực công và tư. Giống như khi Đức Phật bàn về chính trị học, kinh tế học Phật giáo không phải là giáo điều và gợi ý rằng các hệ thống kinh tế phải linh hoạt và về mặt văn hóa phải phù hợp cho đúng lúc và nơi cụ thể (Welford 2007). Khả năng thích ứng này cũng mở ra cánh cửa để xem xét sự liên quan có thể hiện nay của giáo lý kinh tế của Đức Phật đối với cuộc sống hiện đại.

Đức Phật bàn về các mối quan hệ quốc tế và thuật lãnh đạo đất nước.

Quan niệm của Phật giáo về chính trị khi phục vụ cho lợi ích chung mở rộng đến lĩnh vực quốc tế nơi mà nhân loại và sự tương thuộc cơ bản của chúng ta cuối cùng vượt qua các rào cản quốc gia, chủng tộc và các rào cản khác, mà nhiều nhất chỉ là các sự phân biệt theo quy ước. Điều này không có nghĩa là nhà nước phải tàn lụi trong Phật giáo. Các quốc gia, giống như việc định danh thông thường về "bản ngã" của chúng ta như là các thực thể cá nhân riêng biệt, có thể hoạt động hiệu quả cho đến khi nào mà người ta nhận ra tính chất dựa trên danh nghĩa, trao đổi và phụ thuộc của chúng và tránh bám víu chúng như nó có tính chất thực tại cố hữu. Các quốc gia có thể phục vụ một chức năng quan trọng bằng cách cung cấp các tiện ích công cộng cho công bằng. Cũng tương tự như vậy, một hệ thống các quốc gia cùng chí hướng có thể "tồn tại" và hoạt động hiệu quả, nếu người ta nhận ra và không đánh mất đi tầm nhìn về bản chất liên kết sâu xa hơn của tất cả mọi thứ.

Do đó, thuật lãnh đạo đất nước theo Phật giáo là một phần mở rộng ra quốc tế về các nguyên tắc chính trị và kinh tế của Phật giáo theo tinh thần bình đẳng, hài hòa, phúc lợi xã hội, bất bạo động, hòa giải và trao đổi thương mại theo quyền lợi hỗ tương, đó là những gì đã được tóm tắt ở trên như là quy luật phù hợp với giáo pháp, đôi khi được gọi là "công chính" trong giáo luật Phật giáo. Đức Phật thảo luận về thuật lãnh đạo đất nước chủ yếu qua các dụ ngôn, khi giới thiệu khái niệm về nhà lãnh đạo thế giới (cakkavatti trong tiếng Pali, cakravartin trong tiếng Sankrit), là người sẽ mang lại tinh thần lãnh đạo gương mẫu cho các quốc gia trong hệ thống quốc tế. Các cakkavatti là một vị Phật thấp hơn hoặc thế tục, người cung cấp phúc lợi vật chất (nhiều hơn phúc lợi tinh thần) của nhân loại. Bằng ví dụ và sự rộng lượng (không chinh phục bằng bạo lực), người cai trị này (một cá nhân hoặc là một cơ quan đại diện) thiết lập một chính phủ lý tưởng với sự đồng ý của người bị trị, theo sau là một loạt các quốc gia hiến định và dân chủ tương tự dựa trên các nguyên tắc chung. Mạng lưới lỏng lẻo này của các quốc gia lý tưởng sẽ tạo thành một hệ thống chính trị quốc tế để nhằm phục vụ lợi ích cho hòa bình và thịnh vượng trên toàn thế giới. Người ta có thể thấy chắc chắn tương đồng ở đây là viễn kiến của Kant về hòa bình vĩnh cửu giữa các quốc gia đại nghị cùng chí hướng và với lý thuyết hòa bình dân chủ và các khái niệm về một "xã hội quốc tế" và chủ thuyết quốc tế trong các tác phẩm về quan hệ quốc tế tại phương Tây hiện đại.

Mối quan hệ quốc tế theo Phật giáo bắt đầu bằng việc thành lập một nhà nước chính nghĩa, được cai trị bởi sự đồng thuận của người bị trị với các chính sách phù hợp với giáo pháp. Chính phủ này sẽ hoạt động vì lợi ích của người dân với sự cẩn trọng, công bằng vô tư, khoan dung và thúc đẩy bình đẳng về phúc lợi vật chất và tinh thần của các thành viên trong xã hội. Theo cách nói hiện đại, tấm gương sẽ là một nhà nước phúc lợi dân chủ được khai sáng đảm bảo tự do và an ninh kinh tế và thúc đẩy bình đẳng, khoan dung và quan tâm đến dân chúng (Jayatilleke 1967). Theo thời gian, mô hình này sẽ mở rộng một cách tự nhiên và lây lan hoặc "giao du" đến các nơi khác trên thế giới, thông qua phép ẩn dụ của Phật giáo khi nói về "Pháp luân", giống như lời dạy ban đầu của Đức Phật, sau khi giác ngộ, Ngài đã khởi động bánh xe của việc hướng dẫn tâm linh. Các quốc gia khác này lần lượt sẽ thiết lập các quốc gia tương tự với các nguyên tắc cai trị và hiến pháp tương tự. Hệ thống quốc tế sẽ không phải là đế chế tập trung, mà là một sự kết hợp uyển chuyển của các quốc gia xoay quanh một thực thể nguyên mẫu (Tambiah 1976).

Trong việc liên quan đến các quốc gia khác, thù địch và xâm lược bị cấm đoán và việc đào luyện tình thân thiện và lân quốc và trao đổi thương mại với quyền lợi hỗ tương được tán thành, cả hai nhằm để phù hợp với giáo pháp và dựa trên cơ sở nhanh chóng và hiệu quả, có nghĩa là, xâm lược không phục vụ cho quyền lợi vị kỷ trong trường kỳ. Đức Phật khuyên, "Hận thù không bao giờ chấm dứt bởi hận thù trên thế gian này. Hận thù chấm dứt bởi lòng từ bi, đây là quy luật ngàn đời" (Dhp. 2007 trang 105). Một quốc gia có thể duy trì quân đội cho mục đích phòng thủ nhưng bất bạo động được cho là lý tưởng cao cả hơn và Đức Phật khuyên chống lại việc sử dụng chiến tranh như một phương tiện giải quyết các tranh chấp quốc tế (King 2013). Nguyên tắc đạo đức đầu tiên trong Phật giáo là kềm chế sát sinh hay tổn thương bất kỳ chúng sinh nào. Có rất ít hoặc không có sự hỗ trợ cho "chiến tranh chính nghĩa" trong Phật giáo (Jerryson 2013; Jayasuriya 2009). Đức Phật nói rằng các cuộc chiến chỉ kéo dài xung đột trong tương lai. Theo như ghi nhận, Ngài cũng lên tiếng phản đối việc buôn bán vũ khí như là "mưu sinh bất chánh".

Tóm lại, trong các vấn đề đối ngoại, nhà nước có nghĩa vụ không gây hấn và hợp tác với các quốc gia khác trên tinh thần thân hữu và bình đẳng vì lợi ích chung của nhân loại. Giống như tất cả lời khuyên của Đức Phật, lời khuyên này được đưa ra vì những lợi ích thiết thực, nó củng cố từng nhà nước một và khuyến khích mối liên kết chung của nhân loại mà sẽ đơm hoa kết trái trong hòa bình và thịnh vượng quốc tế. Học thuyết chính trị của Đức Phật về bình đẳng, dân chủ, chủ quyền toàn dân và các thể chế chính trị để phục vụ cho lợi ích chung về mặt vật chất và tinh thần tìm thấy sự thành tựu tối hậu của chúng trong một mạng lưới của các quốc gia trên toàn thế giới mà mỗi hành động tuân theo những nguyên tắc này. Do đó, trong Phật giáo, các quốc gia có thể tồn tại, nhưng chúng là những hiện vật do con người tạo ra vì lợi ích cho nhân loại rộng lớn hơn.

Kinh nghiệm của Phật giáo về thuật lãnh đạo đất nước: Đế chế Mauryan của vua A Dục và Bhutan đương đại

Phật giáo tại đã định hình cho nhiều nền văn hóa khắp châu Á và gần đây hơn đã trở nên có ảnh hưởng ở phương Tây. Tuy nhiên, tác động chính trị của Phật giáo có phần trầm lặng hơn, bởi vì trật tự của Phật giáo ngay từ buổi đầu, đó là tăng đoàn dân chủ, nó phải tách biệt với chính trị, mặc dù không hoàn toàn tách biệt. Các hành giả miệt mài của tăng đoàn được coi là một nguồn tư vấn và gương mẫu cho xã hội và chính thể rộng lớn hơn, nhưng bị giới hạn trong việc tham gia trực tiếp vào tiến trình chính trị. Như vậy, có rất ít trường hợp mà người ta có thể tìm thấy một ví dụ thực nghiệm về một hệ thống chính trị được thành lập thực sự trên các nguyên tắc Phật giáo hoặc thực hành những gì có thể được gọi là thuật lãnh đạo nhà nước theo Phật giáo. Điều này không có nói là Phật giáo đã không được sử dụng bởi các chính trị gia trong quá khứ và hiện tại để che đậy hành động của họ trong lời lẽ hùng biện theo Phật giáo, giống như các truyền thống tôn giáo khác đã được sử dụng, chỉ có điều là một nỗ lực đích thực để sắp xếp các nguyên tắc Phật giáo với thực hành chính trị là khá hiếm. Tôi đưa ra hai trường hợp có thể xảy ra về thuật lãnh đạo nhà nước theo Phật giáo - một xa xưa và một hiện đại để tham khảo. Trường hợp xa xưa là Đế chế Mauryan của vua A Dục, người cai trị đầu tiên của một nhà nước theo Phật giáo, và trường hợp hiện đại là Bhutan đương đại - ví dụ duy nhất hiện đang còn tồn tại của một nhà nước dân chủ bắt nguồn từ hiến pháp, chính trị và kinh tế theo Phật giáo. ∎

William J. Long | Đỗ Kim Thêm dịch

Urgyen Sangharakshita
Hoang Phong chuyển ngữ

LÝ TƯỞNG CỦA NGƯỜI BỒ-TÁT

The Bodhisattva Ideal
Chương III: Lời nguyện của người Bồ-tát

Bài 17: Mười đại nguyện của người Bồ-tát

Kinh *Dasabhumika* (tiếng Hán là Thập Địa Kinh) nêu lên mười chặng trên con đường tu tập của người bồ-tát, tương quan với «mười đại nguyện» như sau:

1- Được có dịp tôn vinh tất cả chư Phật, không sót một vị nào.

2- Tu tập đúng theo giáo huấn do chư Phật giảng dạy và bảo toàn được giáo huấn ấy.

3- Được chứng kiến tất cả các thành quả do một vị Phật thực hiện trên địa cầu này.

4- Phát động được Quyết Tâm Giác ngộ, thực hiện được bổn phận của người bồ-tát, đạt được tất cả các paramita (sự «hoàn thiện siêu nhiên» còn gọi là «ba-la-mật»), tinh khiết hóa được tất cả các giai đoạn trên đường tu tập của mình.

5- Giúp chúng sinh chín chắn hơn, ít nhất cũng trở thành chúng sinh thuộc bốn cấp bậc cao nhất trong sáu thể dạng hiện hữu (súc sinh, con người, thần linh và thiên nhân, hai cõi thấp nhất là ngạ quỷ và các chúng sinh trong cảnh giới địa ngục), và giúp họ đạt được sự hiểu biết của một vị Phật.

6- Quán thấy được toàn thể vũ trụ.

7- Tẩy uế và tinh khiết hóa tất cả các địa giới của chư Phật.

8- Bước theo con đường rộng lớn của Đại thừa, khơi động được tu duy và mục đích phản ảnh lý tưởng chung của người bồ-tát.

9- Hoàn tất được các hành động đạo hạnh trên thân xác, ngôn từ và tư duy, mang lại lợi ích cho tất cả chúng sinh.

10- Đạt được sự Giác ngộ Tối thượng và Hoàn hảo, phát huy được khả năng thuyết giảng Đạo Pháp.

(Trên đây là mười «đại nguyện» của người Bồ-tát, thế nhưng trong phần giải thích dưới đây nhà sư Sangharakshita không đi sâu vào tất cả các đại nguyện đó, mà chỉ nêu lên quan điểm của mình về đại nguyện thứ ba như là một thí dụ tiêu biểu giúp chúng ta tự tìm hiểu thêm về các đại nguyện khác)

Chứng kiến các thành quả trong sự nghiệp của một vị Phật trên địa cầu này

Chúng ta không thể phân tích tất cả các đại nguyện trên đây (*vì quá dài dòng, công việc này thuộc lãnh vực kinh điển*), mà chỉ tìm cách xem phải làm thế nào để tiếp cận với tất cả mười nguyện ước trên đây. Vậy chúng ta hãy phân tích và tìm hiểu đại nguyện thứ ba như là một thí dụ điển hình, đó là đại nguyện mà người bồ-tát mong muốn «được chứng kiến các thành quả do một vị Phật thực hiện trên địa cầu này».

Người ta có thể tự hỏi tại sao lại phải ước nguyện được «chứng kiến các thành quả trong sự nghiệp của một vị Phật trên địa cầu này»? Kinh sách Đại thừa cho biết việc tu tập của người bồ-tát thường phải kéo dài hơn ba *asamkhyeya-kalpa* (*asamkhyeya là tiếng Phạn có nghĩa là «vô số» hay «vô lượng», rất nhiều không hình dung được*), *kalpa* («*kiếp-ba*») có nghĩa là một đơn vị thời gian thật dài vượt khỏi sức tưởng tượng, được xem như tương đương với khoảng thời gian hiện hữu của một thế giới (*một vũ trụ*) từ lúc bắt đầu hình thành cho đến khi biến mất. Trong khoảng thời gian này người bồ-tát sẽ có cơ may tái sinh trùng hợp với kiếp sống của một số các vị Phật và sẽ có dịp tiếp xúc với các vị Phật ấy hoặc bằng cách này hay cách khác, chẳng hạn là đệ tử của các vị ấy. Qua chuỗi dài gồm nhiều lần tái sinh trùng hợp đó, người bồ-tát có thể chứng kiến đầy đủ tất cả các sự kiện xảy ra trong kiếp sống của một vị Phật (*mỗi kiếp tái sinh được chứng kiến một giai đoạn nào đó trong sự nghiệp của một vị Phật, chẳng hạn như với tư cách là một đệ tử, một người thân thuộc hay một người hầu cận... của vị Phật đó*).

Theo kinh sách Phật giáo, kiếp sống của tất cả chư Phật thường diễn tiến theo một khuôn mẫu khá tương tự nhau. Mẹ của một vị Phật luôn qua đời bảy ngày sau khi hạ sinh vị ấy. Các vị Phật luôn đạt được Giác ngộ dưới một cội cây, mỗi vị đều có hai đệ tử chính, v.v. Nếu bạn phát nguyện ước vọng trên đây (*tức là được trông thấy các sự kiện xảy ra trong kiếp sống của một vị Phật*), thì lúc vị Phật ấy được sinh ra bạn cũng có thể là một thiên nhân trông thấy được sự kiện ấy từ một khung trời nào đó. Hoặc bạn cũng có thể là một nhân chứng trước các sự kiện khác xảy ra sau đó, chẳng hạn như với tư cách là người đánh xe, một người giúp việc, hay một trong năm đệ tử của vị ấy. Dù trong trường hợp nào, sau khi đã phát nguyện ước vọng trên đây, thì bạn sẽ là nhân chứng của mười hai hành động quan trọng (*The Twelve Deeds of a Buddha, khái niệm này khá quan trọng trong Phật giáo Tây Tạng, sẽ được giải thích thêm trong phần ghi chú dưới đây*) trong kiếp sống của một vị Phật.

Ước nguyện trên đây (*được chứng kiến các thành quả trong sự nghiệp của một vị Phật*) có vẻ khó hiểu và vô ích, tuy nhiên chúng ta cũng cứ hãy cố gắng tìm hiểu xem ý nghĩa ẩn chứa bên trong lời ước nguyện đó là gì. Dầu sao cũng không nên quá hấp tấp xem ước nguyện đó như là một hình thức biểu trưng. Thiết nghĩ nên dành thêm thì giờ để suy nghĩ chín chắn hơn, hoặc ít nhất cũng phải tìm cách xem có thể hiểu được ước nguyện đó qua ý nghĩa từ chương của nó hay không. Nên hiểu rằng kinh sách Đại thừa luôn chủ trương phải hiểu nguyện ước đó hoàn toàn qua ý nghĩa từ chương của nó. Nếu hình dung ra một khoảng thời gian kéo dài hàng trăm, hàng ngàn, hàng triệu kiếp sống, trước khi có thể hoàn tất việc tu tập của mình, thì người bồ-tát cũng sẽ có cơ may tái sinh trùng hợp với kiếp sống của một vị Phật. Thế nhưng trên thực tế phần đông trong chúng ta, dường như không mấy ai có đủ can đảm để phát nguyện một ước vọng như thế (*phải chờ đợi quá lâu để có thể biến ước nguyện đó trở thành sự thật. Tuy nhiên dường như cũng có nhiều cách rút ngắn khoảng thời gian này, chẳng hạn tìm dịp nghe Đức Đạt-lai Lạt-ma thuyết giảng, hoặc chỉ cần nhìn vào chân dung của Ngài đồng thời mở rộng tâm thức và cả con tim mình hướng vào Ngài, thì mình cũng có thể sẽ trông thấy ẩn hiện phía sau ánh mắt từ bi và nụ cười nhân hậu của Ngài bóng dáng của một vị Phật đang nhìn vào chúng ta và nở một nụ cười với chúng ta, Vậy nào có cần gì phải trải qua hàng trăm, hàng ngàn hay hàng triệu kiếp sống để có dịp được tiếp xúc với một vị Phật đâu. Hơn nữa, nếu nhìn ngược lại bên trong chính mình, thì biết đâu mình cũng có thể cảm nhận được từ một nơi thật sâu kín bên trong tâm thức mình có một vị Phật đang hiện ra và mỉm cười với mình?*).

Do vậy, tốt hơn chúng ta chỉ nên xem thể loại ước nguyện trên đây biểu trưng cho một khuôn mẫu lý tưởng (archetype) nói lên một khả năng tâm linh mà tất cả chúng ta đều tham gia vào đó, dù chỉ là một phần rất nhỏ. Vì thế trong trường hợp nếu muốn phát nguyện ước vọng trên đây (*được làm nhân chứng cho các hành động của một vị Phật*) thì cũng không nên hiểu theo ý nghĩa từ chương. Cách tốt nhất đối với hầu hết chúng ta là tập cho mình cảm thấy gần gũi hơn với cuộc đời của chính Đức Phật, suy tư về các sự kiện xảy ra trong cuộc đời Ngài, liên quan đến các cấp bậc thăng tiến tâm linh của Ngài, hầu giúp mình cùng sống với các sự kiện đó qua sự tưởng tượng của mình, được đến đâu hay đến đó. càng nhiều càng tốt. Các cấp bậc thăng tiến đó sẽ cùng hòa nhập vào cuộc sống của chính mình (*đây là một hình thức ứng dụng trong phép thiền định quán tưởng của Phật giáo Tây Tạng*).

Cũng vậy, đối với lời nguyện *«quán thấy toàn thể vũ trụ»* (*đại nguyện thứ 6*) cũng không thể hiểu một cách từ chương được, mà phải cố gắng tối đa tìm hiểu một cách thực tế hơn: có nghĩa là phải nhìn được tất cả mọi thứ với khả năng của mình, minh bạch chừng nào tốt chừng đó.

(Mục đích và nội dung của lời nguyện trên đây cùng với lời khuyên của nhà sư Sangharakshita thật hết sức quan trọng. Thông thường chúng ta chỉ nhìn thấy một khía cạnh nào đó của một sự kiện, và từ đó suy diễn ra đủ mọi thứ, tạo ra cho mình đủ mọi thứ xúc cảm, tách rời mình ra khỏi hiện thực. Chúng ta hãy nêu lên một thí dụ cụ thể, chẳng hạn như «tình yêu» nam nữ, chúng ta có thể trông thấy nó tuyệt đẹp và thật mầu nhiệm, mang lại cho mình các xúc cảm luyến ái thật tuyệt vời, thế nhưng có thể chúng ta không trông thấy nó qua một khía cạnh khác căn bản hơn: bóng dáng tuyệt đẹp đó, các xúc cảm luyến ái tuyệt vời đó là những gì phát sinh từ những sự thúc đẩy của bản năng truyền giống, kết hợp với các tác động của nghiệp tồn lưu sâu kín bên trong mỗi cá thể. Hiện thực rất phức tạp, thế nhưng chúng ta thường chỉ nhận thấy một vài sự kiện tách rời ra khỏi hiện thực. Chúng ta hãy nêu thêm một thí dụ khác cụ thể hơn, chẳng hạn một người nào đó tản bộ trong một công viên để tìm một chút thư giãn. Thế nhưng thật ra thì người ấy cũng chỉ tìm cách tránh né hay quên đi trong chốc lát thực tại. Dù đang đi trong khu vườn thế nhưng người ấy có thể chẳng trông thấy gì cả, không nhận thấy có một con chim vụt bay khi mình đi ngang một khóm cây, không trông thấy một búp hoa sắp nở trên một cành cây, không nhận ra một cánh hoa héo rơi trên nền cỏ ướt, không trông thấy một con sâu đang gặm một chiếc lá non, không nghe thấy tiếng sột soạt của sỏi đá dưới gót chân mình, không cảm thấy một luồng gió mát đang luồn vào áo... Tóm lại là không cảm nhận được vị trí và sự liên hệ giữa mình và khung cảnh thiên nhiên trong khu vườn, không ý thức được bản chất phù du và sự tương tác giữa mọi hiện tượng đang âm thầm chuyển động chung quanh mình, kể cả vũ trụ đang quay cuồng trong không gian. Người ấy chỉ quan tâm đến các xúc cảm đang dấy lên bên trong tâm trí mình: nào là lo âu, sợ hãi, đau buồn, tiếc nhớ, hy vọng, cầu xin, tính toán... Chúng ta thường không nhìn thấy hiện thực qua tổng thể của nó mà chỉ trông thấy một vài hiện tượng hay sự kiện tách rời ra khỏi hiện thực, dù các hiện tượng ấy thuộc vào bối cảnh bên ngoài hay bên trong tâm thức mình cũng vậy. Trông thấy được được hiện thực qua tổng thể của nó sẽ mở rộng tâm thức mình, mang lại cho mình một sự thư giãn, an bình và thanh thản hơn. Xin lưu ý là «nhìn thấy» hiện thực qua tổng thể của nó là một sự «cảm nhận» không phải là một cách «phân tích» hay «tìm hiểu» hiện thực bằng lý trí, bởi vì đấy chỉ là cách khiến tâm trí mình trở nên rối loạn và hoang mang thêm. Dẫu sao các thí dụ trên đây chỉ liên quan đến các sự quán thấy ở các cấp bậc thu hẹp và vẫn còn mang ít nhiều tính cách lý trí, «Quán thấy toàn thể vũ trụ» là một sự trông thấy mang tính cách vừa tổng thể vừa chi tiết, nếu có thể nói như vậy.).

Phải hết sức thận trọng. Đối với nhiều người, ngay cả việc chấp thủ các giới luật sơ đẳng nhất cũng đã là khó, huống chi là việc phát nguyện các ước vọng thật to lớn, sự phát nguyện đó có thể chỉ là cách khiến mình rơi vào tình trạng tơ tưởng những chuyện tâm linh hão huyền, hoặc bị lạc hướng trong các ngõ ngách của sự hoang tưởng, trong khi mình vẫn chưa đủ sức tuân thủ giới luật một cách nghiêm túc (*tu tập là nhìn vào hiện thực một cách tỉnh táo, không phải là chuyện tơ tưởng viễn vông. Những điều ước nguyện là để thực hiện, không phải là những niềm hy vọng. Đạo đức là phương tiện sơ đẳng nhất mang lại cho mình sự sáng suốt, hóa giải phần nào các thúc đẩy bản năng, tạo ra cho mình một tầm nhìn gần hơn với hiện thực*).

Vậy chúng ta phải nhận định như thế nào về các tầm nhìn vũ trụ của Đại thừa, chẳng hạn như phải cần đến ba *kalpa* để đi hết được con đường của người bồ-tát? Dầu sao đi nữa tầm nhìn đó cũng mang lại ít nhiều lợi ích, chẳng hạn như góp phần mở rộng khả năng tưởng tượng của mình, tuy nhiên không nên quên một nguyên tắc thật căn bản là không được phép xem lý tưởng vũ trụ của người bồ-tát thuộc vào bất cứ một cá nhân nào cả (*lý tưởng của người bồ-tát dù hiện lên bên trong tâm thức mỗi cá thể, thế nhưng lý tưởng đó là một cái gì thật thiêng liêng, có thể hiểu như là hướng đi của cả một Con Đường. Lý tưởng của người bồ-tát không phải là vốn liếng cá nhân của bất cứ một ai cả*). Nếu nghĩ rằng tự mình, cá nhân mình, có thể phát động được thể loại ước nguyện đó, thì đấy chỉ là cách cho thấy mình chẳng hiểu gì cả về ý nghĩa đích thật của các ước nguyện đó.

Với vị thế những con người bình dị, chúng ta có thể nghĩ rằng nhờ vào sự kiện tái sinh qua nhiều kiếp sống nối tiếp nhau, chúng ta có thể tạo ra cho mình một sự thăng tiến liên tục trên đường tu tập [cho đến khi đạt được Giác ngộ]. Thế nhưng chúng ta liệu có đủ can đảm để nghĩ rằng việc tu tập của người bồ-tát sẽ phải kéo dài hơn ba *kalpa* hay không? (*một số người có thể sẽ cảm thấy nhẹ nhõm và phấn khởi hơn khi đọc qua câu «an ủi» trên đây của nhà sư Sangharakshita. Thật vậy thiết nghĩ cũng không cần phải phóng đại quá đáng các lời nguyện để nói lên quyết tâm của người bồ-tát. Tuy nhiên, dưới một góc nhìn khác nếu hiểu được «vũ trụ vô tận cũng có thể chỉ là một hạt các trong lòng* bàn tay» như một vài vị đại sư đã nói, thì biết đâu ba kalpa cũng có thể chỉ là một chớp mắt mà thôi?). Nhằm giúp chúng ta có một ý niệm về khoảng thời gian một *kalpa*, kinh sách thường nêu lên hình ảnh một khối đá có chiều cao và chiều rộng một dặm, và cứ mỗi một trăm năm lại có một người xoa nhẹ khối đá một lần bằng một chiếc khăn lụa dệt tại thị trấn Benares/Ba-la-nại, thì mỗi *kalpa* sẽ là khoảng thời gian cần thiết để lau khối đá mòn dần cho đến khi biến mất. Khoảng thời gian đó quả là vô tận.

Trong tập luận *Vòng hoa của sự Giải thoát Trân quý* (Ornement of Precious Libération là một tập luận nổi tiếng của Phật giáo Tây Tạng, đã được dịch ra nhiều ngôn ngữ Tây phương), vị đại sư Kagyu Gamposa (1079-1153, là đệ tử của vị du-già nổi tiếng Milarepa/Mật-lặc Nhật-ba) có nêu lên ý nghĩa của *Bodhisattvabhumi* (Địa giới của người bồ-tát) như sau:

«Tôi sẽ cảm thấy vô cùng sung sướng nếu được lưu lại trong cõi địa ngục qua hàng ngàn lần những khoảng thời gian vô tận, dù chỉ là để giúp một chúng sinh duy nhất loại bỏ được khổ đau, kể cả trường hợp phải lưu lại qua những khoảng thời gian lâu dài hơn để có thể xoa dịu những khổ đau to lớn hơn. Đấy chính là chiếc áo giáp của sự cố gắng thật can trường của người bồ-tát».

Có bao giờ chúng ta tưởng tượng rằng mình sẽ thực hiện một cách thật sự lời nguyện ước đó hay không? Là con người liệu có ai dám thốt lên lời nguyện đó và tin chắc chắn rằng mình sẽ thực hiện được nó hay không? Chỉ cần tưởng tượng ra các cảnh khổ đau trong địa ngục thì cũng đủ hiểu rằng mình sẽ không sao chịu đựng nổi, dù chỉ là một phần trăm các cảnh khổ đó. Vậy thì với tư cách là những con người đang sống một cách rất thật như chúng ta, thì làm thế nào có thể phát nguyện và tu tập đúng như thế được? Rửa chén bát đôi khi cũng đủ khiến chúng ta khổ sở rồi! Tốt hơn chỉ nên xem những gì nêu lên trong kinh sách về người bồ-tát như là một khuynh hướng tu tập mang các kích thước vũ trụ, hoặc xem đấy như là một tiềm năng giúp mình thực hiện sự Giác ngộ, dù phải trải qua những sự thử thách thật gay go.

Trong tập luận *Vòng hoa Trân quý* («Ratnavali», kinh sách Hán ngữ gọi là Bảo hành vương chính luận hay Vòng bảo châu) Nagarjuna/Long Thụ có nói như sau:

«Người bồ-tát lưu lại thế giới qua những khoảng thời gian vô tận. Vì chúng sinh vô tận, người bồ-tát cũng phải trau dồi vô tận các phẩm tính Giác ngộ, và thực hiện vô tận các hành động đạo đức».

Ngoài ra cũng có một văn bản Đại thừa khác nêu lên người bồ-tát như là hiện thân của một lý tưởng mà chúng ta cần phải noi theo. Thế nhưng lý tưởng đó đối với chúng ta dường như không sao thực hiện được. Người bồ-tát hiện thân của lý tưởng đó dường như không còn là một con người như chúng ta nữa. Người ta có cảm giác người bồ-tát qua cách mô tả đó đã thoát khỏi bản chất cá thể (individuality) của một con người, ít nhất là theo sự hiểu biết thông thường của chúng ta, và đã trở thành một thứ nghị lực tâm linh, phi cá tính và phi thân xác.

Do đó chúng ta có thể cho rằng Đại thừa không hề đòi hỏi chúng ta phải hành xử đúng theo những gì đã được nêu lên một cách từ chương. Chúng ta không phải chỉ biết tưởng tượng rằng mình sẽ phải thực thi vô tận các hành động tốt lành, tìm hiểu tất cả các địa giới của chư Phật, giải thoát vô tận chúng sinh... Thực tế và cụ thể hơn, chúng ta phải hình dung người bồ-tát như là một biểu tượng nói lên một sức mạnh tâm linh toàn cầu, hiện hữu cùng khắp, mang kích thước vũ trụ, một thứ nghị lực mà đôi khi chúng ta cũng có thể thoáng cảm nhận được (bên trong chính mình). Chúng ta không thể nào hình dung mình là một người bồ-tát đích thật được, tuy nhiên chúng ta cũng có thể mở rộng lòng mình hướng vào lý tưởng đó để ước mong trở thành một luồng kinh mạch gia nhập và cùng luân lưu với dòng nghị lực đó, qua bầu không gian của riêng mình. Thiết nghĩ đấy là cách thực tế nhất, và cũng có thể là trung thực nhất, giúp mình hình dung ra người bồ-tát. Chúng ta không nên vượt cao hơn tình trạng hiện tại của mình, nếu không thì khó tránh khỏi rơi vào những chuyện ước mơ thiếu thực tế. Mọi chuyện có thể biến thành một chút gì đó tương tự như một vở tuồng (a little theatrical), điều này đôi khi cũng từng xảy ra tại các nước Viễn-đông theo Đại thừa. Tiểu thừa đơn giản hơn nhiều, gần với thực tế hơn (*nhận định này của nhà sư Sangharakshita quả đáng cho chúng ta suy nghĩ*).

Vài lời ghi chú của người chuyển ngữ

Trong phần giải thích trên đây về đại nguyện thứ ba của người bồ-tát «được chứng kiến các thành quả của một vị Phật», nhà sư Sangharakshita có nêu lên khái niệm «Mười hai hành động của một vị Phật». (The twelve Deeds of a Bouddha), một khái niệm khá đặc thù và quan trọng trong Phật giáo Tây Tạng và cả Đại thừa, tuy nhiên dường như ít thấy nói đến trong Phật giáo Trung quốc (?). Dưới đây là «Mười hai Hành động trọng đại» của Đức Phật Thích-ca Mâu-ni:

Hành động thứ nhất: Ngài sinh ra trong khung trời Tusita/Đâu suất để thuyết giảng Dharma/Đạo Pháp cho các thiên nhân tại nơi này. Tuy nhiên hành động này vẫn không được xem là một trong số mười hai hành động trong khái niệm trên đây. Các hành động của một vị Phật thuộc vào khái niệm này là các hành động xảy ra trong thế giới của chúng ta, tức là các hành động mà người bồ-tát có thể chứng kiến được. Trước khi sinh ra trong thế giới của chúng ta, từ khung trời Tusita, Đức Phật đã thực hiện được năm sự quán thấy siêu nhiên như sau:

- trông thấy được một xã hội phân chia đẳng cấp nơi mà Ngài sẽ sinh ra.
- trông thấy được người mẹ sẽ cưu mang Ngài.
- trông thấy được địa điểm mà mẹ Ngài sẽ hạ sinh Ngài,
- trông thấy được những người dân mà Ngài sẽ cùng sinh sống với họ.
- trông thấy được khung cảnh gia đình hoàng tộc mà Ngài sẽ sinh ra, bởi vì nếu sinh ra trong trong một gia đình tiện dân thì sẽ khó cho Ngài tạo được uy tín để thuyết giảng.

Sau năm sự quán thấy và chọn lựa đó Ngài rời khỏi khung trời Tusita để hiện ra trong thế giới của chúng ta.

Hành động thứ hai: Ngài bước vào tử cung của mẹ và đồng thời mẹ Ngài nằm mơ thấy có một con voi trắng, vòi quấn một cành hoa sen trắng, chui vào bên hông mình.

Hành động thứ ba: Dù có thể hiện ra trong thế giới này bằng nhiều cách, chẳng hạn như hiện ra giữa trời hay sinh ra từ một đóa hoa sen, thế nhưng Ngài đã chọn tử cung của một người mẹ. Điều đó cho thấy Ngài được sinh ra từ một người mẹ, tương tự như tất cả mọi người khác. Sự kiện đó cũng có nghĩa là tất cả những ai sinh ra từ một người mẹ đều có thể trở thành một đấng Giác ngộ như chính Ngài. Mẹ Ngài hạ sinh Ngài tương tự như tất cả những người mẹ khác, tay nắm chặt một cành cây sala để lấy sức. Điều đó cho thấy Ngài và cả mẹ Ngài đều phải gánh chịu những thứ khổ đau không khác gì những người mẹ khác và những hài nhi khác, mở rộng hơn nữa thì đó cũng là những thứ khổ đau sơ đẳng mà tất cả chúng sinh đều phải gánh chịu.

Hành động thứ 4: Ngay từ lúc bé Ngài đã tỏ ra rất thông minh và uyên bác, thành thạo và khéo léo trong mọi lãnh vực, từ nghệ thuật, ngôn ngữ đến các công việc tay chân.

Hành động thứ 5: Ngài lập gia đình, có con. Điều này tránh cho một số người có thể nghĩ rằng sở dĩ Ngài chọn con đường tu hành là vì không hề biết đến các lạc thú và hạnh phúc thế tục. Qua các bài thuyết giảng sau này, Ngài đã chứng minh cho thấy lạc thú thế tục và hạnh phúc gia đình không những phù du mà còn là nguyên nhân mang lại mọi sự bất toại nguyện.

Hành động thứ 6: Ngài thoát ly gia đình, xa lìa thế tục, tìm một lối thoát cho con người trước cảnh khổ đau của họ trong thế giới này. Từ bỏ cuộc sống sung túc và tiện nghi, kể cả hạnh phúc gia đình, là một hành động vô cùng can đảm, nói lên một quyết tâm sắt đá.

Hành động thứ 7: Ngài tu tập khổ hạnh để mong cầu phát triển tâm linh, và đó cũng là phép tu tập phổ biến thời bấy giờ. Ngài chịu đựng mọi sự khắc khổ trong suốt sáu năm liền cho đến khi kiệt lực, thế nhưng sự cố gắng đó không mang lại một kết quả nào cả. Điều này cho thấy cuộc sống phủ phê và xa hoa trước kia của Ngài chỉ là một hình thức thụ hưởng ích kỷ và vô nghĩa, cuộc sống khổ hạnh mà Ngài vừa trải qua chỉ là để tự đày đọa mình một cách nguy hại và vô ích. Bất cứ một hình thức cực đoan nào đều là sai lầm.

Hành động thứ 8: Ngài ngồi xuống dưới một cội cây để suy tư và tìm hiểu thế giới và sự vận hành của nó, và cả những gì dấy lên bên trong tâm thức con người để tìm nguyên nhân tạo ra khổ đau cho con người và trói buộc con người vào thế giới đó.

Hành động thứ 9: Ma vương/Mara cùng bọn lâu la hiện ra quấy phá Ngài. Chúng nhảy múa, hăm dọa và mê hoặc Ngài. Chúng là hiện thân của các thúc đẩy bản năng, các sự thèm khát, đam mê, bám víu, tạo ra các thể dạng tâm thần u mê và lầm lẫn, đày đọa và nô lệ con người trong thế giới hiện tượng. Sau khi khắc phục được đám Ma vương và cả bọn lâu la đó thì một sự hiểu biết siêu phàm, một sự quán thấy siêu việt, một sự tỉnh thức siêu nhiên bùng lên bên trong tâm thức Ngài biến Ngài trở thành một Đấng Giác ngộ/Bodhi.

Hành động thứ 10: Ngài đắn đo và suy nghĩ rất nhiều trước khi rút tỉa từ sự Giác ngộ đó của mình bốn sự thật, thiết lập một hệ thống tư tưởng mạch lạc và thực dụng, giúp chúng ta ý thức được tình trạng u mê và lầm lẫn đó của mình và tự mình thoát ra khỏi tình trạng đó. và đồng thời cũng giúp mình vượt lên trên cả thế giới hiện tượng này.

Hành động thứ 11: Sau khi thiết lập xong một căn bản lý thuyết vững chắc gồm bốn sự thật và một phương pháp luyện tập cụ thể gồm tám yếu tố/Bát chánh đạo, Ngài đi đến thị trấn Varanasi/Ba-la-nại tìm năm người bạn đồng tu trước kia để thuyết giảng cho họ về bốn sự thật đó và cả phương pháp gồm tám yếu tố chủ yếu để thực hiện được bốn sự thật ấy. Kinh sách gọi hành động này là «Khởi động bánh xe *Dharma*» (Chuyển Pháp Luân). Từ đó chiếc bánh xe *Dharma* đã tiếp tục quay đều cho đến nay, lưu lại dấu vết trong tâm thức của mỗi người trong chúng ta, và khắp nẻo trên hành tinh này.

Hành động thứ 12: Sau tám mươi năm hiện hữu

▶ **Đọc tiếp tại trang 38**

SAU GIẤC TRƯỜNG SƠN

Trần Kiêm Đoàn

Một ngày mùa Thu, thi sĩ Trần Trung Đạo từ Boston gọi báo tin về sức khỏe của Hòa thượng Thích Tuệ Sỹ ở Việt Nam đang ở vào tình trạng mong manh nhất từ trước tới nay. Dù câu chuyện trao đổi trên điện thoại liên quan thời sự và Phật sự, nhưng mối quan tâm đậm nét vẫn là Thầy Tuệ Sỹ. Ở chặng tuổi đời 80, tuổi đạo 70, thời gian dù chỉ là bóng câu qua cửa sổ, là chỗ dựa rất tương đối và chủ quan để làm phương tiện đo lường độ lớn, tầm cao và chiều sâu của một nhân vật; nhưng cũng ít nhiều có độ bám trong một khung cảnh lịch sử như Việt Nam qua bao thăng trầm biến động. Trong đó, đạo Phật Việt Nam đã đồng hành với đất nước và dân tộc dù thế sự có thăng trầm đến mức độ nào.

Đề tài chính là việc thực hiện cấp tốc một Kỷ Yếu đặc biệt về Thầy Tuệ Sỹ với ước mong Thầy sẽ có dịp đọc qua giữa lúc Thu sang với những cơn gió heo may vô thường đang thấp thỏm đánh thức giấc mơ Trường Sơn…

Viết về Thầy Tuệ Sỹ thật khó bởi mộng mà rất thực, hàn lâm mà chân quê, uyên bác như rừng thẳm mà nhẹ nhàng như giấc mơ trong quán trọ bên đường. Kiến thức và tác phẩm của Thầy có thể chất đầy giá sách trong tàng kinh các; nhưng thơ Thầy trong vắt và miên man phong trần như hồn… du thủ. Người lạ yêu thơ lần đầu đọc thơ Tuệ Sỹ sẽ đắm đuối trong một xứ thơ trùng điệp và phiêu hốt của một gã làm thơ lãng tử đa tình và không hề hay biết thi nhân là một tu sĩ vì không có một câu chữ nào làm dáng mẫn tuệ bằng những danh từ Phật học thời thượng.

Kẻ đang viết đôi dòng nầy cũng đã gặp khó một lần tương tự khi anh Văn Công Tuấn từ Đức báo cho biết là Thầy Tuệ Sỹ đang chuẩn bị in tác phẩm đậm tính hàn lâm biên khảo, đó là cuốn *Tổng Quan Về Nghiệp*. Thầy muốn có nhận định của ba người ở ba nơi là Đỗ Hồng Ngọc (Việt Nam), Cao Huy Thuần (Pháp) và Trần Kiêm Đoàn (Mỹ) để in vào phần nhận định đầu sách. Tuy với thời gian và số câu chữ giới hạn, người viết cũng làm xong chút việc được giao nhưng đọc lại sau khi sách đã phát hành bỗng thấy mình viết lách "mô phạm" khô khan quá đối với một tác giả với kho chữ nghĩa trùng trùng duyên… dáng như Thầy Tuệ Sỹ!

Lần nầy, tôi lòng dặn lòng là phải viết ra một ý tứ gì đó cho thật tươi mát. Ngôn ngữ mang nhiều cảm xúc trực tiếp và nguồn tình cảm đầy biểu tượng nhất là thi ca, là những vần thơ chăng. Nếu cần một dáng "yểu điệu thục nữ, quân tử hảo cầu…" thì có kinh Thi hơn 3 nghìn năm trước. Ôm thơ theo trăng để vào cõi vĩnh hằng có Lý Bạch và đành trầm mình xuống sông Mịch La vì không can gián nổi quân vương thì có Khuất Nguyên từ hơn 2 nghìn năm trước và bất chấp thử thách gian nguy để bày tỏ cho được tâm bồ đề bất thối chuyển của mình vì quý Đạo, thương Đời thì có Tuệ Sỹ thời nay.

Nhớ lần đầu gặp Thầy Tuệ Sỹ trước hiên chùa Từ Đàm Huế, tôi còn mường tượng ra hình ảnh "chú Tuệ Sỹ" mặc chiếc áo dài nâu có vá một miếng nhỏ trên vạt áo trước. Dáng Chú nhỏ nhắn đứng khuất trong đám đông người nhưng ôn Châu Lâm và Ôn Từ Hiếu vẫn tìm gặp và khen: "Giỏi lắm, thông minh lắm!" Đôi mắt Chú sống động và to như tỏa sáng cả khuôn mặt gầy gò. Ngày ấy, Chú chỉ mới là một học tăng xuất sắc nhưng phải chờ đến khi vào Nam, tiếp cận với thế giới học thuật của Phật giáo ở các chùa viện và đại học Vạn Hạnh mới phát huy hết khả năng uyên bác và tài hoa sáng tạo về triết học, Phật học cùng văn chương qua nhiều ngôn ngữ. Sinh sau 3 tuổi, tôi chỉ được gặp Chú một lần trực tiếp từ thời trung học, đã hơn 60 năm trước, cho đến hôm nay. Thế nhưng sự vươn lên dũng mãnh của Chú làm cho thế hệ của chúng tôi phải lặng mình suy gẫm. Cái "tri thức dũng mãnh" của Chú là dám tìm sinh lộ cho đạo và đời bằng tri thức thiên phú đã đành nhưng với cả sức mạnh tinh thần như Trường Sơn đối bóng tử sinh. Sự dấn thân đáng quý nhất dành cho đời, cho đạo với cả tâm trong và tuệ giác là vô úy thí, chấp nhận sự vắt kiệt tinh anh của chính bản thân mình để tưới tẩm cho màu hoa đạo và hương vị tâm linh ngát hương và tươi mới. Đó là biểu tượng cho cuộc hành trình đi tìm nghĩa sống như chàng Tất Đạt ngày xưa hiến hoa gấm riêng mình cho hạnh phúc của tha nhân.

Thế hệ Chiến tranh Việt Nam (Những người sinh trong khoảng sinh từ 1930 đến 1960) là một "thế hệ mất hướng" mà ở phương Tây gọi là một "Thế hệ Biến mất" (Lost Generation). Biến mất đối với tâm lý phương Tây là mất đi điệu sống bình thường như nổi loạn, đi lính phục vụ chiến tranh, học hành dang dở, từ chiến trường thương tật trở về hay đối mặt sau cuộc chiến là định kiến, chủ nghĩa, cực đoan… Sự biến mất đau xót nhất là mất hết nghĩa khí, niềm tự hào và ý nghĩa sống của thiên chức nhân sinh mà chỉ còn thân phận làm người. Sự mất hướng đối với thế hệ Chiến tranh Việt Nam là hệ quả mang tính hậu chấn sau một cuộc chiến vươn lên để tự tồn của đất nước với sự hy sinh quá lớn lao của thế hệ đàn anh và toàn đất nước mà xã hội và thế hệ đàn em khó chia sẻ trọn vẹn. Tìm một ngôn ngữ chung cho một thế hệ đang qua và thế hệ kế thừa đang đến là niềm trăn trở không của riêng ai.

Khi thực tại mất hướng thì còn chăng là những giấc mơ… trong thơ!

Cả sơn hà đại địa này có phù du hay trần trụi đến mức nào cũng đáng sống khi còn một giấc mơ. Có chăng một Giấc Mơ Trường Sơn mà Thầy Tuệ Sỹ đang mơ:

Rồi nhắm mắt ta đi vào cõi mộng
Như sương mai, như ánh chớp, mây chiều

Đặc biệt là bên cạnh hơn 60 tác phẩm biên khảo và dịch thuật, một tập thơ duy nhất của Thầy Tuệ Sỹ được xuất bản là Giấc Mơ Trường Sơn cũng đủ đưa Thầy vào hàng thi sĩ tài danh trên chiếu hoa cạp điều của nền Thi Ca Việt Nam.

Loanh quanh đại dương rồi cũng trở về sông lạch. Sống muôn năm rồi cũng trở lại canh tàn. Nhắc đến thơ là nhắc đến những niềm vui, nỗi buồn; những số phận vinh quang và cay đắng của thơ. Những quả đời chín mọng của một thuở làm thơ tình và những trái rụng khô khan của một thời làm thơ điếu như có niềm vui trong nỗi buồn, thanh xuân trong tàn úa và nụ cười trong chớp mắt…

Chợt nghĩ đến dòng sinh diệt, chúng tôi có dịp nhắc đến hình thức Sinh Điếu ở Trung Hoa (生前葬), Nhật (Seizensō) và Mỹ (Living Funeral Service). Tuy mang nhiều mục đích và ý nghĩa khác nhau nhưng cùng có một hình thức tương tự là làm lễ "truy niệm" cho một nhân vật đang còn sống để hình dung hình ảnh và cảm tưởng ngày người đó thật sự qua đời. Sinh điếu tuy ít thấy ở Việt Nam nhưng cũng được giới quý tộc và nghệ sĩ thời xưa tổ chức trong bầu không khí vui vầy thân hữu qua hình thức đàn ca ngâm vịnh và xướng họa thơ văn. Thời cận đại, giai thoại văn chương Huế còn nhắc lại lễ sinh điếu của cụ Ưng Bình Thúc Giạ Thị (1877 - 1961) năm 75 tuổi và người viết sinh điếu thi (living eulogy poem) là nhà thơ yêu nước mà cũng trào lộng tài hoa Thảo Am Nguyễn Khoa Vy (1891-1968). Hai bạn hiền ngâm thơ "điếu tang" nhau trong tiếng cười rộn rã…

Tưởng người xưa và nhớ người nay, không gì hơn là vui với tâm hồn rộng mở, kính với lòng trân quý sâu xa, trọng với tâm thái an hòa ngưỡng mộ và nhớ với niềm hướng vọng chân thành. Theo dòng thi văn điếu, trong nhiều năm qua tôi đã làm điếu thi và điếu văn cảm niệm nhiều nhân vật thời danh và người yêu kính đã vĩnh viễn ra đi như một nén hương tưởng niệm hương linh Người vừa tạ thế: Huynh trưởng Võ Đình Cường, ca sĩ Hà Thanh, Ôn Mãn Giác, cư sĩ Trần Quang Thuận, Ôn Huyền Quang, thi sĩ Kiêm Thêm, Ôn Trí Quang, Ôn Nhất Hạnh… và nhiều thân hữu vô danh hay thành danh đã để lại niềm tâm cảm sâu xa trong lòng người ở lại khi nghe tin hiền nhân danh sĩ qua đời. Nhưng thi điếu hay văn điếu chỉ có người sống còn ở lại đọc cho nhau nghe thôi, trong khi đối tượng của những dòng văn thơ tâm tưởng chỉ còn mơ hồ là tro thân ngũ uẩn. Tấm thân sinh diệt vô hạn kỳ, đi cũng là về, nên khái niệm lạc tịnh trong thú vui sinh điếu tưởng cũng nên nhắc lại với chính mình và thế hệ đương lai.

Hôm nay, kẻ hậu sinh theo bóng nhà thơ Thảo Am Nguyễn Khoa Vy – người đã làm Sinh Điếu Thi tặng thi hữu Hương Bình Thúc Giạ Thị lúc sinh thời – để làm sinh điếu thi kính tặng Thiền sư Thích Tuệ Sỹ. Và biết đâu sẽ có một nụ cười nào đó khiến Thầy vui mà còn ở lại nhiều năm nữa với túi thơ chưa cạn… Sau Giấc Trường Sơn.

SINH ĐIẾU THI VIẾNG THẦY TUỆ SỸ

Nhật nguyệt vương heo may
giữa mùa thu Đông - Tây,
Ngô đồng một lá rụng, trời đất cùng vào thu.
Thu là Xuân khi mỗi lá rơi đẹp như một bông hoa vừa nở…
Người ra đi mùa thu, lá đang rụng là hoa đang trổ:
"Lời tiễn biệt nói gì sau tiếng hát,
Hỏi phương nào cho nguyện ước Trường Sơn."

Nhớ hương xưa…
Thầy đã đến và đã ra đi từ vạn cổ,
Mỗi kiếp đời là một bước uyên nguyên:
Tiểu kiếp kia mặc áo hồ cừu,
Tiểu kiếp nầy mặc áo cà sa,
Tiểu kiếp nọ mặc hoàng bào…

Muôn tiểu kiếp vạn ta bà thế giới,

Hơn bảy mươi năm trước,
Chú Thương vượt Trường Sơn tìm nẻo Đạo,
Paksé, Nam Lào, Quảng Bình, Lao Bảo...
Núi thẳm, rừng thiêng, truông dữ, mặc đèo cao:
Vĩnh quyết, nhất tâm, nương mình Phật đạo.

Thắng duyên một thuở,
Huế trầm lắng, đơn sơ,
Mà được xem là kinh đô Phật giáo.
Bởi mái chùa và viện chủ là...
Ôn:
"Ôn" là Ông mà cũng là ôn nhu, ôn hòa, ôn nhã, ôn hậu, ôn tồn...
Nên đã nhận và đặt pháp danh sa di 7 tuổi đời là Tuệ Sỹ.

Tuệ thông thái mà phát huy danh Sỹ,
Nên uyên thâm tài trí song toàn,
Đại tạng, hàn lâm, nội điển, kinh tàng...
Hán, Phạn, Pháp, Anh, Nhật, Đức... ngữ văn,
Quán thông triệt giữa trường văn thế đạo.

Thích Tuệ Sỹ:
Tuổi đôi mươi (1964) đã tốt nghiệp đại học Phật giáo,
Tuổi thanh xuân (1970) thành giáo sư đại học do những công trình nghiên cứu uyên thâm.
Tuổi trung niên: Một cõi tài hoa văn đàn thi phú,
Biên và dịch nhiều danh phẩm Đông Tây kim cổ...
Đạo và đời tương tác nhân văn.

Chiên đàn hương hỷ lạc,
Vườn hoa tâm thơm ngát là thơ.
Lời phiêu hốt bi hùng như sóng cả...
Giấc mơ Trường Sơn và những chân trời tuyệt lạ,
Yêu rừng sâu nên khóe mắt rưng rưng

Lịch sử sang trang,
Sư về bên cổ tích.
Từ tâm trong thế cuộc can qua,
Sách vở văn chương một thời xa lạ,
Nhân thế trông nhau qua những cặp kính màu.
Một thân thế một tâm hồn bên góc trời miên viễn,
Không ẩn tàng mà xuất xử với năm châu.

Cửa Thiền không khép,
Giữa cuộc bể dâu.

Thời thế, thế thời, thế thái biết về đâu;
Bát Nhã xuất ly; Đại Bi nhập thế,
Cõi tâm hư thao thiết tìm cầu:
Là tu sĩ không chỉ nguyện cầu,
Là thi nhân thơ càng dậy sóng...
Là học giả tay không nghìn phương trượng,
Quyết dấn mình ngọc bối vớt nông sâu.
Nước trong không sợ bẩn tay,
Cây ngay không sợ chết đứng;
Nên đã trải qua mấy bờ sinh diệt,
Nắng dọi, Thu về, vĩnh kết vẫn hôm nay!

Thầy Tuệ Sỹ,
Hòa thượng thiền sư Tuệ Sỹ,
Nhà thơ học giả Tuệ Sỹ,
Nhiều tên gọi một phiến đời kẻ sĩ,
Đã trùng trùng nối tiếp bước chân qua.
Nhậm vận thịnh suy – thăng trầm thành bại,
Giữa vàng thau lẫn lộn cõi Ta Bà.
Và cứ thế phiêu linh vời vợi,
Cứ an nhiên như đã về đã tới!
Xuất thì vui hồn nhiên như ngày mới,
Xử thì hoàn không về quán niệm cõi Tây Phương.

Thầy đó...
Chiều êm vắng tiếng dương cầm tịch tĩnh,
Mắt nhắm mơ hồ thư pháp rọi kinh xưa.
Có chín phẩm hoa sen như nụ cười phụ mẫu,
Sen nở thấy Phật trọn niềm vui,
Bồ tát viên dung là bạn lành.

Cuộc đời là quán trọ,
Nẻo về là thiên phương.
Nên trong Nẻo Về dặn dò giải thoát:
Ngược xuôi nhớ nửa cung đàn,
Ai đem quán trọ mà ngăn nẻo về?

Kính bạch Thầy:

Hôm nay, ngày mai, ít lâu hay lâu lắm về sau:
Sẽ có một ngày Thầy ra đi không về nữa;
Như đời thường hết thảy đã đi qua:
Bởi "*Nhân sinh tự cổ thùy vô tử...*"
Không lại hoàn không nắng xế trăng tà.

Trong diệu lý Khổ, Duyên, Không;
Tam pháp ấn Thế tôn truyền dạy:
Chúng con được cung nghinh
Và tiễn biệt Thầy.

Nam mô Quán niệm Tâm không
Niết bàn Tự tại Bồ tát.

Nguyên Thọ Trần Kiêm Đoàn
Sacramento, Đêm Trung Thu 2023

———

Ghi chú: Những câu chữ nghiêng và ở trong ngoặc kép là thơ của Thầy Tuệ Sỹ và cổ thi.

LÀNH THAY CHỮ *"thức"*

Lâm Minh Anh

Sau chuyến du lịch Châu Âu dài ngày trở về, ông Lý có nhã ý mời ông Tư, người bạn tri kỷ của mình đến chơi, trước để biếu ít quà phương xa, sau là muốn tâm tình về những điều thú vị mà ông khám phá ra được trong chuyến hành trình. Vừa dùng xong tách trà nóng, ông Tư liền hỏi:

- Nhìn nét mặt vui tươi của bác, tôi nghĩ rằng bác hẳn là hài lòng về chuyến đi này lắm phải không?

Ông Lý hào hứng nói:

- Thật ra mục đích của tôi chỉ là muốn đến thăm một số văn hữu thân tình, và rất cảm động vì tôi đã được tiếp đãi ưu ái, hướng dẫn tham quan, chiêm ngưỡng danh lam thắng cảnh, lâu đài, nhà thờ cổ, thưởng thức những món ngon đặc sản, hiểu biết thêm về phong cách và cuộc sống của người Châu Âu. Đi cũng là muốn tìm, muốn gặp, muốn biết thêm, để nhận thức những điều mình chưa biết đến. Đi để học hỏi để suy nghĩ thể nghiệm về bản thân mình cũng là một niềm vui của nhân sinh.

Ông Tư tò mò hỏi:

- Vậy thì bác thấy có gì khác biệt giữa nước Mỹ và các quốc gia Âu Châu?

Ông Lý thú nhận:

- Nói là Châu Âu nhưng tôi trải qua phần lớn thời gian bên Đức, chỉ ghé qua Áo, Thụy sĩ và Pháp một chút mà thôi. Theo nhận xét chung chung của cá nhân tôi (nói nước Đức làm đại diện) thì :

Về phong cảnh: Lúc tôi đến là mùa xuân nên nắng ấm chan hòa, cây cỏ hoa lá nẩy lộc đơm bông, đâu đâu cũng xanh tươi, thơ mộng, người Châu Âu có vẻ yêu thích thiên nhiên nên dù nhà ở trung tâm thành phố hay ngoại ô đều trồng hoa, cây cảnh trước cửa hoặc trên ban công… nhìn thật tươi mát .

Về văn hóa: Người dân (Đức) có nền văn hóa nghệ thuật rất cao, cứ xem những lâu đài đẹp đẽ như trong truyện cổ tích những nhà thờ cổ kính, những Viện bảo tàng xưa cũ, Tòa thị chính hoành tráng , (宏 壯, chữ này nguyên nghĩa chỉ cho những công trình kiến trúc đồ sộ, nguy nga, lộng lẫy mà thôi), tất cả các công trình kiến trúc vĩ đại được bảo tồn kỹ lưỡng như thế nào thì biết được sự trân quý của họ đối với nền văn hóa truyền thống dân tộc ra sao.

Về phong cách: Dân chúng Châu Âu có cách sống khác hơn ở Mỹ nhiều. Ở Mỹ, hình như không có cảnh 2, 3 giờ chiều, nhiều người ung dung ngồi nơi quán nước ăn nhẹ, nhâm nhi ly rượu, thưởng thức tách trà, cà phê, bánh ngọt hoặc nam thanh nữ tú rủ nhau ngồi đầy trên các bậc thềm nơi quảng trường lớn, bên hồ nước, cạnh dòng sông, trên bãi cỏ công viên, họ vui vẻ trò chuyện, ăn uống, đọc sách hoặc đơn giản chỉ yên lặng ngắm nhìn thiên nhiên tươi đẹp xung quanh. Người ta không hấp tấp, vội vã, bon chen và nóng nảy cho dù bận rộn đến đâu.

Ông Tư thích thú xen lời:

- Bác kể cứ y như là Từ Thức lên tiên ấy!!!

Ông Lý cười vui gật đầu:

- Nhưng điều đặc biệt nhất là tôi được diện kiến với một vị Hoà Thượng khả kính mà từ lâu tôi rất ngưỡng mộ. Ngài là Phương Trượng của một ngôi chùa lớn nhất nước Đức. Từ nhân duyên này, tôi may mắn được tham dự vài ngày trong một khoá Huân Tu Tịnh Độ tại một ngôi chùa Ni, cũng lớn nhất Bá Linh, vì Hòa Thượng đến đây thuyết pháp và sách tấn Đại Chúng tu tập.

Ổng Tư tỏ ý thán phục:

- Bác thật may mắn quá! Được dùng cơm chùa, suốt ngày tụng kinh, niệm Phật, nghe Pháp, còn gì an lạc hơn nữa?

Ông Lý biểu đồng tình:

- Đúng vậy! Đại chúng ở đạo tràng này tu tập nghiêm túc, miên mật lắm. Tuy tôi tham gia chỉ có vài ngày vì không đủ cơ duyên nhưng tôi thật tán thán công đức của Ni chúng. Các vị đã tổ chức một khóa tu thật viên mãn, Phật sự tất nhiên vất vả, phải gắng sức chu toàn, nhưng tôi thấy các Ni Sư lúc nào cũng hoan hỉ, nhẹ nhàng bởi vì các vị đều rất có đạo tâm. Bác cũng nên một lần đến chùa này hoặc một lần tham dự khóa tu, bác sẽ được lợi lạc gấp vạn lần ở nhà đọc sách mà không có cơ hội thực hành. Nói đến đây, tôi chợt nhớ đến bài thơ "Nhặt Chút Hạnh Lành" của nhà thơ Tùy Anh trong báo Viên Giác số 252:

"Con đi tìm chút nhân duyên

Cho tròn một niệm trên miền Sắc Không…

Con đi nhặt chút hạnh lành

Cho thân tâm ý sớm thành viên dung".

Tôi rất tâm đắc với những câu thơ trên, và cũng đặc biệt thích tản văn nhan đề "Việc Lành" của nhà văn Văn Công Tuấn trong Đặc San Văn Hóa Phật Giáo 2022 nói về: "Khoảng cách sợi tơ giữa thiện và ác". Đó là một đoạn trong tác phẩm "Sợi Tơ Nhện" của tác giả người Nhật Ryunosuke Akutagawa (1892 ~ 1927). Tư tưởng tránh ác, hành thiện có trong kinh "Sám Hối Phát Nguyện" này cũng được rất nhiều văn sĩ đề cập trong tác phẩm của họ.

Ông Tư hỏi:

- Bác có học hỏi được gì trong những buổi Pháp thoại của quý thầy không?

Ông Lý nghiêm nghị nói:

- Có chứ! Tôi đã chú tâm lắng nghe và sau đó suy ngẫm đến chữ Thức trong nhà Phật, để nhận ra Phật pháp chính là con đường Đạo để truy tầm chân tướng vũ trụ nhân sinh. Thức cho ta nhận ra: Cái lý Sinh của Mệnh; cái lý Tâm của Tính. Với

Phật pháp chư thư xiển dương:
Minh tam thế chi nhân quả,
Thức bổn cụ chi Phật tánh...
佛法諸書闡揚
明三世之因果
識本具之佛性

Nghĩa là:

Trong các sách nói về Phật pháp, xiển dương:
Làm sáng tỏ nhân quả của Tam Thế Phật; (quá khứ, hiện tại, vị lai)
Tỉnh thức Phật tánh vốn là gốc của chúng sinh.
...

Ông Tư vội nói:

- Hay quá! Tiện đây bác có thể giải thích một chút về chữ Thức được không?

Ông Lý vui vẻ nói:

- Thức đây không phải là Thức sau khi ngủ, hoặc Thức lúc đồng hồ báo thức gọi dậy đi làm, hoặc tiếng khánh gõ trong chùa báo hiệu giờ công phu sáng đâu nhé! Trước hết tôi xin giải thích nguyên nghĩa của chữ Thức:

1/ Thức 識: Theo nghĩa nhận, cảm, kiến, tri, học thức...gồm bộ Ngôn 言 (lời nói), Âm 音 (thanh âm), Qua 戈 (giáo mác). Gộp nghĩa chung, qua lời nói, thanh âm và tác động, con người nhận ra, biết được mà trở thành Thức. Như thế đòi hỏi trải qua yếu tố thời gian mới có được Thức như Albert Einstein nói: "Nguồn tri thức duy nhất là kinh nghiệm". Khác với Thân 身, Tâm 心, Ý 意 con người sinh ra đã có sẵn.

2/ Thức 職: Theo nghĩa Chức, cũng như chữ trên, nhưng thay thế chữ Nhĩ 耳 cho chữ Ngôn (tức tổ chức, hoạch định..), hoặc tương đương như chữ Chí 誌, gồm chữ Ngôn 言 và chữ Chí 志 (tức ghi chép, ghi nhớ nhất định...), thí dụ: Tam Quốc Chí Diễn Nghĩa (La Quán Trung), hoặc như chữ Ký 記, gồm chữ Ngôn 言 và chữ Kỷ 己 kết hợp (cũng mang nghĩa ghi lại, nhưng thiên về cá nhân như nhật ký, hồi ký, thuật ký, du ký ...), thí dụ: Đại Đường Tây Vực Ký (Đường Tam Tạng). Theo đó, như thiên Thuật Nhi, Luận Ngữ viết: Mặc nhi thức chi 默而識之 (Lặng lẽ mà ghi nhớ). Thức, cũng có nghĩa là nhận biết, như Tì Bà Hành (Bạch Cư Dị) viết: Đồng thì thiên nhai luân lạc nhân. Tương phùng hà tất tằng tương thức 同時天涯淪落人,相逢何必曾相識 (Đều là khách lưu lạc phương trời, gặp nhau đâu cần thiết phải từng quen biết nhau).

3/ Thức 幟: Theo nghĩa khăn quàng, đai lưng... y phục của quan lại, quý tộc thời xưa, tức theo sát nguyên nghĩa là tơ vải (khi đọc âm Xí là cờ màu), chữ này cũng giống như chữ Thức trên, nhưng thay vì chữ Ngôn, chữ Nhĩ, lại thay thế bằng chữ Cân 巾.

4/ Thức 織 (còn có âm là Chức hoặc Chí): Theo nghĩa nguyên thủy, vải lụa được đan, dệt bằng tơ màu chằng chịt. Theo Giáp Cốt Văn, hình ảnh chữ này mô tả bên trái là khung cửi dệt tơ kết hợp bên phải là người đang quỳ gối đang tay làm công việc đó. Chữ này cũng giống như những chữ Thức trên nhưng được thay bộ Mịch 糸 bên trái.

5/ Thức theo Thuyết Văn Giải Tự viết: Thức, thường dã nhất nhật tri dã 識, 常也一日知也. Có nghĩa: Thức là thường (vốn như vậy) một ngày thêm nhận biết. Thí dụ như Ngũ thường 五常 (Nhân, Lễ, Nghĩa, Trí, Tín) là năm đạo lý giá trị thường hằng trong tương quan cuộc sống con người không thể thiếu. Cũng như khoa học "thường thức" được hiểu rất cần thiết nhận biết cho ngày nay

Ông Lý ngừng lời thong thả uống trà thấm giọng, ông Tư nôn nóng hỏi tiếp:

- Cảm ơn bác đã giải thích ngữ nghĩa chữ Thức. Bây giờ bác có thể nói thêm về chữ Thức theo quan niệm nhà Phật được không?

Ông Lý khiêm tốn trả lời:

- Sự hiểu biết của tôi chỉ có giới hạn, nhưng nếu bác thật tâm muốn nghe thì tôi cũng xin sơ lược qua theo kiến giải thấp thỏi của mình. Nhưng trước khi nói, tôi có bài thơ như thế này:

TRI THỨC quá nhiều quên NHẬN THỨC.
HỌC THỨC mênh mông, TRÍ THỨC không.
THƯỜNG THỨC thế mà chẳng Ý THỨC.
NIỆM THỨC lệch rồi, TÂM THỨC đúng chăng?
LỤC THỨC rồi thêm MẠT NA THỨC.
TÀNG THỨC chứa đầy, NGHIỆP THỨC sinh.
TÍNH THỨC chỉ là mê sang ngộ.
THẦN THỨC do tu mới quang minh.

Từ khi đạo Phật du nhập vào Trung Hoa, chữ Thức ngoài những nghĩa trên còn được các vị cổ đức đôn lên nhiều nghĩa khác nữa: Thức còn có nghĩa là Phân biệt. Chẳng hạn như Sở Phân Biệt 所分別 là đối tượng được phân biệt tức cảnh sắc. Năng Phân Biệt 能分別 là chỉ chủ thể nhờ Thức mà nhận biết. Thế nên, trong nhiều Kinh đều đề cập Vạn Pháp Duy Thức 萬法唯識, nghĩa là Pháp giới vũ trụ do Thức sinh ra. Cho nên, Duy Thức luận chú trọng giảng giải về Diệu Hữu của Duyên Khởi, trong khi Trung Quán luận giảng giải Tánh Không của Duyên Khởi. Nói cách khác, giai thị sự vật, hiện tượng đều do Thức biến hiện. Do đó, Khuy Cơ nói: Pháp và Ngã, khi là đối tượng của Thức, thì tăng gia… Còn Tâm thì không. Như thế, Pháp theo nghĩa ngoài Thức ra không còn có Pháp nào khác, tức không thể rời Pháp, chứ không phải chỉ "duy nhất" có Pháp thôi như thường hiểu; tương tự theo nghĩa ấy, Kinh Hoa Nghiêm viết: Tam giới duy tâm, nghĩa là Dục giới, Sắc giới, Vô sắc giới đều do Tâm tạo. Trong Kinh Pháp Cú cũng có câu: Ý dẫn đầu các pháp…. Trong Phật học có ba thuật ngữ: Ý (Màna), Tâm (Città), Thức (Vinnànà) có khi dùng theo thứ tự, có khi không, để chỉ tổng thể quá trình tâm trí của một người. Ngoài ra, Thức được xem là khả năng phán đoán thúc đẩy năng lực trong cuộc sống. Từ đó, cho thấy:

1/ Khái niệm Thức được hỉnh thành sau khi Lục Căn 六根 tiếp xúc với Lục Trần 六塵 (Sắc, Thanh, Hương, Vị, Xúc, Giác) sinh ra Lục Thức 六識 (Nhãn 眼, Nhĩ 耳, Tỉ 鼻, Thiệt 舌, Thân 身, Ý 意) theo giáo lý Nam Truyền. Không có Lục Thức thì không có luân hồi chủng tử, còn Thức căn giữ vai trò chánh niệm hoặc vọng niệm. Tâm vốn dĩ vô tri, nhờ Thức mới tạo ra cảnh. Tính vốn vô sinh, nhờ Thức mới khởi sinh. Sau đó, còn thêm hai Thức nữa là Mạt Na Thức 末那識 (phân biệt chấp ngã, chấp thường…), và A Lại Da Thức 阿賴耶識, còn gọi Tàng Thức 藏識 (huân tập những chủng tử) theo giáo lý Bắc Truyền. Mạt na thức: Tương ứng với ý niệm về bản ngã, hoạt động phân biệt, phân loại của tâm thức. A lại da thức: Nơi tâm thức chứa đựng chủng tử của mọi hình tướng, kho chứa mọi dấu ấn kinh nghiệm con người. Theo Phân Tâm Học Tây Phương, hai Thức sau cùng được gọi là Tiềm Thức và Vô Thức. Như thế, tổng cộng gồm có 8 Thức. Sau khi thỉnh kinh từ Ấn Độ về trung thổ, Ngài Đường Huyền Trang tổng hợp lại để viết bộ Thành Duy Thức Luận. Duy thức quán tức phá bỏ biên kiến chấp ngã chướng để viên thành, chân vọng nhất thể, mộng tỉnh nhất như, nhiếp cựu nhất tâm, là chân giác của tâm lý nên gọi tên là Duy thức. Từ đó, Ngài được tôn là Tổ Sư của Duy Thức (Pháp Tướng) Tông.

2/ Thức được đề cập trong Ngũ Uẩn (Sắc, Thọ, Tưởng, Hành, Thức). Thức ở đây được hiểu là Ý Thức theo nghĩa tư duy là tư tưởng, những điều suy nghĩ bên trong. Nó còn có chức năng phân biệt các đối tượng bên ngoài như thu hoạch kinh nghiệm, ghi nhớ kiến văn, thiện giải, ứng phó với tình huống khó khăn… tất cả đều được đưa vào lưu trữ trong Tàng Thức, nhờ đó làm nền tảng để luận chứng.

3/ Thức được đề cập trong Thập Nhị Duyên Khởi 十二緣起 (Vô minh 無明, Hành 行, Thức 識, Danh sắc 名色, Lục nhập 六入, Xúc 觸, Thọ 受, Ái 愛, Thủ 取, Hữu 有, Sinh 生, Lão 老, Tử 死). Đây là 12 nhân duyên hỗ tương và lệ thuộc lẫn nhau. Thể hiện của chúng là diễn tiến liên tục. Thức ở đây (lưu trữ) là nhận biết Nghiệp tướng, chỉ ý niệm về Nghiệp thức, Nghiệp lực, Nghiệp báo, dẫn dắt tái sinh, luân hồi, giải thoát… Cho nên, nhiều luận sư chỉ rằng: Lãnh hội (hiểu rốt ráo), Thức có thể giúp chúng ta thoát được sự Chấp Trước trong sự Chấp Ngã (Vô ngã), và Chấp Pháp (Vô thường). Từ đó, có thể đạt diệu dụng Đại viên cảnh trí.

Chữ Thức còn được Thiền Sư Linh Hựu nhắc đến trong "Quy Sơn Cảnh Sách" (Đoạn 8) với câu: Hộc xuyên tước phi. Thức tâm tùy nghiệp 縠穿雀飛. 識心隨業. Nghĩa là: Như tấm lụa lủng thì chim sẽ bay ra. Thân mất rồi thì tâm thức đi theo nghiệp.

Thiền sư Cảnh Sầm có bài kệ về Thức rất hay như sau:

Học đạo chi nhân bất thức chân
Chư vị tùng lai nhận thức thần
Vô thủy kiếp lai sinh tử bản
Si nhân hoán tác bản lai nhân.

學道之人不識真
只為從來認識神
無始劫來生死本
痴人喚作本來人

Nghĩa là:
Người học mà chẳng hiểu lẽ chân
Bởi tại lâu rồi ý thức phân
Thần thức vốn dĩ sinh từ gốc
Kẻ khờ lại tưởng bản lai nhân.

Nói đến đây, ông Lý nhận thấy ông Tư dường như đang suy tư điều gì đó nên cũng không nói thêm nữa. Ông mỉm cười nói đùa với ông Tư:

- Nhìn bác như đang "tham thiền" chắc sắp "nhập định" đến nơi rồi. Chẳng hay bác có cao kiến gì chăng?

Ông Tư nheo mắt tủm tỉm cười:

- Nãy giờ nghe bác nói về chữ Thức, tôi thật hoan hỉ nên có làm mấy câu thơ, nhưng hai chữ đầu trong mỗi câu có thể hoán đổi vị trí ở bất kỳ câu thơ nào khác và đều có ý nghĩa gần tương tự. Bài thơ như sau:

Ý Thức rằng ta đang ở đây.
Nhận Thức tại sao đến chốn này?
Tâm Thức nhắc ta luôn tinh tấn
Tỉnh Thức chánh niệm từng phút giây.

Ông Lý không kìm lòng được, thốt lên:

- Lành thay chữ Thức!

Biến đổi khí hậu và vấn nạn lương thực toàn cầu

Thái Công Tụng

1. Dẫn nhập.

Xin nhập đề bằng câu ca dao quen thuộc:

Người ta đi cấy lấy công,
Tôi nay đi cấy còn trông nhiều bề.
Trông trời, trông đất, trông mây,
Trông mưa, trông gió, trông ngày trông đêm.
Trông cho chân cứng, đá mềm,
Trời êm biển lặng mới yên tấm lòng.

Câu ca dao trên đã cho thấy khí hậu với Trời, Mây, Mưa, Gió tác động sâu xa đến nông nghiệp. Người nông dân muốn cho trời yên biển lặng, mưa thuận gió hòa vì thời tiết có ảnh hưởng lớn đến năng xuất cây lúa. Nhưng nhiều năm trở lại đây, trời không êm: năm 2010, rất nhiều tỉnh Trung Quốc bị hạn hán, nhiều hồ chứa nước ở Việt Nam bị khô nước, sông Hồng trơ đáy và biển không lặng với những cơn mưa bão: miền Trung Việt Nam cũng bị bão nhưng các năm gần đây, bão liên tục. Có nhiều chỗ mùa mưa đến chậm hơn 20-25 ngày, có chỗ lượng mưa chỉ đạt 70% so với trung bình nhiều năm trước. Bão tàn phá miền Nam Hoa Kỳ, tàn phá Bangladesh gây thiệt hại tài sản lên đến hàng trăm tỷ Mỹ kim.

Ca dao Việt cũng có câu:

Ơn Trời mưa nắng phải thì
Nơi thì bừa cạn, nơi thì cày sâu

Mưa nắng phải thì nghĩa là mưa nắng phải đúng lúc với các thời kỳ sinh trưởng của cây lương thực và đặc biệt là cây lúa. Nhưng với biến đổi khí hậu thì mưa nắng ngày nay không còn phải thì vì có nơi mưa trễ hơn, gió Lào đến sớm hơn v.v…

Hiện tượng nóng lên trên toàn cầu (global warming) làm băng hà tan, làm mực nước biển dâng nên nhiều vùng đất thấp (Bangladesh, Việt Nam …) bị ngập, làm gia tăng xâm nhập mặn và ngập triều, và ô nhiễm nước ngầm khiến một diện tích lớn đất nông nghiệp biến mất. Trong tháng 7 này, nắng nóng gay gắt đã ảnh hưởng đến cuộc sống của người dân ở nhiều nước châu Âu, châu Á và Bắc Mỹ, kèm theo đó là các vụ cháy rừng trên khắp Canada và nhiều nước Nam Âu.

Riêng ở Việt Nam, tiêu thụ điện than đang tăng nhanh chóng ở Việt Nam, gây thêm ô nhiễm không khí, làm trầm trọng thêm bệnh hen suyễn. Úc Châu nổi tiếng là ít mưa nhưng các năm gần đây mưa bão lụt lội liên tiếp: Tiểu bang Queensland lũ lụt, mưa lớn; Victoria mưa lũ làm ngập chìm nhiều nơi; New South Wales hết nóng thiêu đốt lại mưa như trút nước; Bắc Úc bị dập vùi bởi trận bão Yasi v.v… Thành phố Venise với cao độ đã thấp, nay với biến đổi khí hậu, nước biển lại láng trên công trường St Marc nổi tiếng! Trên báo Journal de Montreal tháng Juillet 2022, có bài tựa đề: Les Sud Africains se sont réveillés dans la neige.

Đó là những biến đổi khí hậu, tạo ra nhiều hậu quả tiêu cực về tài sản, tính mạng, lương thực: Phó Giám đốc Cơ quan Biến đổi Khí hậu Copernicus (C3S), bà Samantha Burgess cho biết thế giới vừa trải qua đầu tháng 6 nóng nhất được ghi nhận. C3S cũng cho biết thời điểm đầu tháng 6, nhiệt độ toàn cầu đã vượt các mức nhiệt của thời kỳ tiền công nghiệp hơn 1,5 độ C. Đây là mức giới hạn tham vọng nhất mà Hiệp định Paris về biến đổi khí hậu năm 2015 đặt ra, như mục tiêu hạn chế sự nóng lên toàn cầu. Mức nhiệt này phá vỡ các kỷ lục trước đó với sự chênh lệch đáng kể.

Môi trường sống bị ảnh hưởng trầm trọng nên để nâng cao nhận thức: trên truyền hình có chương trình J'ai vu changer la Terre, ngoài xã hội thì có Ngày Quốc Tế về Nước, Ngày Trái Đất, Ngày Môi trường Thế giới (5-6) và Năm quốc tế về Rừng (2011); trong chính trường thì có Parti Vert v.v… chưa kể có dạ hội bầu Hoa Hậu Trái Đất trong đó có một phụ nữ Việt gốc Thượng được hạng nhất! Rồi lại một nữ sinh còn trẻ tuổi tên là Greta Thunberg, người Thụy Điển, đã dấy lên cơn bão đánh thức các chính trị gia hãy nghe khuyến cáo các nhà khoa học để hành động chống biến đổi khí hậu đang xảy ra để cứu vãn Trái Đất; trên Le Journal de Montreal, 23 Juin 2023, có bài: 51 milliards réclamés contre des groupes pétroliers américains, après le dome de chaleur de 2021, un épisode climatique et meurtrier.

Biến đổi khí hậu với sa mạc hóa, với nước biển tiến sâu vào đất làm thiếu đất trồng trọt. Hạn hán, bão lụt xảy ra nhiều hơn (thiên tai) thêm vào sự phá rừng (nhân tai) làm sự bồi lắng sông suối nhiều hơn nên chế độ thủy văn bị đảo lộn, nên mưa không thuận, gió không hòa do đó mùa màng bị thất bát, làm giá lương thực tăng cao. Hội nghị COP 27 tại Charm El-Cheik năm 2022 cũng bàn về khí hậu. Ngày nay, chúng ta thấy sự thay đổi khí hậu nhưng các nhà khoa học trên thế giới đã 'thấy' sự biến đổi khí hậu từ mấy chục năm nay. Thời tiết nắng nóng gay gắt, mưa ít khiến mực nước ở hồ thủy điện lớn nhất Việt Nam xuống mực nước chết, ảnh hưởng lớn đến việc vận hành, cung cấp điện và sinh kế.

2. Liên Hiệp Quốc và sự biến đổi khí hậu

Vài dòng lịch sử: Hai cơ quan Tổ chức Khí tượng Thế giới (World Meteorogical Organization) và Chương trình Môi Trường Liên Hiệp Quốc (UNEP) đã cùng nhau thiết lập vào năm 1988 một tổ chức mang tên là IPCC, tức International Panel Climatic change, với 194 quốc gia thành viên. IPCC là cơ quan khoa học chịu trách nhiệm biên tập và soạn thảo các báo cáo đặc biệt với những thông tin về khoa học, công nghệ và kinh tế xã hội trên toàn thế giới.

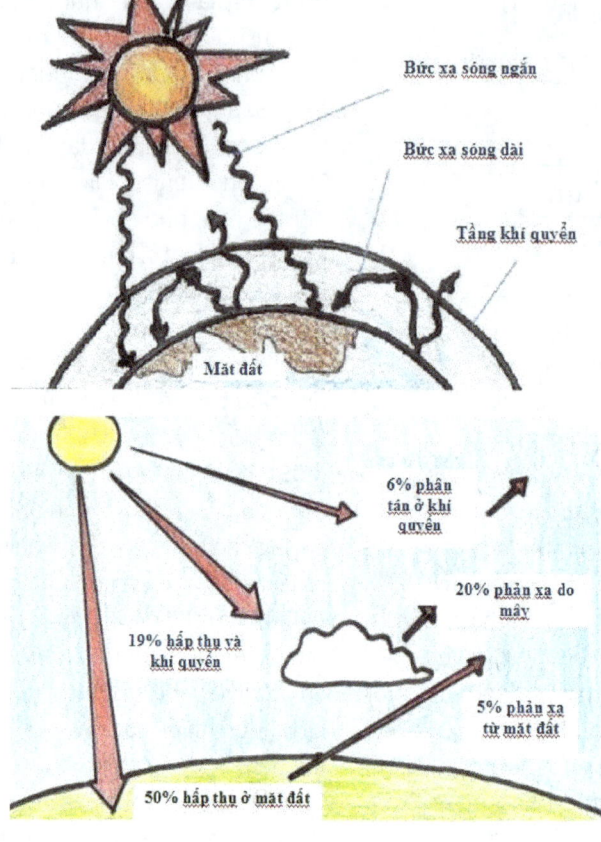

Bản phúc trình đầu tiên của IPCC đã dẫn đến Công ước Khung của Liên Hiệp Quốc về Biến đổi khí hậu (UN Framework Convention on Climate change), do nhiều nước cùng ký năm 1992 tại Hội nghị thượng đỉnh về Trái đất ở Rio de Janeiro (Bresil).

Bản phúc trình thứ hai của IPCC năm 1995 đã dẫn tới Nghị định thư Kyoto (Kyoto Protocol) năm 1997 với mục tiêu cắt giảm lượng khí thải gây hiệu ứng nhà kính.

Bản phúc trình thứ ba của IPCC năm 2001 cập nhật hóa nền tảng khoa học của sự biến đổi khí hậu, đề nghị các phương thức thích nghi và giảm thiểu khí nhà kính.

Bản phúc trình thứ tư năm 2007 cho rằng chính các hoạt động của loài người với các khí nhà kính (GES: gas à effet de serre) đã làm nhiệt độ trái đất nóng lên.

3. Khí nhà kính

Khi ánh sáng mặt trời chiếu vào Trái Đất, các bức xạ mặt trời một phần do mây trời hấp thụ, một phần đến được mặt đất, giúp cho đời sống thực vật và động vật. Bức xạ mặt trời chiếu xuống trái đất gồm tia sóng ngắn (tia cực tím), tia sáng nhìn thấy và thường bị lớp khí quyển độ cao 25-30 km hấp thụ. Các tia sóng ngắn từ mặt đất phản xạ vào khí quyển gồm những tia sóng dài (tia hồng ngoại). Một số phân tử trong bầu khí quyển, như metan (CH_4) và khí cacbonic (CO_2), thoát vào trong không khí do núi lửa, do cháy rừng, do chất hữu cơ phân hủy bị ngăn lại và hấp thụ trong không khí nên làm trái đất nóng lên vì cũng tương tự trong nhà kính trồng cây vào mùa đông, lớp kính (thủy tinh) giữ không cho sức nóng ra ngoài, giúp cho rau hoa sinh trưởng được.

Các khí nhà kính quan trọng là khí metan (CH_4) và oxyd diazot (N_2O). Các loại khí này có mặt trong khí quyển từ bao đời nay; tuy nhiên, với các hoạt động của loài người như hoạt động kỹ nghệ, phá rừng, sự đốt cháy các nhiên liệu hóa thạch như dầu hỏa, khí đốt, than đá... đã làm nồng độ các khí nhà kính (GES: gas à effet de serre) nhiều hơn, có tác dụng giữ lại nhiệt của mặt trời, không cho nó phản xạ đi, làm nhiệt độ trái đất nóng lên.

4. Con người vừa là nguyên nhân, vừa là nạn nhân của biến đổi khí hậu

4.1. vừa là nguyên nhân.

- overpopulation. Trước đây, nhà thơ Tú Xương có viết:

Lẳng lặng mà nghe nó chúc con:
Sinh năm đẻ bảy được vuông tròn.
Phố phường chật hẹp, người đông đúc
Bồng bế nhau lên nó ở non.

Xưa kia, đất rộng và người thưa: thời Pháp thuộc trước 1945, cả Đông Dương (Việt Nam, Ai Lao và Campuchia) chỉ có 25 triệu người; ngày nay, chỉ riêng Việt Nam đã trên 80 triệu người. Thế giới ngày nay (2011) đã 7 tỷ người, tăng 8 tỷ năm 2022 và 9,8 tỷ năm 2050 (tài liệu Lâm Văn Bé) trong khi đầu thế kỷ 17, mới chỉ có 500 triệu người. Sự gia tăng dân số xảy ra chủ yếu ở các nước đang phát triển, trong đó có những quốc gia nghèo nhất thế giới. Dân số đông đòi hỏi nhu cầu lương thực, nhu cầu chuyên chở, nhu cầu vật liệu tiêu dùng (áo quần, dày giép): nhu cầu lương thực thì phải có nhà máy để biến chế lương thực, để sản xuất ra phân hóa học, nhu cầu chuyên chở thì phải có xe cộ, nhu cầu vật tiêu dùng cũng phải có cơ xưởng để sản xuất và sử dụng nhiên liệu hóa thạch như than đá hay xăng dầu nên phát thải ra trong bầu trời nhiều khí CO_2.

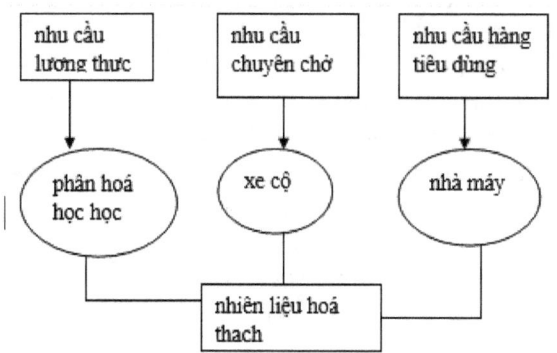

Lượng khí nhà kính trong bầu trời tăng dần từ thế kỷ 19 đến nay vì trước thế kỷ 19, kỹ nghệ chưa phát triển nhiều. Thực vậy, nồng độ CO_2 trong khí quyển đã tăng từ 280 đến 350 ppm và tăng nhanh những năm gần đây do hai nước Trung Quốc và Ấn Độ trên đà phát triển kỹ nghệ. Theo nhiều nhà khoa học chuyên về khí hậu, sau đây là lượng % CO_2 của những cơ xưởng sản xuất điện từ than phát thải ra: Trung Quốc 29.4%, Hoa Kỳ 14.3%, Liên Hiệp Âu Châu 9.8%, Ấn Độ 6.8% (Nguồn: Le Journal de Montreal 24 Novembre 2019).

Chỉ riêng ngành sản xuất xi-măng thải ra đến 7% lượng CO_2 toàn cầu, theo Cơ quan Năng lượng Quốc tế.

Gia tăng nhiệt độ, làm băng hà tan, kéo theo nước biển dâng lên, với thay đổi của khuôn mẫu mưa rơi và phân phối nước mưa do biến đổi khí hậu có thể dẫn đến sửa đổi quan trọng về tài nguyên đất và nước cho công việc sản xuất lúa: nhiệt độ cực cao hay cực thấp vào thời kỳ lúa nở hoa sẽ gây nên bất thụ và hạt lép.

-*overcutting*. Phá rừng để canh tác, đốt than đá: chất mùn sẽ bị tiêu hủy, thải hồi CO_2 vào lại không khí. Phá rừng trên thượng nguồn cũng tác động đến dòng chảy vì phá rừng sẽ làm dòng sông suối bị bồi lắng, làm lượng nước chảy ít đi và không đủ mạnh để đẩy mặn ở hạ lưu. Còn phá rừng ở hạ nguồn, nghĩa là phá rừng ngập mặn, phá rừng tràm làm nước mặn tiến sâu hơn vào nội địa.

-*overgrazing* tức chăn thả quá mức với cừu, dê… như ở Bắc Phi dẫn đến sa mạc hóa vì làm đất chai cứng, nước mưa trôi chảy, không thấm vào lòng đất và thực vật không thể mọc hay nảy mầm. Những vùng đất láng cứng (như sân chơi hockey!) đầy rẫy ở Burkina Fasso, ở Niger, ở Mali, Mauritanie v.v… Có hai tỷ người đang sống tại các vùng đất khô, có nguy cơ bị sa mạc hóa. Những vùng này trải dài từ Bắc Phi tới những dải đất ở Trung Á. Sa mạc hoá làm mất đi diện tích canh tác.

-*overpumping*. Với bơm nước quá mức (overpumping) làm nước ngầm dưới đất bị sụt quá sâu nên nước mặn dễ lấn sâu hơn vào đất, làm đất mặn hơn, cản trở cho sản xuất. Nhiều nước dùng nước ngầm để tưới hoa màu nhưng với hạn hán, nhiều dự trữ nước ngầm cũng bị suy sụp, giếng khô cạn. Theo một nghiên cứu của World Bank thì ở Ấn Độ có 175 triệu người sống nhờ lương thực sản xuất ra nhờ nước ngầm bơm quá tải. Ở Trung Quốc, bơm nước ngầm giúp nuôi 130 triệu người. Nếu tài nguyên nước ngầm thiếu hụt (do hạn hán, do bơm quá tải) thì khó lòng tăng thêm lương thực.

4.2. vừa là nạn nhân

Khi nhiệt độ tăng, tốc độ bốc hơi từ đại dương và các mặt sông, hồ sẽ tăng. Điều này sẽ ảnh hưởng đến việc hình thành và phân bố các đám mây, thay đổi lượng mưa trên diện rộng.

-nông nghiệp bị ảnh hưởng do thời tiết: hạn hán làm thất thu lúa mì ở Nga; làm Trung Quốc phải nhập cảng lúa mì nhiều hơn để đề phòng đói; mưa nhiều làm các nơi sản xuất dầu cọ ở Mã Lai bị ngập, khiến giá dầu thực vật tăng. Thời tiết bất lợi như nhiệt độ nóng lên ban đêm thì sản xuất tinh bột giảm do sự hô hấp thực vật tăng. Khi nhiệt độ thấp, số giờ nắng trong ngày thấp sẽ hạn chế sự quang hợp và đẻ nhánh của cây lúa.

- sa mạc hóa (desertification). Sa mạc lấn rộng do hạn hán. UNDP tiên liệu cuộc xâm lăng hành tinh xanh của sa mạc sẽ khiến vùng cận Sahara có thể mở rộng thêm 60-90 triệu hecta vào 2060, gây thiệt hại khoảng 26 tỷ USD. Một số nhà khoa học ước tính, sa mạc-hóa "đẩy" 1 tỷ tấn bụi có từ vùng Sahara vào bầu khí quyển mỗi năm. Ở sa mạc Gobi, mỗi năm diện tích bụi cát tăng 10.000 km2, xâm lấn các đồng bằng, khu dân cư. Sự gia tăng các cơn bão bụi liên quan tới sa mạc-hóa được coi là nguyên nhân gây bệnh: sốt, ho, đau mắt trong mùa khô.

- Nigeria (một trong những quốc gia có tốc độ chặt phá rừng cao nhất châu Phi) mất khoảng 350.000 ha diện tích đất trồng trọt mỗi năm do cát từ sa mạc Sahara xâm lấn. Khoảng 35 triệu người ở miền Bắc Nigeria bị ảnh hưởng do tình trạng sa mạc-hóa. Phần lớn họ kéo về thủ đô Lagos để kiếm sống, gây tình trạng quá tải ở thành phố này.

- Trung Quốc có gần 30% tức 2.5 triệu km2 là đất

sa mạc cằn cỗi, nằm ở phía Bắc và phía Tây. Ngay cả thủ đô Bắc Kinh cũng đang sợ bụi cát bay từ sa mạc Nội Mông. Con đường tơ lụa huyền thoại từ Trung Đông đến Trung Quốc hầu như trên toàn sa mạc (Tân Cương, Thanh Hải). Cao nguyên Tây Tạng cũng là sa mạc, dù đó là sa mạc lạnh. Cụ Nguyễn Du khi đi sứ ở Trung Quốc về cũng đã tả sa mạc trong truyện Kiều: Mịt mù dặm cát đồi cây!

- Tại miền nam Pháp, cơ quan khí tượng thủy văn thông báo nhiệt độ ở các vùng núi cao như Alpes, Pyrénées và ở đảo Corse đã vượt quá các kỷ lục từng ghi nhận, và cao hơn từ 8 đến 11,9 độ C so với mức thông thường vào mùa này.

- Tại Hy Lạp, trong 24 giờ qua, có tới 47 đám cháy bùng phát. Tình hình nắng nóng nghiêm trọng đến mức thủ tướng Hy Lạp đã phải rời thượng đỉnh Châu Âu - Châu Mỹ Latinh sớm hơn dự kiến và trở về nước tối thứ Ba 18/07 để chuẩn bị kế hoạch đối phó với đợt nắng mới dự báo bắt đầu vào ngày mai 20/07.

- Nhìn sang Mỹ, Phoenix, thủ phủ của bang Arizona, ở miền nam, ghi nhận ngày thứ 19 liên tiếp nhiệt độ cao trên 43,3 độ C. Trong khi đó, ở thủ đô Bắc Kinh Trung Quốc đã trải qua ngày thứ 27 liên tiếp với nhiệt độ trên 35 độ C. Đây là đợt nắng nóng cao độ và kéo dài nhất tính từ 27 năm trở lại đây. Nhiệt độ tại vùng Tân Cương, miền tây Trung Quốc 16/07 lên đến 52,2 độ C.

5. Khủng hoảng lương thực, một tsunami thầm lặng.

Hiện tượng nóng lên trên toàn cầu (global warming) làm băng hà tan, làm mực nước biển dâng nên nhiều vùng đất thấp (Bangladesh, Việt Nam …) bị ngập, làm gia tăng xâm nhập mặn và ngập triều, và ô nhiễm nước ngầm khiến một diện tích lớn đất nông nghiệp biến mất. Biến đổi khí hậu với sa mạc hóa, với nước biển tiến sâu vào đất làm thiếu đất trồng trọt. Hạn hán, bão lụt xảy ra nhiều hơn (thiên tai) thêm vào sự phá rừng (nhân tai) làm sự bồi lắng sông suối nhiều hơn nên chế độ thủy văn bị đảo lộn, nên mưa không thuận, gió không hòa do đó mùa màng bị thất bát, làm giá lương thực tăng cao, chưa kể đến cháy rừng, ngập lụt. Nhu cầu xăng nhiều đã đẩy giá xăng tăng (từ 80$ một thùng dầu lên 120$ ngày nay) nên mọi chi phí sản xuất lương thực đều lên cao, từ phân bón, thuốc bảo vệ thực vật, gieo, gặt, chuyển vận nên làm giá tiêu dùng cũng lên cao … Và nhà nước các xứ đó phải trợ cấp giá cả cho nhiều mặt hàng từ dầu ăn đến lúa gạo để làm nhẹ gánh nặng cho dân nên phải lại kéo giá bán xăng dầu cho các nước Tây phương. Và cứ thế lực đẩy về Giá (Cost Push) và lực kéo về Cầu (Demand Pull) tiếp tục mãi.

Tóm tắt: về Cầu (Demand) thì dân số tăng; về Cung (Supply) thì đất đai mất đi cả lượng (đô thị hóa, ngập vì băng hà tan) lẫn phẩm (xói mòn, nước ngầm cạn kiệt do khô hạn, nước mặn xâm nhập…) nên gây ra khủng hoảng lương thực với giá gạo, giá lúa mì, giá dầu ăn đều tăng theo. Thực vậy, trong khi trên các xứ Tây phương, trung bình chỉ chi tiêu 10% lợi tức vào lương thực thì tại các xứ chậm tiến, hầu như lợi tức thu nhập phần lớn là để mua thức ăn; do đó khi giá lương thực tăng cao thì bạo loạn xã hội xảy ra (Phi Châu cách đây 2 năm, Trung Đông hiện nay).

Để tránh cuộc khủng hoảng lương thực do nhiều nước không đủ đất trồng trọt nên họ phải đi mua hay thuê đất. Điển hình là Sudan rao thuê 1 triệu ha với nước mua: Kuwait, Đại Hàn, Qatar để sản xuất lúa mì, khoai tây, bắp. Ethiopia cũng cho Trung Quốc, Ấn Độ, Saudi Arabia thuê đất trồng hoa màu. Uganda và Tanzania cho Bangladesh thuê 40.000 héc-ta đất sản xuất lương thực, cho Ai Cập thuê 840.000 ha để sản xuất bắp. Gần hơn với Việt Nam là Lào với người mua là Trung Quốc và các nước vùng Vịnh để sản xuất cao su, gạo, khoai mì. Campuchia với 2 nước vùng Vịnh là Qatar, Kuwait mua đất để sản xuất gạo, cao su, dầu cọ. Các nhà đầu tư Mỹ và châu Âu cũng đang ồ ạt mua hoặc thuê gần 60 triệu hecta đất nông nghiệp,- tương đương với diện tích toàn nước Pháp- ở các xứ châu Phi như Ethiopia, Mali, Mozambique, Sierra Leone, Sudan, Tanzania và Zambia nhằm kiểm soát nguồn cung cấp lương thực.

Cận cảnh lòng hồ thủy điện lớn nhất Việt Nam phơi đáy, nứt nẻ

Mức nước thượng lưu hồ chứa của Nhà máy thủy điện Sơn La hiện đã xuống dưới mực nước chết. Mực nước chết của nhà máy là 175m (tính từ mặt nước biển), ghi nhận trong ngày 7-6, mực nước đã xuống đến mức 174,9m. Đây là lần đầu tiên trong lịch sử Nhà máy thủy điện Sơn La rơi vào tình trạng này.

6. Khống chế biến đổi khí hậu

6.1. Thế nào là kinh tế vòng tròn. Kinh tế vòng tròn đều hướng đến việc giảm tác động đến môi trường thông qua giảm rác thải, tái sử dụng rác thải để sản xuất sản phẩm khác bằng giảm thiểu các yếu tố ảnh hưởng đến môi trường của quá trình sản xuất, giúp tiết kiệm nguyên liệu đầu vào, giúp tái chế biến rác thải, thay vì vứt bỏ rác thải ra môi trường. Trong cách vận hành của kinh tế vòng tròn, các phụ phẩm trong ngành nông nghiệp lúa gạo như vỏ trấu, rơm… phải dùng làm nguyên liệu đầu vào cho các lò hơi đốt.. Vỏ xơ dừa cũng được tái sử dụng làm chỉ dệt thảm lau chân. Vỏ lốp bánh xe được tái chế ra tapis để ở ngoài cửa ra vào để chùi tuyết v.v…

6.2. Tránh overpopulation, tức điều hòa dân số. Điều hòa dân số nghĩa là bớt đẻ. Tại Việt Nam, hàng năm, dân số tăng thêm gần một triệu người. Như vậy, đất thành phố sẽ lan rộng ra và chiếm vào quỹ đất nông nghiệp trong khi đó thì nhu cầu lương thực, nhu cầu rau cải đều tăng cao.

6.3. Tránh overconsumption. Vì tiêu thụ quá nhu cầu sẽ gây suy thoái tài nguyên và làm khí thải tăng lên. Biết đủ là đủ, không xài quá mức.

6.4. Tránh overpumping. Bớt tiêu thụ nước ngầm vì tiêu thụ quá mức sẽ làm nước mặn xâm nhập vào đất. Trái lại, nên tận dụng nước mưa ở những vùng mưa nhiều.

6.5. Ăn chay, giúp giảm áp lực trên đất. Giảm thịt có nghĩa bớt đi diện tích đất trồng cỏ nuôi bò, và dùng đất đó để sản xuất lương thực, giảm nhu cầu nước tưới, giảm nhiều giai đoạn sản xuất khác như lò sát sinh, kho đông lạnh, bao bì, chuyên chở v.v… như vậy giảm được phế thải kỹ nghệ, giảm được nhu cầu năng lượng, giảm được ô nhiễm đất và nước.

6.6. Sử dụng năng lượng tái tạo. Vì các năng lượng như than đá và dầu hỏa gây thêm ô nhiễm nên càng ngày người ta càng chú trọng đến các năng lượng nước, năng lượng mặt trời, năng lượng gió là các năng lượng xanh, không phát thải carbon và không bao giờ cạn kiệt, giúp bớt ô nhiễm tiếng động cũng như ô nhiễm không khí. Nhiều hãng xe bán ô-tô điện: các thương hiệu Audi, BMW, Mercedes-Benz rầm rộ nhập ô-tô điện giá từ 2,3 - 7 tỷ đồng/chiếc vào thị trường Việt Nam.

6.7. Nông nghiệp thủy canh có lợi là không cần đất, không sâu bọ phá hại, chủ động chế độ dinh dưỡng, tiết kiệm nước vì các thùng chứa nước bị khép kín để tránh bay bốc hơi và dùng hệ thống tưới nhỏ giọt (drip irrigation) cung cấp dinh dưỡng cho từng gốc cây, giúp tránh mưa, tránh bão, ngăn côn trùng xâm nhập, nên không cần thuốc bảo vệ thực vật.

6.8. Trồng rừng. Một giải pháp khác là trồng thêm rừng vì cây cối qua hiện tượng quang hợp có khả năng hút bớt khí CO_2 trong khí quyển, và chuyển vào không khí nhiều oxy hơn, giúp làm giảm hiệu ứng nhà kiếng. Rừng ngập mặn ngoài khả năng hút khí nhà kính lại có chức năng cản sóng, giữ phù sa trầm tích. Việt Nam thì đồi trọc không cây cối càng ngày càng nhiều do nạn phá rừng, lấy củi với hậu quả là lụt lội càng ngày càng nhiều. Ngày nay, không phải con hổ nhớ rừng như trong bài thơ của Thế Lữ:

Nhớ cảnh sơn lâm, bóng cả cây già. Với tiếng gió gào ngàn, với giọng nguồn hét núi, mà chính con người ngày nay nhớ rừng hơn bao giờ hết!

7. Kết luận

Chúng tôi mở đầu bằng câu ca dao quen thuộc; nay cũng xin kết thúc bài viết bằng câu Kiều thân quen:

Và trong thần mộng mấy lời
Túc nhân âu cũng có trời ở trong
Kiếp này nợ trả chưa xong
Làm chi thêm một nợ chồng kiếp sau?

Túc nhân có nghĩa là đủ các nguyên nhân. Nói theo thuyết nhân quả của nhà Phật thì con người đã tạo nghiệp xấu như phá hủy thiên nhiên, phá rừng, gây điên đảo. Trong Tam Độc tham, sân, si của nhà Phật thì chữ tham đứng trước. Con người tham ăn, tham uống, tham đủ thứ thì ngày nay, con người phải cải nghiệp xấu, phải biết hối cải bằng cách cải thiện cái Tâm của mình; phải yêu thương tạo vật, xem thiên nhiên là hơi thở của mình. Biến đổi khí hậu đang trở thành một thách thức lớn nhất mang tính toàn cầu mà chúng ta và các thế hệ mai sau phải đối mặt.

Trên Trái Đất này, mọi việc đều tương quan: sự suy thoái của cái này kéo theo cái kia. Thực vậy, Trái Đất là một toàn thể (holism). Biến đổi khí hậu không phải đơn giản là băng tan, nước biển dâng mà bài toán có tính cách nhiều chiều (multi-dimensional) vì kéo theo nhiều lãnh vực: dân số, cải thiện sử dụng nước, trồng rừng v.v…

Loài người phải nhận thức rằng hành tinh Trái Đất ta đang ở đang có xu hướng gặp thảm họa do dân số tăng, do sự kiệt quệ các tài nguyên tự nhiên như đất, nước, dầu mỏ, sự xuống dốc môi trường sống và tình trạng thiếu lương thực. Dân cư đông nhưng tài nguyên đất đai bị hư do xói mòn, do mất phì nhiêu, do sa mạc-hoá sẽ tác động tiêu cực đến sự sống của loài người.

Phải biết dung hòa giữa phát triển kinh tế và nhu cầu bảo vệ môi trường. "Trái đất nóng lên sẽ là mối quan tâm hàng đầu của nhân loại. Nó thậm chí làm lu mờ cả chiến tranh hạt nhân". Đây là phát biểu của chủ nhân của giải thưởng Nobel Hòa bình, cựu Tổng Thống Colombia Juan Manuel Santos.

Cũng không phải ngẫu nhiên mà những nước thực hiện các chương trình môi trường đầy đủ lại đúng những quốc gia có chỉ số hạnh phúc lớn nhất. Năm 2019, đó là những nước Phần Lan, Thụy Điển, Đan Mạch, Na Uy, Hà Lan. Canada đứng hạng 9. Như lời Đức Cố Giáo Chủ Gioan Phaolô II đã nói chúng ta có một nền văn minh khoa học, kỹ thuật tiên tiến thật đó, song là một "nền văn minh sự chết", vì chấp chứa trong nó những mầm mống sự chết, giết chóc và hủy diệt… Yêu thương tạo vật có nghĩa là sử dụng tài nguyên môi trường mà không làm tổn hại đến thiên nhiên (đất, nước, rừng..), sản xuất hàng hóa mà không đem lại hậu quả xấu như gây ô nhiễm cho kinh rạch sông suối, tạo thêm ô nhiễm không khí, nói khác đi tạo một nền kinh tế xanh. ∎

Thái Công Tụng

[1] Có độ dài sóng từ 10 đến 380 nm (nanomet).
[2] có độ dài sóng từ 380 đến 780 nm.
[3] có độ dài sóng từ 780 đến 340 000 nm, mắt thường không nhìn thấy được.
[4] Phân đạm thì chất nitrogen lấy thẳng từ không khí còn hydrogen lấy từ khí đốt với nhiệt độ và áp suất để tạo ra ammonia. Với ammonia có thể chế ra các loại phân đạm khác như urea, sunfat ammonium, v.v…

(Tiếp theo trang 26)

cùng với chúng ta trên địa cầu này, một hôm Ngài cảm thấy kiệt lực, đành phải nằm xuống đất bên cạnh một con đường mòn trong một khu rừng hoang vắng. Qua hành động đó của chính mình, thêm một lần nữa, Ngài đã chứng minh cho chúng ta thấy bản chất vô thường của sự sống. Thế nhưng kiếp sống tuyệt vời nhưng vô cùng đơn sơ đó của Ngài dường như cũng trải rộng đến vô biên: Ngài sinh ra trong một khu rừng và nằm xuống với thiên nhiên vô tận.

Trên đây là mười hai hành động của một vị Phật, thế nhưng Đức Phật lịch sử qua cuộc sống tuy đơn sơ nhưng phi thường của mình cũng còn để lại thêm cho chúng ta một hình ảnh, một cử chỉ mang thật nhiều ý nghĩa. Trong lúc ngồi thiền trong đêm dưới cội bồ-đề, đến lúc gần sáng và đúng vào lúc mà Ngài đạt được Giác ngộ, thì Ngài đặt cánh tay phải lên đầu gối mình, các ngón tay chạm vào mặt đất. Tiếng Phạn gọi cử chỉ này là *Bhumisparsa-mudra*, *bhumi* có nghĩa là *đất* hay *mặt đất*, *sparsa* là một động từ và có nghĩa là *chạm vào*, *mudra* có nghĩa là *cử chỉ* hay *thủ ấn*. Qua cử chỉ đó Ngài đã mượn địa cầu làm nhân chứng cho sự Giác ngộ của Ngài, thế nhưng dường như cử chỉ đó cũng nói thêm một điều vô cùng quan trọng khác là Ngài sẽ mãi mãi lưu lại nơi này với chúng ta, bên cạnh chúng ta, Ngài «không đi về đâu cả», cũng «chẳng phải từ đâu đến đây», Ngài là con người của địa cầu này, một con người như tất cả chúng ta. Cũng vậy, sự Giác ngộ/Bodhi và cả Niết-bàn/Nirvana đều hiện ra nơi địa cầu này, trên hành tinh này, là sở hữu và gia tài của cả nhân loại.

Trên đây nhà sư Sangharakshita cũng có nêu lên một phương pháp rất nhẹ nhàng và thực dụng, đó là cách hình dung thật sinh động các hành động của một vị Phật và sống thật với các hành động đó qua sự tưởng tượng của mình. Sự hình dung đó, sự tưởng tượng đó sẽ giúp mình hòa nhập vào các hành động của vị Phật ấy và biến các hành động ấy trở thành các hành động của chính mình. Thế nhưng điều đó không có nghĩa là mình sẽ trở thành vị ấy một cách cụ thể mà chỉ là cách giúp mình biến cải thật sâu xa chính mình tạo cho mình một sự hiện hữu thật gần với một vị Phật. Đây là một cách ứng dụng của phép thiền định quán tưởng của Phật giáo Tây Tạng. Tóm lại không cần gì phải trải qua hàng triệu và hàng triệu kiếp tái sinh mới được chứng kiến các hành động của một vị Phật..

Ngoài ra khái niệm «Mười hai hành động của Đức Phật Thích-ca Mâu-ni» trên đây còn cho thấy một sự khác biệt thật căn bản và chủ yếu giữa Tiểu và Đại thừa. Đối với Tiểu thừa, trước khi đạt được Giác ngộ thì Đức Phật chỉ là hoàng tử Siddharta/Tất-đạt-đa, tương tự như tất cả các vị hoàng tử khác. Trái lại đối với Phật giáo TâyTạng và Đại thừa nói chung, thì Đức Phật đã là một vị Phật trước khi sinh ra trên hành tinh này. ∎

Nguyễn Chí Trung

mười bài thơ cho trái đất

1.
SƯƠNG MÙ
Bờ đêm dậy ngó Sương Mù
Mấy nghìn năm đó che dù giữa trưa
Thênh thang phố nhạt đường thưa
Đến Bây Giờ vẫn còn chưa có Người
Biết bao cuộc sống buồn cười
Thuở hồng hoang ấy còn vui hơn nhiều

2.
BỤI
Bụi còn quanh quẩn bên chân
Đường dài ta đứng vô ngần không đi
Bài Ca Hòa Điệu cũng vì
Hỗn mang thế giới chôn ghì trong tâm
Đến đây trong cõi âm thầm
Ra đi như Bụi trong Vùng Cỏ Hoa

3.
GIÓ
Gió đi còn để lại đây
Những Trống Không của những ngày Hư Không
Khởi từ bảy nhịp Cầu Vồng
Đến nay Bóng Tối mênh mông trong hồn
Qua miền đất cát cô đơn
Mây trôi tan nát chiều hôm rạc rời

4.
ĐẤT
Bỏ đi Ngôn Ngữ Hôm Nay
Để cho Lời Đất còn quay trở về
Mưa ôm đất khóc đêm hè
Cùng nhau lần nữa, vẫn nghe nỗi sầu
Hồn hoang vu, đất dãi dầu
Niềm phù du gửi trong câu mơ hồ

5.
NƯỚC
Biển em mở cửa hẹp này
Ta vào để sống những giây bềnh bồng
Gặp nhau tim đập mênh mông
Yêu nhau dâng nước của lòng cho nhau
Làm sao sống tiếp, quên sầu?
Ngoài kia Sông đã đổi màu từng đêm

6.
LỬA
Bài Thơ viết đã từ lâu (?)
Mặt trời Patmos điên đầu Hôm Nay
Giữa đường nghe núi thở dài
Lửa đã tắt ngấm trong ngày tắt hơi
Hay là ta đã đến nơi?
Đi làm chi nữa Đất Trời là đây!

7.
THÚ
Rừng già giãy chết qua đêm
Thú ngơ ngác giữa cuồng điên của đời
Bài ca quần đảo tắt rồi
Côn trùng sâu bọ là người ngày mai
Đêm đêm tiếng dế lạc loài
Thời Gian là đó trong ngày tháng qua

8.
NGƯỜI
Từ con thú bỏ thiên đường
Ra đi đến buổi triêu dương làm Người
Viết gì đây nữa về ngươi!
Có chăng là viết về đời bỏ đi?
Khởi đầu thần tượng uy nghi
Đến giờ gãy đổ, lấy gì làm thay?

9.
SA MẠC
Giữa trưa đội nước lên đầu
Đem ra Sa Mạc dội sâu vào hồn
Từng đêm hiểm họa dập dồn
Tan hoang Ngôn Ngữ vùi chôn Thiên Tài
Hiến dâng cho Đất thân này
Giữa Điệu Tàn để lại vài Bài Thơ

10.
THI CA
Ngồi nhìn trăng mọc qua đêm
Bài Thơ viết dở bên thềm Hư Vô
Bước qua Mặt Đất mơ hồ
Lang thang Sa Mạc đến giờ tắt hơi
Mộng đi em, để qua đời
Thi Ca có lẽ là Lời Hư Không

(THI CA NGOẠI TẬP)
© nguyenchitrung

TRUYỆN CỔ PHẬT GIÁO

NGƯỜI MÙ SỜ VOI

Tịnh Ý giới thiệu

(Kể theo Kinh Tiểu bộ, tập I, Kinh Phật tự thuyết, chương VI - Phẩm *Sinh ra đã mù*. Hoà thượng Thích Minh Châu dịch.)

Một thời, Thế Tôn trú tại nước Xá Vệ (Sàvatthi), rừng Kỳ đà (Jetavana), khu vườn của trưởng giả Cấp Cô độc (Anàthapindika).

Lúc bấy giờ có một số các thầy Tỳ kheo, các thầy Bà la môn và du sĩ ngoại đạo khác cùng vào thành Xá Vệ để khất thực. Họ có nhiều quan niệm khác nhau về thế giới, về phép hành trì… Do đó, họ sinh ra tranh cãi: Như thế này là Pháp, như thế này không phải Pháp…

Các Tỳ kheo trong giáo đoàn của Thế tôn thấy vậy, sau buổi khất thực trở về kể lại với đức Thế Tôn. Ngài dạy:

Này các Tỳ kheo, các du sĩ ngoại đạo là những người mù, không có mắt, nên họ không biết Pháp và cũng không biết phi Pháp…

Tiếp theo, Ngài kể câu chuyện:

"Này các Tỳ kheo, thuở xưa cũng tại thành Xá Vệ này, có một ông vua đã cho nhóm họp các người mù lại rồi sai người dắt đến một con voi. Sau khi sờ voi, những người sờ được cái đầu nói con voi như cái ghè; những người sờ được cái tai bảo con voi như cái sàng gạo; những người sờ được cái ngà nói con voi như lưỡi cày; những người sờ được cái bụng bảo con voi như cái trống; những người sờ được cái chân nói con voi như cái cột; những người sờ được cái đuôi bảo con voi như cây chổi…Những người đó sinh tranh cãi, xung đột với nhau

Này các Tỳ kheo, các du sĩ ngoại đạo là những người mù, không có mắt, không biết Pháp và không biết phi Pháp. Do đó, họ mới đi đến tranh luận…

Truyện cổ "Người mù sờ voi" từ Kinh điển của Phật giáo đã lan rộng ra nhiều nước ở Đông Nam Á. Tại Việt nam truyện lại được xem như truyện cười cho nhi đồng. Có hai bản "Người Mù Sờ Voi" của Ôn Như Nguyễn Văn Ngọc trong sách (Để mua vui, quyển 1, in năm 1929 tại Hà Nội) và của Trương Chính (Bình giải ngụ ngôn Việt Nam, Nxb. Giáo dục, Hà Nội, 1998)

Nhận xét:

1. Mù là trạng thái mắt bị hỏng, không thấy được sự vật nên nhầm tưởng sự vật này với sự vật khác. Người mù trong truyện thuộc dạng này, họ bị tật nguyền.

2. Tuy nhiên dù có đủ mắt chúng ta vẫn có thể "mù", vẫn " vô minh" trên nhiều phương diện. Đó là cái mù về sự nhận thức về hiểu biết , mù kiến thức. Ví dụ như người mù chữ, mù về Internet, mù về các trường phái hội hoạ hay âm nhạc để thưởng thức v.v…

3. Nhưng cái thấy, cái biết trong thế gian, vẫn chỉ là thấy biết được những sự thực tương đối qua các giác quan. Chính vì vậy mà các thầy Bà la môn mới sinh tranh cãi: Cái này là Pháp, cái kia không phải Pháp. Bởi chính các vị đó chưa đạt được cái thấy xuất thế gian: trí Bát nhã, sự Giác ngộ.

Đức Thế Tôn là bậc Đại Giác Ngộ nên Ngài còn được xưng tán " Vô thượng Chánh Đẳng Chánh Giác".

4. Mọi tranh cãi trong cuộc sống đều bắt đầu từ khác biệt về cái thấy. Chấp chặt vào cái thấy của mình thì mình sẽ đánh mất cơ hội tiếp nhận kinh nghiệm và tuệ giác của người khác. Bởi kiến thức của nhân loại thì như cát trong sa mạc mà cái thấy của mình thì nhỏ nhoi như nhúm cát trong lòng bàn tay.Cho nên người Phật tử cần phá bỏ thái độ hẹp hòi và cố chấp, để có thể mở lòng ra mà đón nhận kinh nghiệm và tuệ giác của kẻ khác, và nhờ đó thừa hưởng được nhiều lợi lạc từ trí tuệ tập thể.

5. Trong kho tàng Kinh điển còn có 1 bản kinh khác cũng kể về nội dung "Người Mù Sờ Voi" với vài chi tiết khác biệt về bối cảnh của truyện và giảng rõ nội dung hơn. Đó là *Kinh Sự Thật Đích Thực (Diện Vương Kinh)*

* Mình còn mờ mịt mà cứ nói rằng kẻ kia chẳng bằng mình. Vướng víu si mê, cứ để tháng ngày trôi qua, bao giờ mới có cơ hội thấy rõ chân lý? Chưa có pháp môn tu đạo mà cứ nói mình đã thực tập xong xuôi. Tâm còn loạn động, chưa biết hành trì, bao giờ mình mới có được kiến giải thực sự?

* Cứ nghĩ rằng người khác phải hành trì theo cái hành trì của mình. Tự cho rằng cái thấy, cái nghe và cái thực tập của mình là không ai bằng được. Chính mình đang bị sa đoạ và ràng buộc vào trong năm cái hang động dục lạc của cuộc đời mà mình vẫn cứ ba hoa nói mình hơn người.

* Còn ôm chặt si mê và vọng tưởng mà cứ tưởng rằng mình đã đạt tới chỗ chí thiện. Cái học hỏi và sự thực tập của mình còn sai lạc mà mình lại cứ ham muốn độ đời. Những gì thấy, nghe, suy nghĩ, và cả những nghi lễ và cấm giới mà mình hành trì, mình vẫn còn bị kẹt vào đấy, chưa thoát ra khỏi.

(Thích Nhất Hạnh: *Đạo Bụt Nguyên Chất -Nghĩa Túc Kinh*. Kinh thứ năm, Đại Tạng Tân Tu 198 tương đương với Paramatthaka Sutta, Sutta-Nipàta 796-803).

6. Trong Kinh, Phật dạy :" Này các Tỳ kheo, *các du sĩ ngoại đạo là những người mù*. Họ không biết Pháp, không biết phi Pháp, nên mới *tranh cãi*. Còn *những người con Phật, liệu chúng ta đã "sáng"*, đã vượt qua được những phân biệt, tranh cãi, khinh chê, thậm chí phỉ báng những người tu học khác với truyền thống của mình chưa? ∎

Buddhistische Märchen
Der Blinde berührte den Elefanten

Einmal lebte der Buddha im Land Sàvatthi, im Jetavana-Wald, dem Garten des wohlhabenden Gönners Anàthapindika.

Zu dieser Zeit kamen einige Mönche und andere Außenseitermönche in die Stadt Sàvatthi, um Almosen zu erhalten. Sie hatten unterschiedliche Ansichten über die Welt und die Meditationstechniken. Daher entstand eine Kontroverse: Diese Methode ist der Weg (Dharma), jene Methode ist es nicht...

Die Schüler des Buddha in seiner Gemeinschaft bemerkten dies und kehrten nach dem Almosensammeln zu seinem Ehrwürden zurück. Buddha lehrte sie:

„Ihr, meine Schüler, diese außenseiter-mönchischen Praktizierenden sind wie Blinde, sie haben keine Augen. Daher kennen sie weder den Dharma noch das, was nicht der Dharma ist..."

Dann erzählte der Buddha eine Geschichte:

„Ihr, meine Schüler, es gab einmal in dieser Stadt Sàvatthi einen König, der eine Gruppe von Blinden versammelte und sie dann zu einem Elefanten führte. Nachdem die Blinden den Elefanten berührt hatten, sagte einer, der den Kopf des Elefanten berührte, der Elefant sei wie eine Schaufel; einer, der das Ohr berührte, sagte, der Elefant sei wie ein Sieb; einer, der den Stoßzahn berührte, sagte, der Elefant sei wie ein Pflug; einer, der den Bauch berührte, sagte, der Elefant sei wie eine Trommel; einer, der das Bein berührte, sagte, der Elefant sei wie eine Säule; einer, der den Schwanz berührte, sagte, der Elefant sei wie ein Besen... Diese Blinden gerieten in Streit und Konflikt miteinander.

Ihr, meine Schüler, die außenseiter-mönchischen Praktizierenden sind wie diese Blinden, sie sind ohne Augen, sie wissen nichts vom Dharma und auch nichts von dem, was nicht der Dharma ist. Deshalb geraten sie in Streit.

Die alte Geschichte „Người mù sờ voi - Der Blinde berührte den Elefanten" aus den buddhistischen Schriften hat sich in vielen Ländern in Südostasien verbreitet. In Vietnam wird die Geschichte oft als eine humorvolle Erzählung für Kinder betrachtet. Es gibt zwei Versionen von „Người Mù Sờ Voi" in Vietnam. Eine Version wurde von Ôn Như Nguyễn Văn Ngọc in seinem Buch „Để mua vui, quyển 1 – Zum Spass. Vol. 1" veröffentlicht, das im Jahr 1929 in Hanoi gedruckt wurde. Die andere Version stammt von Trương Chính und ist in seinem Buch „Bình giải ngụ ngôn Việt Nam – Kommentar von vietnamesicher Gleichnis" zu finden, das 1998 vom Verlag für Bildung in Hanoi veröffentlicht wurde.

Kommentar:

Die Blindheit bezieht sich auf den Zustand des geschädigten Auges, bei dem man die Dinge nicht sehen kann und daher dazu neigt, sie mit anderen Dingen zu verwechseln. Die im Märchen beschriebenen blinden Menschen gehören zu dieser Kategorie und tragen eine körperliche Beeinträchtigung.

Dennoch können wir, auch wenn wir über ausreichend Augen verfügen, immer noch „blind" sein oder auf vielen Ebenen „unwissend" sein. Dies bezieht sich auf das Fehlen von Erkenntnis und Wissen, wie z. B. Analphabetismus, Unkenntnis des Internets, Unkenntnis in Bezug auf verschiedene Kunstrichtungen oder Musikgenres, um sie genießen zu können, usw.

Aber das, was wir in dieser Welt sehen und wissen, ist immer noch eine relative Wahrnehmung durch unsere Sinne. Dies ist der Grund, warum die buddhistischen Mönche in der Geschichte streiten: Dies ist Dharma, das ist nicht Dharma. Denn sie haben noch nicht die wahre transzendente Erkenntnis erreicht: das Wissen von Bát Nhã - Prajna und die Erleuchtung.

Jede Kontroverse im Leben beginnt mit Unterschieden in der Wahrnehmung. Wenn wir stur an unserer eigenen Wahrnehmung festhalten, verpassen wir die Gelegenheit, die Erfahrungen und Einsichten anderer zu akzeptieren. Das Wissen der Menschheit ist wie Sand in der Wüste, während unsere eigene Wahrnehmung wie ein kleiner Sandkorn in unserer Handfläche ist. Deshalb sollten buddhistische Praktizierende enge und sture Einstellungen überwinden, um die Erfahrungen und Weisheit anderer aufnehmen zu können und dadurch von kollektiver Weisheit zu profitieren.

In den buddhistischen Texten gibt es eine weitere Version der Geschichte „Người Mù Sờ Voi" mit einigen Unterschieden im Handlungskontext und detaillierten Erläuterungen. Diese Version wird als „Kinh Sự Thật Đích Thực - Das Sutra der authentischen Wahrheit „ (Diện Vương Kinh - übersezt von Thích Nhất Hạnh) bezeichnet:

* Die Einsicht, dass wir oft im Dunkeln tappen, während wir denken, dass andere weniger wissend sind als wir, erinnert uns daran, Demut zu kultivieren und unsere eigenen Grenzen anzuerkennen. Es ist wichtig zu verstehen, dass spirituelle Entwicklung ein fortlaufender Prozess ist, und Arroganz kann uns davon abhalten, die Wahrheit zu erkennen.

* Der Gedanke, dass andere in unserer eigenen Praxis folgen sollten, ist ein Zeichen von Egoismus und Engstirnigkeit. Jeder Mensch hat seinen eigenen Weg zur Erleuchtung, und es ist nicht unsere Aufgabe, andere dazu zu zwingen, unseren Weg zu gehen. Stattdessen sollten wir Mitgefühl und Verständnis für die Reise anderer Menschen haben.

* Das Festhalten an Sinnlichkeit und Illusionen hindert uns daran, die wahre Realität zu erkennen. Der Buddha lehrte, dass das Loslassen von weltlichen Begierden und das Erreichen von Klarheit und Erwachen der Schlüssel zur spirituellen Entwicklung sind.

Die Zitate von *Thích Nhất Hạnh ermutigen uns, uns von unserem Ego zu befreien, unsere Erwartungen an andere loszulassen und uns auf den Weg zur inneren Erleuchtung zu konzentrieren. Dies sind wichtige Lehren im Buddhismus, die uns helfen, ein erfüllteres und spirituell erfülltes Leben zu führen.*

Im Buddhismus lehrt der Buddha: „Ihr, meine Schüler, diese außenseitermönchischen Praktizierenden sind wie Blinde. Sie kennen den Dharma nicht und wissen nicht, was nicht der Dharma ist, deshalb streiten sie. Aber die Kinder des Buddha, haben wir das Licht gesehen, haben wir die Unterscheidungen, die Kontroversen, die Geringschätzung und sogar die Spötteleien gegenüber anderen Praktizierenden mit anderen Traditionen bereits überwunden?"

Nguyễn Du (1766-1820)
Xuân dạ 春夜
• Đêm xuân

(Bài thơ trích trong 清軒詩集 - Thanh Hiên thi tập)

春夜
黑夜韶光何處尋，
小窗開處柳陰陰。
江湖病到經時久，
風雨春隨一夜深。
羈旅多年燈下淚，
家鄉千里月中心。
南臺村外龍江水，
一片寒聲送古今。

Xuân dạ

Hắc dạ thiều quang hà xứ tầm?
Tiểu song khai xứ liễu âm âm.
Giang hồ bệnh đáo kinh thì cửu,
Phong vũ xuân tùy nhất dạ thâm.
Kỳ lữ đa niên đăng hạ lệ,
Gia hương thiên lý nguyệt trung tâm.
Nam Đài thôn ngoại Long giang thủy,
Nhất phiến hàn thanh tống cổ kim.

Dịch nghĩa:

Đêm Xuân

Trời tối đen, tìm đâu thấy cảnh xuân tươi sáng?
Qua khuôn cửa sổ nhỏ, chỉ thấy bóng liễu âm u.
Trong bước giang hồ, lại phải nằm bệnh lâu ngày,
Cuộc đời có khác gì vẻ xuân theo mưa gió chìm trong bóng đêm.
Ở đất khách lâu năm, ngồi dưới bóng đèn mà rơi lệ.
Quê hương xa nghìn dặm, nhìn trăng mà đau lòng.
Ở đó, phía ngoài thôn Nam Đài, tiếng sóng lòng sông Long Giang
Vẫn lạnh lùng tiễn đưa kim cổ.
(https://bachkhoathuvien.com/xuan-da-d7217.html)

Thích Như Điển dịch ra thơ lục bát:

Đêm Xuân

Đêm đen đâu thấy ánh Xuân
Qua khung cửa sổ liễu buồn chờ ai
Tha phương bệnh đến lâu dài
Gió mưa Xuân ấy phôi phai đêm trường
Đất người năm tháng lệ tuôn
Mang chi trăng đến, lòng luôn nhớ nhà
Nước sông Long (*), Nam Đàn Thôn
Xưa nay đưa tiễn bao hồn đến đi.
(Đức Quốc, Hannover ngày 11.10.2023)

(*): Long Giang tức Thanh Long giang, còn gọi là sông Lam

Tượng Đại thi hào Nguyễn Du tại Khu lưu niệm cụ thuộc làng Tiên Điền, xã Tiên Điền, huyện Nghi Xuân, tỉnh Hà Tĩnh.

HÌNH TƯỢNG RỒNG

TRẦN PHONG LƯU & QUỲNH-HOA

Kinh Phật thường nhắc đến Thiên Long bát bộ: Trời, Rồng, Dạ xoa, Càn thát Bà, A tu La, Ca lâu La, Khẩn na La, Ma hầu la Già.

Rồng đứng đầu tứ Linh, xuất hiện từ lâu đời trong nghệ thuật văn hóa phương Đông. Theo truyền thuyết, dân tộc ta, con cháu Lạc Long Quân, là con Rồng cháu Tiên. Rồng còn phun nước mưa rất cần thiết cho nông nghiệp.

- Môn Địa lý xứ ta đã dạy, sông MêKong dài thứ năm trên thế giới, phát nguyên từ cao nguyên Tây Tạng, chảy qua Vân Nam, Trung Hoa, Lào với nhiều ghềnh thác, đến Cao Miên tại Nam Vang chia ra hai ngã, phía Tây chảy vào Biển Hồ, phía Đông chảy qua Nam Việt, nơi đây lại phân ra hai nhánh: Tiền Giang và Hậu Giang đổ ra biển với chín cửa, nên ông bà mình đã đặt tên là sông Cửu Long.

- Môn Việt sử đã viết, vào thời Thập nhị Sứ Quân, đám trẻ chăn trâu thường tụ tập bày trận đánh nhau. Nhóm mạnh nhứt do Đinh Bộ Lĩnh cầm đầu, lấy bông lau làm cờ, đánh thắng hết các nhóm còn lại. Hứng chí Lĩnh giết trâu bày tiệc khao quân. Chiều về người chú là Đinh Công Trứ kiểm trâu lại thấy thiếu một con, la mắng hạch hỏi, thì cậu Lĩnh đã chỉ cái đuôi trâu lòi ra khỏi đống đất đá và nói dối là con trâu nầy đã độn thổ tại đây! Ông chú càng nổi giận, lập tức chạy tới kéo đuôi trâu lên, chỉ còn là cái đuôi. Cơn giận càng tăng lên dữ dội, ông vác gậy chạy đuổi đánh thằng cháu, khiến nó bỏ chạy, nhảy ùm xuống sông bơi ra xa. Đến giữa dòng đột nhiên một con rồng vàng nổi lên đỡ cậu Lĩnh, đưa qua sông. Trên bờ ông chú hoảng kinh sụp xuống quỳ lạy, vì biết nó sẽ là chánh vì vương.

Tranh dân gian Đông Hồ còn vẽ lại cảnh Đinh Bộ Lĩnh vác ngọn cờ lau cỡi rồng vượt sông, ngoảnh mặt lại, chỉ tay về phía người chú đang váy lạy trên bờ.

Ba chữ đề tựa tranh ghi: Đinh Tiên Hoàng.

Ngọn cờ lau nổi thì Vương Bá,
Động Hoa Lư dấu đá vẫn còn.

Sách "Thiền Uyển tập Anh" viết, khoảng cuối thế kỷ XIII Trưởng lão La Quý An trước khi thị tịch đã gọi đệ tử là Thiền Ông đến bảo rằng:

Trước đây Cao Biền đắp thành ở sông Tô Lịch, biết đất Cổ Pháp ta có khí tượng vương giả bèn đào sông Điềm Giang, đầm Phù Chẩn để cắt yểm long mạch, tất cả mười chín nơi. Ta đã khuyên Khúc Lãm đắp lại như cũ. Ta lại trồng một cây gạo ở chùa Minh Châu để trấn chỗ đất đã bị cắt long mạch, đời sau tất có bậc đế vương xuất hiện để vun trồng chính pháp của ta. Sau khi ta mất, ngươi nên cho đắp đất, dựng nhiều bảo tháp, dùng pháp thuật mà yểm tàng, không để cho người ngoài biết.

Lại nói năm Bính Thân (936), khi trồng cây gạo, Sư có đọc bài kệ:

„Đại sơn long đầu khởi,
Cù vĩ ẩn Chu Minh.
Thập-bát-tử định thành,
Miên thụ hiện long hình.
Thố kê thử nguyệt nội,
Định kiến nhật xuất thanh".

Bài thơ sấm báo trước sự ra đời của nhà Lý được dịch nghĩa như sau:

"Đầu rồng nổi lên ở núi Lớn,
Đuôi rồng giấu tại Châu minh.
Họ Lý ắt thành sự nghiệp
Cây gạo hiện hình rồng
Trong các tháng thỏ, gà, chuột,
Chắc chắn thấy mặt trời mọc trong sáng"

Vùng đất nầy được gọi là Cổ Pháp, các địa danh Điềm Giang và Phù Chẩn nay vẫn còn, đại thể tương ứng với vùng huyện Tiên Du và huyện Từ Sơn, tỉnh Bắc Ninh ngày nay. Trong khu vực nầy có dãy núi Nguyệt Hằng với một trong số các mỏm cao được gọi là Đại Sơn, tiếp theo lại có cây gạo trước chùa Minh Châu. Vậy đã rõ là, thế đất ở vùng nầy nơi con rồng khổng lồ, mà đầu nhô lên ai cũng thấy, là ngọn Đại Sơn, còn đuôi nó ẩn náu nơi đất thiêng, thì chỉ có vị chân nhân mới nhận biết, đã cho dựng lên ngôi chùa Minh Châu để đánh dấu, lại còn trồng cây gạo để trấn chỗ đất bị cắt long mạch. Vùng đất nầy là quê hương của Lý Công Uẩn, cùng với việc phục nguyên chữ Lý, sau khi chiết tự thành ba chữ *Thập-Bát-Tử*.

Đến khi vua Lý Thái Tổ lên ngôi năm 1010 đã quyết định dời đô từ Hoa Lư (Ninh Bình) ra thành Đại La.

"…Chính vì muốn đóng đô ở nôi trung tâm, mưu toan nghiệp lớn, tính kế muôn đời cho con cháu; trên vâng mệnh trời, dưới theo ý dân, nếu thấy thuận tiện thì thay đổi. Cho nên vận nước lâu dài, phong tục phồn vinh…

Huống gì thành Đại La, kinh đô cũ của Cao vương: ở vào nơi trung tâm trời đất, được cái thế

Rồng cuộn Hồ ngồi. Đã trúng ngôi Nam Bắc Đông Tây, lại tiện hướng nhìn sông dựa núi. Địa thế rộng mà bằng; đất đai cao mà thoáng. Dân cư khỏi chịu cảnh khốn khổ ngập lụt; muôn vật cũng rất phong phú tốt tươi. Xem khắp đất Việt ta, chỉ nơi đây là thắng địa. Thật là chốn tụ hội trọng yếu của bốn phương đất nước, cũng là nơi kinh đô bậc nhứt của đế vương muôn đời…". Lý Công Uẩn (Chiếu dời đô)

Thế rồng cuộn hổ ngồi trong hệ Lưỡng nghi

Theo sách Toàn thư: "Thuyền tạm đỗ dưới thành (Đại La), chợt rồng vàng hiện ra trước thuyền ngự, do đó vua đổi tên là thành Thăng Long".

Sách Quốc Văn Giáo Khoa Thư bậc tiểu học vẽ cảnh thuyền ngự vua Lý Thái Tổ đến dưới thành Đại La thì rồng vàng hiện ra, bay lên mây nên vua đổi tên là thành Thăng Long, nhưng vẽ bằng nét đơn. Còn nhà báo Phan Đăng đưa lên video Youtube cảnh nầy bằng hình màu. Nhưng có lẽ gần với hiện thực nhứt là hình ảnh của đám mây trắng quây quần giống

hình rồng đang uốn lượn trên đầu, do PGS. Hà Đình Đức chụp lại được khoảnh khắc đặc biệt nầy trên bầu trời hồ Hoàn Kiếm ngay trong ngày đại Lễ Nghìn năm Thăng Long. Hiện tượng thiên nhiên kỳ lạ nầy đã được nhiều người truyền tụng nhau câu chuyện Rồng về ngày đại Lễ.

Hình tượng Rồng triều Lý khai quật tại di tích Thăng Long cho thấy thân rồng rất dài uốn khúc nhiều đoạn hình sin (sinus).

Hình vẽ thành Thăng Long còn để lại

Vua Lý Thái Tổ xuất thân từ nhà chùa, là con nuôi của nhà Sư Lý Khánh Vân và đệ tử của Thiền Sư Vạn Hạnh nên rất trọng đạo Phật và cho trang trí trên mái các cung điện các mẫu tượng ý lá Bồ đề, trong chạm lưỡng long chầu Tam thế Phật tượng trưng bằng ba lá Bồ đề nhỏ.

Lúc bà huyện Thanh Quan đến viếng, Thăng Long đã là kinh thành cổ với:

Lối xưa xe ngựa hồn thu thảo,
Nền cũ lâu đài bóng tịch dương.
Đá vẫn trơ gan cùng tuế nguyệt,
Nước còn cau mặt với tang thương.

Đến nay thấm thoát mấy tinh sương, qua nghìn năm kim cổ, thành Rồng bay lên nầy cũng còn lại cặp rồng đá nằm hai bên chín bậc thềm lên điện Kính Thiên.

Các nước thuộc tứ đại đồng văn, Nhựt, Trung, Việt, Hàn có cùng nguồn văn hóa, như tin việc cá chép vượt Vũ môn: Truyền thuyết Trung Hoa kể rằng, ở thượng lưu sông Trường Giang, tỉnh Tứ Xuyên có một tảng đá rất lớn, ngay giữa hiện ra khoảng trống như hình ô cửa, phía dưới là vực sâu. Vua Vũ nhà Hạ khi trị thủy, đã cho đục khoét mở rộng khoảng trống nầy cho rộng thêm thành cánh cổng lớn, nên được gọi là Vũ môn, cửa của vua Vũ.

Tục truyền vào tiết tháng tư mưa to gió lớn, các loài cá kéo đàn về để thi nhau vượt Vũ môn. Trong các loài thủy tộc chỉ có cá Chép mới nhảy bay lên cao băng qua được khung cửa núi đá, vượt cửa sông ra biển, để biến thành rồng đỏ (xích long), nên Vũ môn còn được gọi là Long môn

RồngMiến

Trong chế độ thi cử gian nan của nước ta, mọi người thường ví các sĩ tử tranh đua để đạt được học vị Tiến sĩ cũng vất vả như cá chép phải lội ngược sóng lớn, vượt Vũ môn để hóa rồng. Nên ca dao ta có câu:

Bao giờ cá chép hóa rồng,
Trả ơn cha mẹ bế bồng ngày xưa.

Rồng Tây phương hình thù ghê rợn, nhiều gai góc kỳ, ngạnh, đôi khi mang cánh dơi được gọi là Khủng Long, không tượng trưng cho Vương quyền như phương Đông, mà là biểu hiện cho các ác hậu phù thủy, mẹ ghẻ của các nàng công chúa xinh đẹp trong các truyện cổ tích, mà chỉ có các hoàng tử, các tráng sĩ anh dũng mang kiếm thần mới diệt được mà thôi.

Ngay như rồng của các nước của các nước Miến, Thái, Miên, Lào thường được các nhà Sử học gọi là sân sau Ấn Độ, cũng mang nhiều nét khác biệt.

Các năm Thìn thường xảy ra lụt lội. Trận đại họa bão lụt lớn nhứt năm Giáp Thìn (1904) tàn phá cả miền Nam đã khiến dân gian sợ hãi vì trời đất đã nổi giận. Đuôi rồng Giáp Thìn từ cửa biển Tân Thành, Gò Công đã quét luôn dọc duyên hải Nam Kỳ, các tỉnh Tiền Giang như Mỹ Tho, Bến Tre... qua Hậu Giang tới các tỉnh Sóc Trăng, Bạc Liêu, Cà Mau. Trận bão nổi lên trong đêm: Gió dậy đùng đùng, mưa trút nước ào ào. Bạo phong thổi bật gốc các hàng cây to lâu đời trong các thành phố. Riêng Gò Công đã mất 5000 dân! Các người sống sót gọi là Rồng dậy, Rồng đi:

Năm Thìn mười sáu tháng ba,
Gặp trận bão lụt của nhà tan hoang.

Năm Nhâm Thìn tỉnh Biên Hòa ngập lụt. Nhà ông ngoại chúng tôi cùng một số nhà cửa xây trên khu đất cao ngã ba Thành (nơi di tích thành Trấn Biên khi xưa) tránh được nước lụt xâm nhập. Cậu Út tôi kể, mưa rơi sầm sập, gió hú suốt đêm. Sáng ra trong nhà đã nghe tiếng lao xao của các gia đình bà con vào lánh nạn. Mưa đã tạnh nên cậu ôm cặp sách định đi học, nhưng ngoài sân đã đông nghẹt người tỵ nạn. Qua trại mộc của gia đình cũng chứa đầy gia đình thân quyến các người thợ. Ra cửa nước đã xâm xấp dưới chân, nhìn quanh nước ngập trắng mênh mông như biển! Mấy hôm sau nước vẫn chưa rút. Dì dượng

Bảy tôi từ Sài gòn lên, phải xuống xe ở cầu Hang, rồi mướn ghe chuyên chở gạo và thực phẩm lên tiếp tế cho gia đình ngoại và bà con.

Đại họa năm Giáp Thìn 1964 cũng tàn khốc, vượt quá xa sức tưởng tượng của người dân địa phương từ Huế đến Bình Định. Quảng Nam chịu thiệt hại nặng nhứt trong trận Đại Hồng Thủy nầy. Cả làng Đông An bên sông Thu Bồn chỉ còn 19 người sống sót.

Những người cố cựu thường nói, khi các năm Thìn đến Rồng luôn phát huy oai lực để ban mưa, giáng họa xuống trần, hay để cảnh cáo các bạo quyền, những nhà cai trị tàn ác. Còn hơn 4 tháng nữa năm Mão mới nhường chỗ cho năm Thìn, nhưng bão to lụt lớn đã xảy ra ở miền Hoa Bắc. Trận lụt ở Bắc kinh thiệt hại kinh khủng đến mức từ 145 năm nay nhân gian chưa từng gặp. Rồi bên Âu châu, nước Khắc (Schlowakei), Áo bị lũ lụt cuốn trôi một khoảng cầu đường. Kế đến Đức, Frankfurt am Main, tầng hầm phi trường bị ngập, các xe Bus phải lội nước đưa khách ra máy bay, nhiều chuyến bay phải đình chỉ! TV chiếu các cầu thang cuốn ngưng chuyển động trong sảnh vắng người ngập nước. Sau tới Nürnberg. Bây giờ quay qua Mỹ, tiểu bang California. Mới đây mưa lũ lớn lại quay về Trung Quốc, nơi tội lỗi bạo quyền đã bị toàn thể thế giới lên án, lụt đã quét qua 12 tỉnh như Tứ Xuyên, Lương Sơn. 85 người đang làm việc trong công trường xây dựng bị lũ cuốn trôi, chỉ 79 người được cứu vớt, vẫn còn 6 người mất tích. Từ miền Bắc, cả thủ đô Bắc kinh, qua bắc Trùng Khánh, lũ ngang nhiên đổ xuống Giang Nam.

Không biết vào chính năm Thìn hiểm họa lụt lội sẽ to lớn đến mức nào, xảy ra ở miền nào, nhứt là chu kỳ 60 năm đã quay lại lần nữa, Giáp Thìn 2024, sau Đại họa 1904 tàn phá cả miền Nam và lũ lụt tàn khốc 1964 ở miền Trung!

Nhưng hãy dẹp mối lo qua một bên, mượn bức tranh dân gian múa Rồng để mừng xuân, đón Tết. ∎

Múa rồng, tranh dân gian Hàng Trống

Nguồn trích dẫn các bức hình "Hình Tượng Rồng":

1- Hình vẽ dân gian Đinh Tiên Hoàng - nguồn Tranh Đông Hồ (BroCanvas) tranh cưỡi Rồng TT-3060

2- Thế Rồng cuộn Hổ ngồi, nguồn *drachen-fabelwesen.de* - Tiger and dragon-ce8890673e02cacb...

3- Vua Lý Thái Tổ dời đô, nguồn của nhà báo Phan Đăng - video Youtube

4- *Bí ẩn hồ Gươm – Rồng về ngày đại lễ*, hình do PGS Hà Đình Đức chụp lại khoảnh khắc đặc biệt trên bầu trời, ngày Đại lễ Nghìn năm Thăng Long.

5- Hình thành Thăng Long và cặp Rồng đá hai bên bậc thềm dẫn lên điện Kính Thiên. Tảng đá chạm hình Rồng triều Lý 01 và tảng hình lá Bồ đề chạm lưỡng Long chầu Tam Thế Phật. Trích từ tác phẩm 1000 *năm Thăng Long -Sách ảnh Thăng Long*. Hà Nội, NXB Văn hóa Thông tin.

6- Tranh Cá Chép hóa Rồng_ World Land. VN.

7- Nguồn P*interest*: Khủng Long-Types of Dragon, Bạch Long- ed3d387db923768f... Rồng Miến- 0af8f5ccbbf83d5f6c489... Thái- 0eece6b81a4f6d22a5b0..., Miến Lào- 471dae9f2j3ecc4a2013...

8- Múa Rồng,tranh dân gian Hàng Trống- 20220124/14706

Tích Cốc Ngô Văn Phát

Năm Thìn nói chuyện Rồng

*Tuổi Thìn Rồng ở Thiên Đình
Hô phong hoán vũ ẩn mình trên mây*

Quý Mão sắp qua, Giáp Thìn sắp đến. Mèo sẽ bàn giao chuyện vui buồn, thăng trầm, nhiễu nhương trên dương thế cho Rồng tiếp tục điều hành kể từ *Tết Nguyên Đán là ngày Mùng Một Tháng Giêng, nhằm ngày Thứ Bảy 10.02.2024…*

Năm 2024, con Rồng cầm trịch, là một Linh vật đứng đầu trong tứ Linh là Long (Rồng), Lân (Sư Tử), Quy (Rùa), Phụng (Phượng) Trong 12 con giáp, chỉ có rồng là con vật chưa ai thấy tận mắt bao giờ, nhưng nhìn hình của nó thì ai cũng biết, mặc dù nó được vẽ ra cả trăm hình thể khác nhau theo trí tưởng tượng của con người.

Rồng là con vật tưởng tượng, hư cấu, lúc ẩn, lúc hiện, có thể nhỏ, có thể to, có khi ngắn, có khi dài, mùa xuân thì bay lên trời, thu đến thì lặn sâu dưới nước… Theo Việt Nam Tự Điển của Lê Văn Đức và Lê Ngọc Thụ, rồng là con vật mình dài, có vảy to, miệng rộng, một sừng, chân có vấu, được sinh ra ở dưới nước nhưng lại biết bay trên mây…

Rồng là một loài vật xuất hiện trong thần thoại phương Đông cũng như phương Tây. Trong cả phương Đông và Tây đều được biểu thị cho loài linh vật huyền thoại này có sức mạnh phi thường. Người ở các nước phương Đông xem rồng có nhiều khác biệt hơn với các nước phương Tây và châu Mỹ như sau:

+ Người phương Đông rất kính trọng, tôn thờ và coi rồng là một thần vật vì nó bảo hộ ngai vàng cho các vua chúa, giúp đỡ khi con người bị hoạn nạn, tai ương v.v…

+ Ngược lại, người phương Tây coi rồng như là loài quái vật có hình tướng hung dữ biểu tượng cho cái ác. Nó có thể hút nước, phun mưa gây ra lụt lội, khạc ra lửa đốt cháy rừng rú thiên nhiên, và làm chủ trên mọi môi trường, trên mọi địa hình địa vật.

Vì rồng được xem là thần linh, tượng trưng cho quyền uy tối thượng nên: Chỗ ở của vua gọi là „*Long Cung*"; xe của vua là „*Long Giá*"; Giường vua nằm là „*Long Sàng*"; Thân vua là „*Long Thể*"; Mặt vua là „*Long Nhan*"; Áo vua là „*Long Bào*" thêu thêm con rồng có năm móng v.v… và v.v…

Ngoài ra trong dân gian, rồng tượng trưng cho linh thiêng và điềm lành. Năm rồng là năm đại cát, ai tuổi rồng thì sẽ thành đạt, vẻ vang v.v… Hình tượng con rồng có muôn vàn dáng vẻ, màu sắc rực rỡ, không những thấy trong thơ ca, tiểu thuyết, hội họa, đồ mỹ nghệ, điêu khắc, kiến trúc, chùa chiền, cung điện qua các thời đại mà còn đi sâu vào phong tục tập quán dân gian, như những ngày Lễ, Tết, Hội hè đều thấy có hình bóng con rồng.

Thật ra, con rồng cũng như các con vật thần linh khác xuất hiện trong hoàn cảnh loài người chưa hiểu được các hiện tượng xảy ra trong thiên nhiên như sấm, sét, mưa bão, lụt lội, và trong đời sống như bệnh hoạn, đói rét v.v… Khi đó con người đã tưởng tượng ra những „vị thần" trong đó có rồng có phép mầu giúp cho con người thoát khỏi mọi tai nạn và được hưởng cuộc sống thanh bình, hạnh phúc v.v…

Theo truyền thuyết Hy Lạp, có một vị thần là Achilles, dũng sĩ vô địch. Anh là con của Thetis, nữ thần biển và vua Hy Lạp Pelus. Từ thuở nhỏ, Achilles được tắm máu rồng nên cơ thể trở thành mình đồng da sắt, có sức mạnh vô song, nhưng chỉ vì có gót chân máu rồng không thấm tới nên chỗ này trở thành nhược điểm duy nhứt của anh. Trong trận chiến thành Troy, Achilles bị trúng tên của Paris bắn vào gót chân và chết. Từ đây có ngạn ngữ „*Gót chân Achilles*" để ám chỉ một người dù có sức mạnh đến đâu vẫn có một yếu điểm nào đó.

Chuyện Rồng Việt Nam

Người Việt Nam hãnh diện mình là Con Rồng Cháu Tiên. Truyền thuyết kể:

Lộc Tục, con vua Đế Minh, lên ngôi vua lấy hiệu là Kinh Dương Vương. Kinh Dương Vương lấy con gái của Động Đình Quân là Long Nữ, sinh ra Sùng Lâm. Sùng Lâm nối ngôi vua xưng hiệu là Lạc Long Quân. Lạc Long Quân lấy Âu Cơ, đẻ ra một cái bọc chứa 100 trứng, nở ra 100 người con.

Ngày kia, Lạc long Quân nói với Âu Cơ : *Ta là dòng dõi Long Quân, tức là Vua Rồng, còn Khanh là dòng dõi Thần Tiên. Cả hai ăn ở lâu với nhau e rằng sẽ gặp điều chẳng lành. Nay hai ta được 100 đứa con, Khanh hãy đưa 50 con lên núi, còn Trẫm sẽ dẫn 50 đứa xuống biển.* Từ truyền thuyết này mà người Việt Nam tự hào có „Long Phụ Tiên Mẫu".

Rồng trong đời sống tâm linh

Rồng không chỉ là huyền thoại về dòng giống của người Việt, mà còn là biểu tượng của thủ đô Hà Nội. Số là, ngày xưa, ngày xưa, Hà Nội mang tên Long Đỗ (cái rún, cái bụng con rồng). Mãi đến năm 1010, Lý Công Uẩn dời đô từ Hoa Lư về Hà Nội và đặt tên là Thăng Long. Vì theo chuyện kể, nhà vua thấy vượng khí của mảnh đất mới này bay lên trông cứ như là một bầy rồng múa lượn, quấn quít nhau. Cả đến cái truyền thuyết rùa vàng ngậm gươm báu dâng lên vua Lê đặng trị quốc an dân.

Ngoài ra, rồng không những là biểu tượng của vua, của sự thiêng liêng, rồng còn là biểu tượng của thân hình đất nước. Từ bãi Tử Long, Hạ Long, Bạch Long Vĩ, qua Thăng Long đến Cửu Long Giang. Mường tượng đất nước Việt Nam ta như một con rồng, khúc đầu là miền Bắc; khúc giữa là miền Trung, khúc đuôi là miền Nam.

Rồng trong ca dao, thành ngữ Việt Nam

Người xưa nói, cá chép vượt qua được long môn là sẽ hóa rồng. Hóa rồng là ước mơ lớn nhứt của cá chép, cũng như cô gái ước mơ được lấy chồng khôn nên mới có câu:

Gái ngoan lấy được chồng khôn.

Cầm như cá vượt vũ môn hóa rồng

Hay là: *Rồng gặp Mây, Cọp gặp Gió*: Trong kinh Dịch: *Vân tùng Long, Phong tùng Hổ* (Mây theo Rồng, Gió theo Cọp). Gặp thời, phải lúc thuận tiện, dễ làm nên việc lớn.

Rồng đến nhà Tôm: Người cao sang, quyền quý mà đến nhà người thấp thỏi, nghèo hèn...

Vị thuốc mang tên Long

Rồng là con vật huyền thoại, do tính linh thiêng của nó mà người ta mượn tên nó để đặt tên cho nhiều vị thuốc như:

Long nhãn (mắt rồng): là cùi nhãn phơi khô hoặc sấy khô là vị thuốc bổ chữa suy nhược thần kinh, mất ngủ, tim hay hồi hộp.

Địa long (rồng trong đất): là vị thuốc chế từ giun đất, đem rửa sạch, mổ bụng, sấy khô, tán thành bột hoặc sắc lấy nước uống chữa sốt rét, cao huyết áp, xơ cứng mạch máu, nhức đầu, hoa mắt.

Long não (óc rồng): chất màu trắng, cất từ cây, lá, rễ của cây long não. Là vị thuốc trợ tim, xoa bóp chữa đau nhức, thấp khớp, bôi xoa sát trùng.

Ban Long (cao ban long): Là thứ cao nấu từ sừng hươu có đốm sao là thuốc bổ quý rất tốt cho những người gầy yếu, cơ thể suy nhược, ho lao, chảy máu dạ dày, đi tiểu nhiều, mồ hôi trộm...

Những vùng đất mang tên Long

Mở đất vào Nam, người Việt nhớ đến cội nguồn cũng đem chữ „Long" đặt tên cho chợ, phố, cho làng xã của mình. *Thừa Thiên* có chợ Kim Long, chợ Long Hồ; *Quảng Ngãi* có chợ Long Tứ; *Bình Định* có chợ Long Hương. Đồ Sơn (Hải Phòng) có núi Cửu Long hình con rồng chín khúc *Quảng Ngãi*, chỉ có một Huyện mà đã có ba ngọn núi tên rồng là Lạc Long, Long Phượng và Long Cốt. Bình Định có núi Hàm Long. Hà Tiên có núi Dương Long. *Biên Hòa* (Đồng Nai) có núi Long Ẩn...

Còn các dòng sông, suối mới là hình tượng con rồng thân thuộc, kỳ vĩ trang nghiêm, gần gũi trong tâm thức con người như sông Hoàng Long (Ninh Bình) là con sông lâu đời nhứt mang tên rồng. *Long Môn* là một đoạn của sông Đà chảy qua núi Long Môn có cửa đá chắn ngang, chia nước thành ba dòng đổ xuống thành thác. Vịnh Hạ Long, một quần thể đảo với hàng ngàn ngọn núi đá vôi xen lẫn núi đất mang nhiều hình thù, trông tựa ngàn con rồng chìm nổi rủ nhau bơi lội tắm mát ngoài khơi. Chính vì vẻ đẹp tuyệt vời này, năm 1994, Hạ Long được UNESCO công nhận là một trong 300 di sản văn hóa thế giới.

Đất miền Nam thì tên sông, tên bãi có chữ Long khá nhiều và đều là sông lớn, bãi to cả. *Phước Long* có sông Đồng Nai. *Đồng Tháp* có bãi lớn Long Sơn do sông Tiền Giang bồi lên địa phận Tân Châu, Hồng Ngự. Xuống một đoạn nữa là Long Ẩn có bãi Long Ẩn, kế tiếp có sông Long Phương chảy thông với sông Sa Đéc. đoạn chảy về Vĩnh Long, quanh co giữa những thôn, bãi trù phú nên gọi là Long Hồ. Và *Hậu Giang* cũng là một con rồng lớn chảy qua tỉnh Long Xuyên về Hậu Giang. Hai nhánh sông Hậu, sông Tiền đổ ra biển Đông bằng chín dòng sông nhánh qua chín cửa, tất cả cộng lại bề ngang rộng 20 km. Trước cảnh sông nước mênh mông bao la hùng vĩ ấy, Ông Cha ta đã không ngần ngại đặt cho những nhánh hạ lưu sông Mê Kông trên đất nước ta là „Cửu Long Giang"

Đất nước Việt Nam ta hình chữ S, trên cao nhìn xuống gần giống như một con rồng. Bắt đầu từ Ải Nam Quan đến Mũi Cà Mau, hai địa danh thiêng liêng trong tâm hồn người dân Việt qua bao đời có:

Núi thiêng, biển rộng, sông dài

Rừng vàng, biển bạc, vịnh Hạ Long...

Câu hò của thế hệ Ông Cha ta đi khai thác đất hoang ở miền Nam như sau:

Hò.....Ơ..... Rồng chầu ngoài Huế

Ngựa tế Đồng Nai

Nước sông trong sao cứ chảy hoài

Thương người xứ lạ lạc loài đến đây.
(Bình Nguyên Lộc)

Tổ Tiên ta đã trải qua trên bốn ngàn năm, đã đổ biết bao nhiêu máu xương để dựng nước và giữ nước. Nhưng hỡi ôi! Ngày nay, đảng cộng sản Bắc Việt do Hồ Chí Minh lãnh đạo độc quyền thống trị đất nước. Đảng viên là những tên phản quốc, buôn dân bán nước, rước Voi Tàu về giày Mả Tổ Việt.

Đất nước hình con Rồng đã và đang bị Tàu cộng, kẻ thù muôn đời của người dân Việt chặt xẻ cơ thể ra từng mảnh để khai thác tài nguyên thiên nhiên. Vậy hỡi đồng bào cả nước hãy đoàn kết, nắm tay nhau vùng lên như Rồng phun nước, cuốn trôi các đảng viên đảng Bắc cộng ra biển đông tấp về Tàu để: Cờ Vàng Ba Sọc Đỏ Bay Phất Phới Trên Ba Miền Đất Việt.

Lời cuối:

Sang năm mới Giáp Thìn 2024, tôi sẽ bước sang tuổi 96 Ta, 95 Tây (Sn. Kỷ Tỵ 1929) nên một ngày nào đó không xa, tôi sẽ xuống ga, chấm dứt cuộc lữ hành trên dương thế, bỏ lại sau lưng những vinh nhục cay đắng muộn phiền, nhẹ gánh lên thuyền, xa lìa bến mê, bước lên bờ giác gặp lại chú Nguyên Trí Nguyễn Hòa bút hiệu Phù Vân, Tùy Anh, chủ nhiệm báo Viên Giác. Trân trọng kính nguyện cầu......

Nhưng trước khi đi, tôi trân trọng kính chúc quý độc giả và thân bằng quyến thuộc của quý vị một năm mới thật nhiều sức khỏe, gặp thật nhiều thuận duyên trong cuộc sống ly hương, an khang thịnh vượng và thăng tiến như RỒNG GẶP MÂY. ■

TÂN NIÊN VẠN PHÚC
Laatzen ngày 15.10.2023
Tích Cốc Ngô Văn Phát
Cựu tù nhân „cải tạo" ở Hoàng Liên Sơn
Bắc Việt

Thơ Tuệ Sỹ

Bạch Xuân Phẻ dịch Anh ngữ

Cuối năm

Lận đận năm chầy nữa
Sinh nhai ngọn gió rừng
Hàng cà phơi nắng lụa
Ngần ngại tiếng tha phương

The year end

Beset with difficulties, another year lingers
Livelihood amid the forest winds
Rows of sun-dried garden eggs in the silky sunshine
Hesitatingly reverberate the diaspora calls

CẬU BÉ MANG TUỔI THÌN

Trần thị Nhật Hưng

Có nhiều người khi sinh con ra, bên cạnh tên thật hay, thường có một tên khác gọi ở nhà dí dỏm dễ thương, hay tên thật dở để khỏi bị "bà" bắt. Bà ở đây là bà nào không ai biết được, thế nhưng nhiều người vẫn sợ rồi kiêng. Riêng đối với bà Thịnh, bà không tin như thế, ngược lại, bà cần con cháu bà tên thật hay, phải có ý nghĩa nữa để đem may mắn vận vào cuộc đời nó.

Hàng xóm nhà bà, có thằng bé tên Tí Chuột, chỉ là tên gọi tại nhà, trong giấy tờ là An Khang rất hay thế mà không gọi, cứ tên Chuột mà kêu làm khi lớn lên cuộc đời nó không ra gì, luôn chui rúc như đời một con chuột. Còn thằng con nhà khác thì tên La, em trai là Lắc. Cả hai anh em cho đến gần 40 tuổi, tương lai như lơ lửng trên cành cây, lúc la lúc lắc, chả đi tới đâu.

Vì thế, khi cưới con dâu giữa năm Mão, bà mong dâu mau có bầu để năm tới sinh con năm Thìn. Đối với bà, Thìn là rồng, một linh vật có huyền thoại cao quí biểu tượng sức mạnh phi thường, hùng dũng dành cho phái nam. Dù con dâu chưa có bầu, chưa sinh con, bà đã mơ ước một đứa cháu trai đặt tên Thăng Long.

Điều bà mơ ước đã đạt được ước mơ. Đúng năm Thìn, con dâu bà đã hạ sinh một cháu trai đích tôn kháu khỉnh, nối dõi tông đường. Bà mừng lắm và yêu cầu cha mẹ nó lấy tên do bà đặt là Thăng Long. Bà giải thích, Long tức là rồng. Mà bản chất của rồng thì sẽ tung bay. Thằng cháu bà tương lai sẽ ngất ngưỡng tận mây xanh, tha hồ tung hoành không ai đè đầu dận cổ được nó. Con trai và con dâu vốn thương quí kính yêu bà vì cả đời bà từ khi chồng chết, bà ở vậy hy sinh tuổi thanh xuân nuôi nấng chăm lo cậu con trai độc nhất, nên chúng chiều ý bà cho bà vui, lại nữa bà đặt tên cho cháu cũng hay và có ý nghĩa nữa!

Vốn nuôi mộng cho thằng cháu bay bổng, từ thuở bé, Thăng Long vừa biết nói, bà đã giải thích cho bé hiểu ý nghĩa tên nó mang. Chưa hết đâu, nhờ có cơ hội gần bé nhiều hơn bố mẹ khi bố mẹ bé bận công việc, đi làm giao con nhờ bà trông nom. Ngoài những lúc cơm nước, đưa dẫn bé đi học, rảnh, bà hay kể chuyện về những con rồng cho nó nghe. Với bà, rồng là con vật ngon lành hết sẩy nhất, là vua của các loài thú, không thể so sánh với các con vật khác. Khi Thăng Long vào nhà trẻ rồi vào mẫu giáo, bé học xếp đồ hình hay học về những con vật như chim, chuột, chó, mèo, gà vịt, cá, tôm v.v... tuyệt nhiên không thấy con rồng như bà nội nói, nó về nhà thắc mắc hỏi:

- Bà ơi, con rồng là con gì mà con học không thấy nói và cũng không thấy nó nữa.

Bà từ tốn giải thích cho bé:

- Làm sao thấy được vì nó chỉ là con vật do người đời từ thuở hồng hoang khai thiên lập địa khi còn ăn lông ở lỗ đến giờ tưởng tượng phác họa ra mà thôi.

- Phác họa ra làm gì vậy bà?

Bà bí, không biết trả lời sao, phần nó còn quá nhỏ để nhồi vào đầu nó những điều mà chính bà cũng chưa hiểu rõ. Bà thoái thác bận nấu cơm, rồi hôm khác bà nghiên cứu tìm hình một con rồng trong một nhãn bánh đưa bé xem. Con rồng thật đẹp, màu vàng tươi óng ánh, thân rồng uốn hình sin (?) với 12 khúc, có vân, có vảy, có chân, có bờm sư tử, có râu cằm… và còn bay trên mây nữa. Bà giải thích cho bé:

- Con xem, con rồng đẹp không. Trong văn hóa phương Đông lẫn phương Tây, người đời phác họa ra nó để biểu trưng cho loài linh vật huyền thoại có sức mạnh phi thường, hùng dũng, đầy quyền năng và chí lớn của một con người. Tư tưởng đó giúp con người mặc sức bay bổng, vươn lên như rồng vậy.

Thằng bé nghe bà nội nói, đối với nó cao siêu quá, nó không hiểu gì cả, chỉ ậm ự ngã vào lòng bà, hai con mắt mơ màng rồi ngủ lúc nào không hay.

Rồi Thăng Long lớn dần lên, bà Thịnh vẫn nuôi mộng dạy bảo cho thằng cháu đích tôn của bà thành người hữu dụng. Nó phải khác người khác, như con rồng, tuổi rồng và cái tên nó đang mang. Bà luôn tin bản chất thần kỳ của rồng chắc chắn tiềm ẩn trong những ai sinh năm Thìn. Do vậy, nhân bé sinh năm Thìn, bà đặt tên Thăng Long hàm nhắc nhở bé phải biết vươn lên, năng động, năng nổ, nếu không bay sẽ là con rắn.

Nhưng cuộc đời, đâu phải lúc nào cũng xuôi chèo mát mái. Đâu phải ước mơ nào cũng dễ dàng thành tựu mà không gặp trắc trở chông gai. Ngay ông Trời, ai cũng nghĩ "ông Trời có mắt" biểu tượng sự công bằng mà cũng có lúc mưa, lúc nắng, lúc bão bùng, yên ả; thì thế gian mà bà Thịnh đang sống cũng thế thôi. Cuộc đời vốn vô thường, thay đổi mọi lúc, mọi nơi… cho nên, giữa khi bà đang hy vọng ngút ngàn về thằng cháu nội, thì bây giờ bà cũng thất vọng không kém khi Thăng Long đến tuổi dậy thì, nó cũng thay đổi theo chiều hướng của một đứa trẻ… ta đây, muốn làm… người lớn!

Thăng Long hay theo bạn bè, nghe lời rủ rê của bạn bè hơn nghe lời bà nội. Nó ham chơi hơn ham học. La cà theo bạn bè trong những lần dã ngoại, đi chơi về khuya, giờ giấc thất thường. Đôi khi về tới nhà thì nằm lăn ra ngủ. Bà hay cha mẹ gọi ăn cơm, Thăng Long thoái thác đã no rồi cũng không muốn ló mặt. Thăng Long ngủ li bì. Dậy, chỉ ăn và chơi. Bà Thịnh buồn lắm. Bà hay than thở cùng con trai và con dâu:

- Biết thế này, mẹ đặt tên cho nó là Hạ Long mới đúng. Rồng gì mà cứ nằm ụ như con rồng đất. Nếu rắn thì còn đỡ, rắn còn bò được.

Cậu con trai an ủi bà:

- Tuổi dậy thì hay giở chứng nổi loạn. Ngang tàng, bướng bỉnh. Mẹ an tâm, rồi đâu cũng vào đấy.

- Mẹ chỉ sợ tuổi trẻ bồng bột, đua đòi rồi sa ngã. Mẹ chỉ còn mong vào phúc nhà thôi. Hy vọng có phúc có phần!

- Thì mẹ cứ tin vậy đi!

Tuy trông mong vào phúc nhà, bà Thịnh nghĩ "còn nước còn tát", bà cố gắng hết lòng dạy bảo thằng cháu nội cưng duy nhất của bà. Bà tìm đến Thăng Long, tỉ tê với nó:

- Con biết không, bà thương con lắm, nên bà mới quan tâm đến con. Người dưng bà có xía vào đâu. Con là cháu đích tôn của dòng họ, con phải làm sao cho gia tộc vẻ vang để thiên hạ, nếu không trọng thì cũng không khinh mình được.

- Con có làm gì đâu, nội?

- Thì con cứ đi chơi với bạn bè hoài, bê tha không lo thân.

- Bạn bè rủ thì mình đi chơi với chúng. Không đi, chúng bỏ con, con chơi với ai?

- Con chơi với bà nè.

- Với bà, con gặp hằng ngày rồi. Nếu không... chơi với bà, bà vẫn không bỏ con. Vì một phần máu thịt con nằm trong bà. Phần máu thịt bà nằm trong con. Bà đâu bỏ con được.

Nghe Thăng Long lý sự, bà Thịnh vui trong lòng, bà nói:

- Nhưng con phải biết lựa bạn mà chơi. Chọn bạn tốt, giỏi để học hỏi nó mới nên người chứ!

- Con thì bạn nào con cũng chơi hết. Có lần bà nói với con, cái gì... cái gì... tam nhân đó.

- À, "tam nhân đồng hành, tất hữu ngã sư!".

- Đó, bà từng dạy con ba người cùng đồng hành sẽ có người là thầy mình. Con chơi tất. Tốt cũng chơi. Xấu cũng chơi. Tốt cho mình học hỏi. Xấu cho mình tránh. Cả hai đều là sư mình mà.

Rồi Thăng Long vòng tay ôm bụng bà, trấn an:

- Bà an tâm đi, lo giữ gìn sức khỏe. Cháu bà không tệ đâu.

Bà Thịnh cảm động, âu yếm dí tay lên trán nó:

- Sư mày! Nói thì nhớ nhé!

Được thế, bà Thịnh tỉ tê tiếp:

- Con có biết tên Thăng Long của con, bà đặt cho con hay và ý nghĩa lắm không. Long là rồng thường xuất hiện chỗ cao quí nơi chùa chiền, cung đình của vua chúa. Họ vẽ những con rồng uốn lượn thật đẹp thường đứng từng cặp đối đầu hay châu đầu với phượng, phượng hoàng (nữ hoàng của loài chim), biểu tượng cho phái nữ, để diễn tả sự tốt đẹp cao cả may mắn nhất trên thế gian này. Bởi vậy, trong cung đình, rồng phượng còn được trang trọng đặt ở vị trí cao chót vót ngang với Thiên tử. Người ta còn dùng tên Long ghép với tất cả những vật dụng, sự việc liên quan đến vua. Như giường ngủ của vua thì gọi là Long sàn, khuôn mặt vua thì gọi Long nhan, áo mặc là Long bào, áo lễ gọi là Long cổn, bàn viết là Long án, thuyền rồng của vua là Long châu, xe vua với đoàn tùy tùng là Long giá, mạch đất tốt để tán thi hài con cháu được làm vua gọi là Long huyệt, ân sủng vua ban gọi là Long ân, thân vua là Long thể....

Thăng Long chen vào:

- Còn mắt vua là... là... Long nhãn, râu vua là... là... Long tu phải không bà? Long nhãn mẹ con thường nấu thánh bổ lường, long tu nấu súp đó. Ăn... mắt vua và... râu vua, ngon số dách, bà nhỉ.

Biết thằng bé châm chọc mình, bà Thịnh cười mắng yêu:

- Sư mày!

Những khi trò chuyện như thế với Thăng Long, bà thấy nó không... ngu như bà tưởng, bà an lòng tin vào phúc nhà, cố ăn ở lương thiện để phúc cho con cháu.

Thế nhưng, cuộc đời vốn vô thường, thích thách thức trêu người. Biến cố 30 tháng tư 1975 đưa cả nước vào thảm cảnh. Không riêng gì gia đình bà Thịnh mà hầu hết dân miền Nam đều lâm vào cảnh tù tội, đói nghèo, hận thù... Thăng Long cũng bị ảnh hưởng, dù đang theo đuổi Đại học Khoa Học, thằng bé bị trù dập, bị đào thải, chế độ mới không dùng đến những thành phần như Thăng Long khi sơ yếu lý lịch có cha là Sĩ quan Quân lực Việt Nam Cộng Hoà hiện đang bị tù cải tạo.

Lâm cảnh kinh tế khó khăn là nạn chung của xã hội, tuy ai nấy ngày đêm lo lắng không biết tương lai ra sao, nhưng vấn đề ưu tư hàng đầu của gia đình bà Thịnh đó là việc Thăng Long bị gọi nghĩa vụ quân sự sang Campuchia, thực thi nghĩa vụ quốc tế, bành trướng xã hội chủ nghĩa dưới chiêu bài "cộng sản Đông Dương". Thật là trớ trêu khi cha là "ngụy" mà con sẽ là bộ đội nhốt cha mình. Không những thế, sang Campuchia, sinh mạng của cháu bà như chỉ mảnh treo chuông hy sinh một cách vô lý trong những cuộc giao tranh khốc liệt mà bao người ra đi đã không có ngày về. Do vậy, dù tài chánh trong nhà eo hẹp, bà cùng con dâu, thân mẫu của Thăng Long gom góp vòng vàng bấy lâu dành dụm, bán thêm vật dụng cần thiết trong nhà để đủ sở hụi lo cho Thăng Long một chỗ vượt biên.

May mắn cho gia đình bà, Trời đã nhìn xuống, Thăng Long vượt biên một lần được trót lọt.

Sau thời gian ngắn tại đảo để lập hồ sơ định cư, Thăng Long dễ dàng được Hoa Kỳ nhận vì nằm trong diện ưu tiên con của Sĩ quan Quân lực Việt Nam Cộng Hoà. May mắn thêm nữa, đến Hoa Kỳ, Thăng Long được một gia đình người Mỹ có chút thế lực cưu mang, hướng dẫn và dẫn dắt ngành nghề phù hợp khả năng Thăng Long, để sau này có một chỗ đứng vững chắc trong xã hội.

Thăng Long từ khi xa bà và gia đình, cậu cũng biết thân, nếu không dựa vào chính mình thì ai lo cho đây. Lại thêm cha mẹ nuôi người Mỹ nhân hậu chăm sóc cậu chu đáo, đáp ân tình, cậu cố gắng theo sự chỉ dẫn của họ để vượt qua kỳ sát hạch gắt gao, học viên phải có khả năng lãnh đạo, sức khỏe tốt và đạo đức nữa mới có thể gia nhập Học viện Không quân Hoa Kỳ, một trong những trường nổi tiếng, chọn lọc kỹ càng, nơi đào tạo các sĩ quan không quân trở thành những nhà lãnh đạo không quân Hoa Kỳ phục vụ cho đất nước.

Sau nhiều năm phấn đấu nơi xứ người và 4 năm miệt mài tại học viện, Thăng Long nhận được bằng Cử nhân về khoa học và được phong quân hàm Thiếu úy trong Không quân Hoa Kỳ.

Tại Việt Nam, bà Thịnh luôn theo dõi mọi tin tức về cháu bà. Bà mừng rơi nước mắt khi Thăng Long đạt những điều bà ước mơ. Phải thế chứ, cháu bà là người Việt, vốn tự hào ví mình giống rồng tiên, đã vậy, Thăng Long mang tuổi rồng, tên rồng, mà bản chất rồng luôn quật cường dù ở hoàn cảnh nào, nghịch cảnh nào vẫn bất khuất, ý chí tự cường cũng tìm cách vùng vẫy tung bay, ngoi lên, tiến tới như… rồng vậy. Thăng Long không những cho gia đình, gia tộc niềm hãnh diện mà nơi xứ người còn làm vẻ vang cho dân tộc Việt Nam.

Cứ tưởng tượng tại Hoa Kỳ, Thăng Long là phi công lái máy bay tung hoành giữa bầu trời cao rộng có khác nào là rồng gặp mây vùng vẫy giữa trời xanh. Nếu Thăng Long còn kẹt tại Việt Nam trong hoàn cảnh xã hội đất nước như vậy, Long không thể Thăng được mà không chỉ hạ long còn là con rồng đất với thời gian sẽ tan trong sình lầy nước đọng. Việc bà để Thăng Long rời xa bà, một mình trơ trọi nơi xứ người bà thương nhớ lo lắng lắm chứ, bao đêm bà đã mất ăn mất ngủ. Nay thấy sự thành công mỹ mãn của con cháu, bà mới thấy sự hy sinh và quyết định của bà là một lựa chọn đúng.

Một thời gian sau, sau khi con trai bà Thịnh được thả về từ lao tù cộng sản, gia đình bà đoàn tụ tại Hoa Kỳ do Thăng Long bảo lãnh theo diện ODP.

Ngày đón đại gia đình tại phi trường, Thăng Long dẫn theo một thiếu nữ vô cùng duyên dáng xinh đẹp. Thăng Long ôm choàng bà nội và thủ thỉ cùng bà:

- Cháu dâu của bà đây. Bà thấy thế nào ạ?

Bà Thịnh ngắm nghía cô gái rồi buột miệng hỏi:

- Cháu có phải tên… Phượng không?

Cả nhà cười vui khi nhớ đến những ngày bà Thịnh

Đón TẾT mùa Cô Vi

Hoa Lan

Đón Xuân này, tôi nhớ Xuân xưa. Mượn lời bài hát "Đón xuân này, nhớ xuân xưa" của nhạc sĩ Châu Kỳ để diễn tả tâm trạng của tôi và bài viết cho báo Xuân Giáp Thìn 2024. Nghĩa là đón xuân Giáp Thìn, tôi nhớ xuân Mậu Tý, cái mùa xuân bắt đầu cho nàng Cô Vi 19 len lỏi vào cuộc sống của chúng ta.

Ngày mai đã là giao thừa, nhưng không khí Tết trong nhà gần như bị đóng băng như không khí ngoài trời. Tôi ngồi bên khung cửa sổ nhìn những hạt tuyết rơi lả tả, trắng xóa cả bầu trời. Tuyết vương trên lá, tuyết phủ ngập cả lối đi, những tia nắng ấm vừa sưởi ấm bầu trời vừa tạo nên sắc màu cho khung cảnh thêm thơ mộng. Đã lâu lắm rồi tôi mới cảm nhận được cái đẹp thực sự của mùa đông trên xứ Đức, nơi bị thiên hạ cho là lạnh lẽo lẫn buồn nản và không đáng sống!!!

Bằng này năm ngoái tôi đã đi trốn lạnh ở mãi tận đâu đâu, khi thì ăn Tết tại quê nhà vừa ấm lại vừa vui, lúc sang Cali đón xuân, đến khu Phước Lộc Thọ xem đốt pháo, từng bánh pháo dài nổ điếc cả tai và ngửi mùi khói đến nghẹt cả thở. Còn thức ăn quê hương thì đầy dẫy, bày bán la liệt chỉ sợ không có sức nếm thử tất cả các món ngon vật lạ nơi xứ người.

Đấy là cái Tết con Chuột tại xứ Cờ Hoa, mở màn cho một đại dịch Corona đang ngấm ngầm len lỏi vào thế giới loài người.

Lúc ấy các tin tức về con vi rút Vũ Hán chỉ mới rò rỉ ra bên ngoài, mọi người cứ nghĩ nó ở xa lắm, mãi tận bên Trung Quốc. Còn ta đang vui xuân tại Phố Bolsa, xem diễn hành mừng xuân tại „*Đại lộ kinh hoàng*" của Westminster và đặc biệt năm nay có đến hai cuộc diễn hành tổ chức tại hai quận khác nhau của hai cộng đồng. Một sự kiện hy hữu có một không hai trong lịch sử tỵ nạn của người Việt tại khu Sài Gòn Nhỏ này.

Sau Tết vài hôm, tôi mới cảm nhận được sự hiện hữu của con cúm Tàu đang lởn vởn trong bầu không khí trong lành của xứ Mỹ vĩ đại, nơi tôi chọn để ăn một cái Tết „*đổi giò*" thật xôm tụ xen lẫn bi ai! Tại sao lại bi ai? Không bi ai làm sao được, khi phải sống chung với lũ... dịch Corona. Nó giết người không bằng gươm dao hay súng đạn, nhưng bóp chết tất cả các tự do tối thiểu của tôi. Không cho phép tôi được thưởng thức món mì vịt tiềm tại một nhà hàng Tàu nổi tiếng trong vùng.

Chẳng là hôm ấy chúng tôi hẹn nhau đến quán Mì Dìn Ký để khao quân, phe Đức quốc đãi bạn bè cũ mừng ngày hội ngộ nơi đất khách quê người. Nhưng khi xe vừa kịp đậu trước cửa nhà hàng, anh bạn vàng đã hớt ha hớt hải đến chặn trước cửa xe, ngăn không cho bước xuống:

- Tôi vừa nghe tin nóng, tên đầu bếp của nhà hàng mới nghỉ Tết từ Vũ Hán về. Mình nên đổi lộ trình sang quán Việt Nam ăn Cơm Tấm Cali tốt hơn!

Thế là phe ta mặt mũi tái mét, líu ríu quay đầu xe chạy một mạch sang ăn uống tại „*ao nhà*" cho nó lành. Cái gì chứ đụng đến ổ dịch Vũ Hán thời điểm đó là toi mạng.

Tin tức về con cúm Vũ Hán phát tán như thế nào? Gia phả ba đời của nó từ đâu ra: "*Ngôi chợ trời hải sản của thành phố Vũ Hán hay phòng thí nghiệm P4?*". Lúc ấy chỉ là thuyết âm mưu!

Tôi miệt mài nghe chuyên gia Nguyễn Xuân Nghĩa thủ thỉ bên tai những „*Giải ảo thời sự*" bằng youtube, nên cũng nắm bắt được một số ít thông tin cần thiết, không phải bỡ ngỡ trước biến cố đổi đời lẫn đổi mạng.

Những ngày du xuân quý báu thật ngắn ngủi, tôi phải tận hưởng từng phút giây. Đến Las Vegas, kinh đô của ánh sáng và các sòng bài quốc tế. Rất tiếc trong người tôi không có máu ăn thua cờ bạc, nhiều khi lại chứa cả "gen" chống lại cờ bạc, nên ngày nào cũng đi ngang qua các cạm bẫy cả chục lần mà lòng vẫn dửng dưng. Chắc các chủ tiệm Casino lừng danh thế giới ở Las Vegas chúa ghét những loại người có „*Antigen cờ bạc*" cỡ như tôi!

Vậy đến chỗ thiên đường của kéo máy, sóc bài này để làm gì? Tôi chỉ thích đi ngắm cảnh, ngưỡng mộ các hào nhoáng về lối kiến trúc của những tòa nhà tráng lệ, về những vườn hoa trang trí thật cầu kỳ, các show trình diễn free và cả trả tiền đắt giá nếu diễn viên thuộc loại nổi tiếng. Một thành phố không bao giờ ngủ yên với ánh đèn lấp lánh muôn màu.

Thời điểm ấy ra đường ít ai chịu đeo khẩu trang, thỉnh thoảng gặp một cô nàng tóc đen trong nhóm những người tóc đen đi ngược chiều lại, đeo khẩu trang. Hình ảnh ấy trông thật phản cảm, chẳng làm ai hài lòng vì nghĩ cái người ấy đang bị bệnh có liên quan đến đường phổi nên giữ gìn không muốn lây sang người khác. Nghĩa là gặp ai đeo khẩu trang đều phải lánh xa.

Khổ nỗi lúc ấy, du khách viếng Las Vegas đa số là người Trung Quốc. Đến chỗ nào cũng gặp họ, thường là từng đoàn, từng nhóm, nói chuyện ồn ào như vỡ chợ.

Bình thường tôi rất dễ thương và vui vẻ với nhóm người này, nhưng hiện tại trong tình thế "*Corona, xa ta ra*", tôi đâm ra kỳ thị với nhóm người này. Cứ nghĩ họ là nguyên nhân gây ra bệnh, đem dịch Covid từ Vũ Hán sang. Cả thế giới chỗ nào lại không có người Trung Quốc. Rồi thêm sự ám ảnh của những tin tức từ Vũ Hán, những Video khiếp sợ được lén lút truyền ra bên ngoài, người chết vì Covid-19 như rạ, thiêu đốt ngày đêm không hết.

Nghĩ cũng lạ, nhìn lại mình cũng tóc đen,

---

luôn dặn Thăng Long kiếm bạn gái tên Phượng (nữ hoàng của loài chim) cho xứng hợp với tên Long tức rồng (vua của loài thú) như thế mới "*môn đăng hộ đối*". Con trai bà xen vào:

- Rồng sao lấy chim làm vợ được hả mẹ?

- Cũng chỉ là biểu trưng ý chí vươn lên thôi mà, chứ chúng có phải là rồng thật, chim thật đâu.

Mọi người đã ra khỏi phi trường, trước khi lên xe về nhà, Thăng Long nói với bà nội:

- Con kiếm mãi cô tên Phượng không có, nếu có, cũng không đẹp nên con không vâng lời bà được. Bạn gái con đây tên Hoàng, vậy bà bằng lòng không?

Bà Thịnh cười, mắng yêu:

- Sư mày! Hoàng tức là Phượng Hoàng rồi còn gì. Phải thế chứ, cái tên nhắc nhở mình vươn lên. Vươn lên không phải để hà hiếp người mà không ai đè đầu dận cổ mình được!

Trần Thị Nhật Hưng

mũi thấp, da vàng như rứa! Có khác gì hơn đâu mà bày trò kỳ thị chán ghét! Tuy nhiên tôi vẫn ghét, vì trong máu lỡ nhiễm độc tố „Tàu lạ ác gian" ngoài Biển Đông, nên chạm tới họ là tôi bị dị ứng rất khó chịu.

Những ngày cuối tại khu Sài Gòn Nhỏ, ngoài việc đi thăm viếng các danh lam thắng cảnh quanh vùng như Nhà Thờ Kính, Cây Đa trăm tuổi... Tôi nhờ bác Google tìm cho vài địa chỉ hàng quán nổi tiếng với món ăn ngon, ít nhất cũng đạt gần 5 điểm. Bác ấy chỉ đường đến quán Hủ tiếu Mỹ Tho của một đôi vợ chồng già chủ quán. Than ôi! Thời oanh liệt khách hàng đứng xếp hàng dài chờ bàn trống nay còn đâu! Quán vắng hoe! Chẳng ma nào đến, thỉnh thoảng có người đến mua mang về vì sợ gặp con phải gió Cô Vi.

Bà chủ quán đứng tuổi người Nam, nói chuyện rất dễ thương, đã chịu khó trả lời câu hỏi về sự khác biệt giữa Hủ tiếu Mỹ Tho và Nam Vang. Để cuối cùng chọn tô Hủ tiếu Nam Vang, vì tôi sợ miếng gan heo trên tô Hủ tiếu Mỹ Tho. Bà còn quảng cáo món Mì gõ nổi tiếng của quán, khách phương xa đến chỉ đòi Mì gõ. Tôi tiếc thầm trong bụng, hứa với lòng, lần sau đến nhất định sẽ gọi tô Mì gõ.

Và làm gì có lần sau, chỉ vài tuần sau đó nước Mỹ đã bị con Corona dần cho một trận tơi tả. Du khách như tôi chỉ nằm mơ cũng không dám nghĩ đến ngày trở lại. Mà có trở lại cũng không thể như ngày xưa trước thời Cô Vi. Đấy là một thực tế đau lòng!

Nhưng con người vẫn sống bằng niềm tin, bằng tia hy vọng, cho dù ở cuối đường hầm. Tết con Trâu tôi nhớ về quá khứ ăn Tết con Chuột ở Phước Lộc Thọ, gần Tết con Cọp tôi chờ đợi chính phủ Mỹ mở cửa cho vào. Tại sao tôi lại phải gấp gáp như thế? Vì quỹ thời gian của tôi không còn được nhiều nữa, ngày nào chân còn cứng, đầu gối chưa long, tôi phải thực hiện các ước mơ đi đến những nơi mình thích đến.

Đã hai năm nay, cô nàng Cô Vi đã cản bước đi của tôi, rồi còn đem hai chữ „Vô Thường" ra dọa nạt nữa. Nếu nói không sợ là tự đang dối lòng, cô ấy làm thật đấy! Đã bao nhiêu người đã nằm xuống vì Cô. Vì Cô tôi phải bấm bụng tiêm liều hai mũi cho được miễn nhiễm cộng đồng, được đi lại tự do những nơi công cộng đông người. Một quyền tự do cơ bản có ghi trong Hiến pháp.

Nhớ bài hát xưa „Tết, tết, tết... Tết đến rồi! Tết đến trong tim mọi người". Vâng, trong tim ai cũng có một cái Tết, một xuân yêu thương được tiềm tàng trong ký ức thời còn đón Tết tại quê nhà. Mỗi người một ký ức riêng tư đầy hoa mộng, không thể phôi phai. Nhưng tình thế hiện nay tại quê nhà mới thật đau lòng khi phải nghĩ đến chuyện đón xuân vui chơi trong ba ngày Tết với nàng Cô Vi. Như tình trạng chung của bao Việt kiều muốn về Việt Nam ăn Tết, tôi phải chờ đến bao lâu nữa? Chờ đến bao giờ...?

Trong lúc chờ đợi, tôi có thể phiếm luận chiều xuân về các câu ca dao tục ngữ đã được các „Thầy dùi" thời Cô-vít xuất khẩu thành về đổi thay cho phù hợp với tình thế mới.

. Chẳng hạn ai kia quá chán nản, thụ động, chẳng biết làm gì hơn là cầu xin trời đất, trăng sao đuổi cổ cô nàng Cô-vít ra khỏi cuộc đời:

Trông trời, trông đất, trông mây.
Trông sao cho hết những ngày Cô Vi.

. Hay chơi màn „Kiều lẩy", đổi cả thơ của cụ Nguyễn Du:

Người đâu gặp gỡ làm chi?
Người về dương tính, cách ly cả phường.

. Có người ví mình phận mỏng như cánh chuồn, chỉ biết bay lượn vu vơ, nhưng gặp thời buổi Cô Vi thì cũng chịu cảnh cách ly:

Thân em như cánh chuồn chuồn.
Sáng vui bay lượn, chiều buồn cách ly.

. Chỉ thương cho những trẻ thơ thời Cô-vít mong chờ những câu hát ru con của mẹ hiền:

Cái ngủ mày ngủ cho sâu.
Mẹ mày dương tính, còn lâu mới về.

. Và các em học sinh sẽ chờ đợi ngày khai giảng một cách mỏi mòn:

Con ơi nhớ lấy câu này.
Khai giảng chưa biết là ngày nào đâu?

. Hình ảnh những gia đình đoàn tụ nay còn đâu:

Khắp nơi con cháu ba kỳ.
Đứa thì F1, đứa thì F2.

. Một thực tế phũ phàng cho sự nhận định, thế nào là *"Hàng thiết yếu"* và *"không thiết yếu"*. Chẳng hạn như lời phát ngôn của một anh Công an ở Nha Trang, nhất quyết cho bánh mì là thứ hàng không thiết yếu, để bắt phạt một anh công nhân khốn khổ, đói quá phải ra đường mua bánh mì ăn đỡ. Có lẽ anh Công an này gốc Trung Quốc nên ít ăn bánh mì:

Dù ai buôn bán trăm nghề.
Hàng "không thiết yếu", đừng bê ra đường.

. Tết năm Giáp Thìn, một năm đầy tốt đẹp vì không còn than ngắn thở dài với câu:

Chiều chiều ra đứng ngõ sau.
Nghĩ về Cô-vít, ruột đau chín chiều.

■

Hoa Lan.
Đầu Xuân 2024.

Tản mạn ngày xuân

Nguyên Hạnh HTD

Hình như không khí đón xuân của người Việt Nam dù ở nơi đâu cũng khởi đầu bằng âm nhạc qua các bài hát xuân và một trong những bài hát xuân nổi tiếng và phổ biến rộng rãi khắp nơi là bài Ly Rượu Mừng của nhạc sĩ Phạm Đình Chương. Cứ nghe điệu nhạc thân quen của bài hát này trỗi lên, ai cũng có thể thì thầm hát theo và biết là Tết đã gần kề:

"*Ngày Xuân nâng chén ta chúc nơi nơi. Mừng anh nông phu vui lúa thơm hơi...*

Nhấp chén đầy vơi. Chúc người người vui ..."

Không biết từ lúc nào "Ly Rượu Mừng" đã trở thành bài hát biểu tượng cho việc đón Tết của người Việt Nam khắp nơi. Gần như không có chương trình văn nghệ đón xuân nào mà lại thiếu bài hát này, vì nội dung nó hàm chứa đầy đủ những ý tốt lành mà người Việt Nam thường chúc nhau ngày Tết. Bài hát đó có thể xem như là "bài hát của mùa Xuân".

Đúng là: "Đón xuân này tôi nhớ xuân xưa".

Tôi nhớ ngày xưa còn bé, khi nào gần Tết là tôi phải tỏ ra ngoan ngoãn học hành, biết nghe lời thì sẽ được Ba tôi cho đi thăm chúc Tết bà con và thế nào cũng được thêm tiền lì xì mừng tuổi cho mau ăn chóng lớn.

Tôi bâng khuâng nhớ lại khung cảnh tất bật nhưng đầm ấm của gia đình. Mẹ tôi lo đặt lá dong, đặt đậu xanh loại thượng hạng để gói bánh chưng, bánh tét. Tối tối, trẻ con ngồi chầu rìa xem người lớn chẻ lạt từ mấy cái ống tre đã ngâm nước trước mấy hôm cho trắng ra. Những sợi lạt mỏng tanh và mềm như lụa được bó sẵn thành bó. Sung sướng nhất vẫn là lúc chờ Mẹ gói gần xong, bỏ bánh vào nồi nấu chín, sau đó trẻ con sẽ được phân phát một đòn bánh tét nho nhỏ cho riêng mình, để rồi cứ đem ra vừa ngắm nghía vừa hít hà mãi, không dám ăn!

Tôi lại ngẫm nghĩ nuối tiếc một thời tuổi thơ đã trôi qua. Với tôi, ngày xưa đi chợ Tết cốt để tận hưởng cái không khí nhộn nhịp vô cùng đặc biệt mà mỗi năm chỉ có một lần. Tôi nhớ những lần đi chợ Tết với Cô tôi, đã được Cô dắt đi đây đi đó, tung tăng trong chợ Tết. Cô đã mua cho từng viên kẹo mè xững, từng bịch chè chuối. Tôi đã từng đứng khá lâu trước những sạp bánh mứt đủ màu, hít thở bầu không khí nồng nàn và ngọt lịm, cảm nhận một mùa xuân rộn ràng đang về.

Rồi trước những gian hàng chuối chưng, chuối hấp, chuối nướng lại gợi cho tôi hình ảnh "bụi chuối sau hè", luôn luôn mang đậm nét quê hương.

Bây giờ tất cả không còn nữa! Tất cả đã trở thành quá khứ xa xưa. Ước gì tôi có thể nhỏ trở lại một lần nữa, như ngày xưa còn bé, để được tâng tiu trong vòng tay người Cô thân yêu.

Đón Tết có phong tục đốt pháo mà tôi cũng rất thích. Tết mà thiếu pháo như "kỳ vô phong". Những nhà khá giả gặp người thích chơi pháo "xịn", họ treo một chuỗi pháo kết lại cứ vài phong pháo tẻ lại xâu một cái pháo tống rất lớn, kết xâu lặp lại nhiều đoạn như vậy cuối cùng thành xâu pháo thật dài. Khi đốt lên tiếng pháo tẻ nổ liên thanh tạch tạch, cháy đến pháo tống thì nổ đùng một tiếng như "lựu đạn" rồi lại nổ tung tóe tiếp tục như thế cứ mỗi lúc đùng... rồi... lại đùng vang dội cả không gian một khoảng thời gian khá lâu. Mùi pháo Tết ngợp ngàn, khói tỏa mờ mịt và xác pháo la liệt.

Ngoài ra tiếng pháo nổ đì đùng khắp nơi như xua đuổi tà ma, rộn ràng chào đón năm mới như tràng pháo tay cổ vũ cho những đoàn lân hăng say theo nhịp múa cầu chúc nhà nhà an khang thịnh vượng.

Tết ở quê người, nhiều gia đình Việt Nam vẫn còn giữ tục lệ cúng đưa Ông Táo về trời vào chiều 23 tháng chạp và đến tối 30 Giao thừa lại cúng rước Ông Táo trở về trần. Tục lệ cúng Giao thừa, xuất hành hái lộc, xông đất năm mới vẫn còn được nhiều nhà đồng hương hải ngoại duy trì và tôn trọng rất thành kính. Bàn thờ tuy gọn nhẹ hơn ở quê nhà nhưng vẫn trang trọng với đèn nến, hoa tươi, nhang trầm, trà thơm, bánh chưng, bánh tét và mâm ngũ quả được bày ra.

Nhớ lại những ngày ở quê nhà, 23 tháng chạp đưa Ông Táo về trời, đã nghe pháo nổ rộn rã gần xa liên miên không dứt. Dù đi đâu hay ở bất cứ nơi nào, chỉ nghe tiếng pháo nổ không thôi, tôi cũng đủ cảm thấy lòng rộn ràng chờ Tết đến. Đêm Giao thừa không hiểu người ta có chia phiên nhau không mà pháo cứ nổ liên tục ròn rã từ chập tối cho đến cao điểm là phút Giao thừa. Sáng ra những con đường, ngõ ngách ngập đầy xác pháo đỏ thắm. Không ai dám quét xác pháo trong ngày Tết vì kiêng cử là sẽ đuổi đi Thần tài mang lộc đến.

Một trong những thú vui xuân khác nữa của người Việt là sắm hoa Tết, vì mùa xuân là mùa của nhiều loại hoa đua nở. Người ta mở ra chợ hoa để mọi người đến đó du xuân, ngắm hoa, chụp hình lưu niệm rồi mua hoa về nhà chơi Tết.

Hồi còn ở quê nhà, tôi rất thích đi thăm Hội Hoa

Xuân ở vườn Tao Đàn, được nhìn ngắm những cây mai vàng rực rỡ màu vàng thắm, những cây mai bonsai uốn hình đủ kiểu với những hoa 5 cánh khoe sắc tươi mỹ miều, tượng trưng cho nét đẹp mùa xuân.

Mai còn có ý nghĩa sâu sắc, thanh cao ám chỉ con người đang sống trên cõi trần ai đầy uế nhiễm, hứng chịu bao sóng gió cuộc đời nhưng nếu ai có thể cố tu tập vượt thoát để giác ngộ ý nghĩa của cuộc sống. Qua đó Thiền sư Hoàng Bá đã có bài thơ thiền, trong đó có hai câu:

Nếu chẳng một phen sương buốt lạnh
Hoa Mai đâu dễ ngát mùi hương.

Bên cạnh đó cũng không biết bao nhiêu là kỳ hoa dị thảo từ khắp các miền đất nước mang về triển lãm. Đặc biệt là cả rừng hoa đào khoe sắc hồng thắm, khiến tôi nhớ lại hồi còn ở Huế vào những ngày xuân ngắm hoa đào trên chùa Từ Hiếu.

Hoa đào cũng là loại hoa biểu tượng cho mùa xuân, thịnh hành trên đất Bắc và cũng chính trên đất Bắc thành Thăng Long cách đây hai trăm mấy chục năm đã có một mùa Xuân huy hoàng đi vào lịch sử. Đó là sự kiện vua Quang Trung đại phá quân Thanh. Một trận đánh thần tốc oanh liệt của vua Quang Trung hạ hai đồn Ngọc Hồi và Khương Thượng (hay còn gọi là Đống Đa vì xác quân Thanh chết chất đống thành 12 gò cao có những cây đa mọc um tùm chung quanh) để tiến vào thành Thăng Long đuổi quân xâm lược vào mồng 5, mồng 6 Tết năm Kỷ dậu 1789. Và theo truyền thuyết ngay sau khi chiếm đóng Thăng Long vua Quang Trung đã sai quân phi ngựa ngày đêm đem một cành bích đào trồng tại đất Dinh Lẫm, Hà Nội (loại hoa cánh dày, lâu héo tàn) mang về thành Phú Xuân tặng Ngọc Hân Công chúa để thông báo tin đại thắng. Hoa đào đất Bắc đã đi vào huyền thoại lịch sử, dấu ấn khó quên cho niềm tự hào dân tộc đuổi quân xâm lăng ra khỏi cõi bờ.

Giờ đây tôi xa quê hương đã khá lâu, cứ gần Tết là tôi lại mang một tâm trạng lãng đãng phiêu phiêu, trầm lặng. Với ngày tháng trôi qua nhanh hay chậm tùy vào những buồn vui bất chợt vụt đến rồi vụt đi. Dù có cảm giác mình xa quê là đã đánh mất tất cả nhưng tận đáy lòng tôi vẫn rưng rưng biết ơn khi nhận ra một điều là trái tim trẻ thơ của tôi vẫn còn hiện diện đâu đó mỗi khi xuân về.

Người Việt dù có xa xứ vẫn một lòng thiết tha đối với cội nguồn, với quê hương mến yêu nhất là trong những giờ phút thiêng liêng Giao thừa. Và dù chúng ta đang sống ở một đất nước thanh bình với đời sống vật chất đầy đủ, nhưng ngày Tết lòng mọi người vẫn chùng xuống để nhớ về quê hương yêu dấu bên kia bờ đại dương.

Quê hương chúng ta, nơi Phật giáo đã ăn sâu vào lòng dân tộc, gắn liền với nếp sinh hoạt của người dân nên tục lệ đi chùa vào ngày đầu năm Tết Nguyên Đán và Rằm tháng Giêng đã có từ xa xưa. Cũng từ khi Nho giáo và Đạo giáo du nhập vào Việt Nam, phát triển mạnh vào thế kỷ 13, hòa nhập vào Phật giáo thành "Tam giáo đồng nguyên" và kết hợp đi đến "Tam giáo đồng qui", thì những tín ngưỡng ảnh hưởng từ Nho giáo và Đạo giáo như cúng bái, xin xăm, coi quẻ, hái lộc... cầu bình an, may mắn cho cả năm đã xuất hiện trong nhân gian.

Qua bao vật đổi sao dời, tập tục ấy vẫn còn tồn tại và lưu truyền tới ngày nay trở thành "Truyền thống Văn hóa Cổ truyền Dân tộc Việt Nam". Biến cố 75 khiến người Việt Nam phải lưu vong, nhưng theo bước chân Tăng lữ, chùa chiền đã được gầy dựng lại tại hải ngoại và làn sóng người Việt tỵ nạn vẫn còn có cơ duyên tìm về Mái Chùa xưa. Ngoài những lễ khác trong năm như Phật Đản, Vu Lan... Tết Nguyên Đán và Rằm tháng Giêng được các chùa tổ chức lớn, nhỏ tùy theo môi trường, hoàn cảnh nơi cư ngụ.

Tại Đức, chùa Viên Giác, Hannover do Hòa Thượng Phương Trượng Thích Như Điển khai sơn và kể từ khi Thầy lui về vị trí Phương Trượng để có nhiều thời gian tham khảo, nghiên cứu Kinh sách, dịch thuật và sáng tác. Từ đó đến nay trải qua nhiều thời kỳ với các vị Trụ Trì lần lượt tiếp nối, đầu tiên là Thượng Tọa Thích Hạnh Tấn, tiếp đến Đại Đức Thích Hạnh Giới rồi Đại Đức Thích Hạnh Bổn, đến hiện nay (2023) là Thượng Tọa Thích Hạnh Định.

Dù ở thời kỳ nào Tết Nguyên Đán và Rằm tháng Giêng vẫn được quý Thầy nhất tâm tổ chức trọng thể tại chùa Viên Giác dưới sự chủ trì của Hòa Thượng Phương Trượng trong không gian thiêng liêng khói nhang, hương trầm nghi ngút, kinh cầu Phật niệm nhằm đáp ứng nhu cầu tinh thần của người Việt nam ly xứ vẫn hoài niệm về những cái Tết cố hương.

Ngôi chùa tiêu biểu mái nhà chung - Mái nhà Việt Nam - là nơi qui tụ trong dịp Tết cổ truyền trong ý nghĩa đoàn viên của những người con Việt lưu lạc, là nơi tìm về để cùng nhau hòa chung niềm vui đón xuân sang giữa những ngày băng giá.

Trong ý nghĩa đó, tôi xin chân thành cầu chúc mọi người, nhà nhà Việt Nam sang năm mới một cái Tết Giáp Thìn an bình, đoàn viên, dồi dào sức khỏe và vạn sự như ý mong cầu. ∎

Nguyên Hạnh HTD
(Đầu tháng 11- 2023)

TRUYỆN THIẾU NHI

GIA ĐÌNH MÌNH LÀ CON PHẬT

Thi Thi Hồng Ngọc

**KỲ MỘT
NHỮNG NHÂN DUYÊN ĐẦU**

Bé Thảo Hiền năm nay lên bốn tuổi, năm bé tròn ba tuổi, mẹ dắt bé cùng hai chị tên là Thảo Mai tám tuổi và Thảo An mười tuổi đến chùa Viên Đức quy y. Thầy trụ trì đặt Pháp danh cho bé là Đồng Như, cô chị kế là Đồng Từ, chị cả là Đồng An. Mẹ các bé đã quy y trước rồi có Pháp danh là Đồng Minh. Thế là trừ ba của Đồng Như ra, cả nhà đều đã được quy y Tam bảo.

Quê của Đồng Minh ở mãi tận Hà Tây, cô sinh ra trong một ngôi làng nhỏ, nơi đó đã tự bao giờ không ai biết đến tiếng chuông chùa ngân nga, không ai nhìn thấy màu áo vàng thanh tịnh của các Sa môn, chẳng ai biết lấy một câu Phật hiệu. Cô lớn lên như thế, rồi nhân duyên đưa đẩy cô được xuất ngoại, thở hít bầu không khí tự do, nhân ái trên xứ Đức và cuối cùng là gặp được ba của Đồng Như. Quê chồng Đồng Minh ở Đà Lạt, vùng cao nguyên hiền hoà và có rất nhiều chùa vừa đẹp vừa nổi tiếng. Gia đình chồng cô tuy không phải là Phật tử thuần thành nhưng họ rất đoàn kết, thương yêu, bảo bọc nhau và đều thích đi chùa vào những dịp lễ lớn. Lần đầu tiên cô được đi chùa đó là dịp Tết nguyên đán, cô đi cùng cả đại gia đình anh chị em bên chồng. Chủng tử thiện lành về Đạo Phật đã phát lộ khi cô nhìn thấy hình tượng trang nghiêm, đẹp đẽ của các vị Phật và Bồ tát, cô chăm chú nghe Pháp mặc dù không hiểu gì cho lắm. Mọi người ra về sau buổi lễ, bình thản chẳng có gì khác biệt duy Đồng Minh bắt đầu cảm nhận được sự thay đổi trong tư tưởng của mình. Cô âm thầm tự nhủ nếu có dịp nào đó thích hợp mình nhất định tìm hiểu về Tôn giáo này.

Phật và Bồ Tát tất nhiên là biết rất rõ về cô từ vô lượng kiếp, tất nhiên là những ước muốn chính đáng của cô ở kiếp hiện tại, các Ngài cũng biết mà hoan hỉ gia trì cho cô được toại nguyện. Một ngày đẹp trời đang đi dạo lang thang một mình giữa phố (lúc ấy cô vừa lập gia đình nên muốn tham quan phố xá nơi chồng mình sinh sống), cô gặp chị Diệu Hảo, chẳng hề quen biết nhưng chị vẫn gật đầu chào cô

với nụ cười thân thiện dễ mến, từ đó hai người trở thành bạn thân. Chị đúng là người mà cô mong muốn được học hỏi về Phật Pháp. Diệu Hảo không quá cao vời như các thầy làm cô ngại không dám đến gần, không như các chị em chồng mà cô luôn phải cẩn trọng, không coi cô như một người hiểu biết thấp kém, chị là người đầu tiên nói chuyện với cô về Phật Pháp một cách cởi mở, chân thành, chị giải đáp cặn kẽ, từ tốn những thắc mắc đôi khi nghĩ lại cô cảm thấy sao mà ấu trĩ

Hình minh họa: Cát Đơn Sa

thế? Rồi chị Diệu Hảo rủ Đồng Minh đi chùa, chỉ cô vào trang mạng Internet có những bài thuyết pháp của các thầy mà những người sơ cơ có thể hiểu được. Thế rồi mặc dù công việc trong quán ăn của hai vợ chồng rất bận rộn, cô vẫn cố gắng thu xếp và thuyết phục chồng cho mình đi làm công quả ở chùa vào các dịp lễ lớn. Nhân duyên chín muồi, trong một dịp chùa tổ chức lễ Quy y Tam bảo, cô vui mừng vô hạn vì từ nay mình chính thức được là Phật tử với Pháp danh Đồng Minh.

KỲ HAI
LẦN ĐẦU BÉ ĐẾN CHÙA

Thảo An và Thảo Mai được mẹ dắt đến chùa lần đầu tiên cùng với các cô chú, anh chị em họ vào ngày Tết. Đối với hai cô bé thì tất cả mọi thứ ở đây đều lạ lẫm, hai bé chịu đến chùa chỉ vì có các chị em họ cũng đi, vào Chánh điện, thấy mẹ lạy Phật như thế nào, cô chị cũng làm y như vậy, còn cô em thì dáo dác ngó quanh. Bé hết nhìn tượng Phật hiền từ, sắc thân tượng là một màu vàng sáng rực, rồi lại nhìn sang hai bên lối vào Chánh điện có hai vị Bồ Tát, vị có hình dáng hung dữ làm cả hai bé hơi sờ sợ, không dám đến gần. Chùa là một nơi với hai bé chẳng có gì hấp dẫn, ngoại trừ hàng quán đầy thức ăn ngon ngoài kia và một chỗ chơi nhỏ xíu có mỗi một cái xích đu dành cho trẻ con. Đồng An thở dài, lén lén ra hiệu cho em gái chạy ra chỗ xích đu. Ở đó, các bé tha hồ chơi đùa, cười nói ồn ào mà không sợ bị người lớn la mắng. Mẹ đi tìm thấy cả hai mải mê vui vẻ trò chuyện với mấy trẻ con khác bằng tiếng Đức. Định quay đi cho chúng nó tự nhiên, nhưng chợt nghĩ lại không biết bao giờ mới có dịp đưa các con đi chùa lần nữa nên cô gọi con đến bảo:

Hai đứa vào đây mẹ chỉ cho xem, nhiều việc hay lắm.

Nghe nói thế, các bé chạy vội lại, Đồng Minh dắt con vào chùa, từ tốn giảng giải như đang kể chuyện:

- Hai con có biết vị Phật lớn ngồi trên cao kia có một sự tích như thế nào không?

Rồi cô kể về cuộc đời Đức Phật Thích Ca cho các con nghe. Ba mẹ con thong thả đi vòng quanh chùa, Đồng Minh từ tốn, kiên nhẫn trả lời những tò mò, thắc mắc của bọn trẻ. Cô chợt phát hiện ra một điều quan trọng rằng, muốn cho con cái thích đi chùa thì không nên chỉ biết đem chúng đến rồi mặc kệ chúng làm gì thì làm còn mình thì chỉ lo tìm bạn chuyện trò hoặc cắm cúi làm công quả. Trẻ con hiếu động, mau chán, cha mẹ mà không "đồng sự", quan tâm, giải thích tỉ mỉ một cách lôi cuốn về những gì trước mắt chúng về chùa, về Phật, Bồ Tát thì có khi chẳng mong có lần thứ hai chúng chịu theo mình đi nữa.

Thảo An nói:
- Mẹ ơi! Nghe mẹ kể con thấy "thương" Phật quá! Phật "tốt bụng" với tất cả như thế thì con cũng muốn đi quy y như mẹ.

Thảo Mai hưởng ứng ngay:
- Chị An nói đúng! Mẹ ơi! Lần sau mình lại đi chùa nữa nhá!

KỲ BA
CHUYỆN VỀ BÉ ĐỒNG NHƯ

Ba của Đồng Như rất thích có con trai, mẹ lại sinh ra hai con gái, tuy các cô bé rất xinh xắn, ngoan ngoãn nhưng ba vẫn có vẻ không vui. Ba thường than thở rằng tất cả các anh chị em của mình sao mà "tốt số" thế nhà ai cũng có một hai đứa con trai, mẹ tuy rất buồn nhưng cũng chẳng phản ứng gay gắt. Mẹ tâm sự với dì Diệu Hảo, bạn đạo thân nhất của mẹ sự lo lắng hồi hộp của mình trong lần có mang đứa con thứ ba, mẹ không dám đi siêu âm xem đứa con này là trai hay gái. Dì rất thông cảm với nỗi lòng của mẹ nên đưa ra một ý kiến:

- Chị sẽ đến nhà em, mình cùng tụng kinh Địa Tạng cầu nguyện xem sao, chị có nghe Ngài Địa Tạng công đức sâu dày, rất linh ứng, chắc Ngài sẽ chứng cho lời cầu nguyện này của em.

Mẹ mừng quá, đồng ý ngay, vì dì Diệu Hảo không có sẵn kinh Địa Tạng nên mẹ nhờ một người bà con xa ở Berlin tìm hộ và gởi về. Khi dì Diệu Hảo đến, nhìn thấy cuốn kinh đã giật mình hoảng hốt. Đó là một bản Photocopy nhàu nát, thiếu trang, ai đó đã đọc dở dang, lại còn đánh dấu trang bằng cách gấp góc trang giấy lại. Mẹ lại không để sách kinh trên cao mà lại đặt ngay bàn nhỏ lẫn lộn với các đồ vật linh tinh khác. Dì thở dài nói nho nhỏ:

- Thôi thì mình vẫn cứ đọc kinh nhưng chuyện linh ứng hay không thì mười phần chị không chắc hết chín. Cuốn kinh này bị thiếu lại còn không được bảo quản trang trọng.

Mẹ vẫn không hiểu được ý của dì. Tuy vậy, cả hai đều thành kính đọc hết cuốn kinh thiếu ấy. Đúng như dì Diệu Hảo dự đoán, nguyện cầu của ba mẹ không thành, mẹ sinh ra Thảo Hiền, một em bé gái bụ bẫm dễ thương dù hết nửa thời gian mang thai, mẹ đã ăn chay. Bé ngoan ngoãn, dễ nuôi, nhưng chỉ có một khuyết điểm nhỏ là cứ vào chùa là ngủ gục. Cô bé chỉ tỉnh táo nhất là lần đi cùng hai chị quy y Tam bảo và rất vui vẻ với Pháp danh Đồng Như của mình. Sau này có dịp tìm hiểu về vấn đề này kỹ hơn, mẹ đã "ngộ" ra rằng Kinh Phật là Pháp Bảo, nếu không biết trân quý giữ gìn thì cũng phạm lỗi không nhỏ rồi. ∎

(còn tiếp kỳ tới)

TRUYỆN THIẾU NHI

Buổi học đầu tiên

Hoàng Quân

Ngày tựu trường năm nay, trường Việt Ngữ Suối Mở Offenbach đón tiếp 14 học trò mới với tuổi tác, trình độ tiếng Đức, tiếng Việt chênh lệch khá nhiều. Tạm thời, cô giáo gọi lớp này là Lớp Mới.

Giờ học đầu tiên, cô giáo chưa thực sự "dạy" chữ, chỉ "dỗ" các học trò. Hy vọng học trò sẽ thấy học tiếng Việt không khó lắm và tìm thấy niềm vui khi đến trường Việt Ngữ mỗi thứ Bảy.

Chờ cho học trò tìm chỗ ngồi xong, cô giáo giới thiệu mình, và tập cho học trò chào hỏi. Nghe các em đồng thanh: "Con chào cô giáo", lòng cô giáo rộn lên niềm vui, liên tưởng câu châm ngôn "tiên học lễ, hậu học văn" mình được học ngày xưa.

Cô giáo mời cả lớp tham gia trò chơi nhỏ. Cô giáo gọi từng học trò, bảo học trò trả lời ba câu hỏi về: tên, tuổi, con thú yêu thích (*Name, Alter, Lieblingstier*). Tên và tuổi các em trả lời nhanh. Nhưng khi hỏi đến con thú yêu thích, vài trò cần thêm thì giờ suy nghĩ. Vì trò thích nhiều con thú và phải chọn lựa con thú mình thích nhất. Khi các em trả lời bằng tiếng Đức, cô giáo tập cho em nói trọn câu bằng tiếng Việt. Nhiều học trò cố gắng diễn tả bằng tiếng Việt. Cô giáo khen rối rít. Học trò sung sướng, hãnh diện.

Sau đó, cô mời từng cặp thú lên bảng chào nhau và viết tên của nhau lên bảng. Học trò thích thú với trò chơi và nhanh chóng làm quen. Nào, chúng ta cùng nghe đôi bạn Rùa, Voi chào nhau.

-Rùa chào Voi. Rùa tên Leon.

-Voi chào Rùa. Voi tên Mai.

Chào xong, Rùa viết tên Voi trên bảng và ngược lại.

Những cặp anh/chị/em cùng lên bảng chung để anh/chị giúp các em viết tên. Nhìn các anh/chị lớn giúp đỡ các em nhỏ thiệt là dễ thương. Học trò tuần tự từng cặp lên bảng giới thiệu nhau. Vài trò rất nhanh nhẹn, dạn dĩ, khích lệ các bạn nhỏ nhút nhát. Có trò nhỏ quá, chưa biết mặt chữ, được bạn khác cầm tay nắn nót viết chữ trên bảng.

Lát sau, Lớp Mới là một sở thú thiệt dễ thương với nhiều con thú, nào là chó, ngựa, voi, rùa, gấu đỏ, gấu túi...

Sau khi tất cả học trò đã làm quen với nhau, cô giáo mời tất cả "thú cưng" lên trước lớp chụp chung tấm hình.

Giờ học đầu tiên học trò học được tiếng Việt của một số con thú mình thích. Quan trọng hơn, các em thấy học tiếng Việt *nicht sehr schwer*, không khó lắm, mà lại vui nữa, *es macht Spaß*.

Trước khi ra về, có hai trò mang đến tặng cô giáo bức tranh hoa lá và trái tim.

Cô giáo rất hài lòng với giờ học đầu tiên của Lớp Mới. Sự tham gia của cả lớp cùng với hai "họa phẩm" của hai học trò là món quà đáng yêu cho cô giáo. Cô giáo cám ơn học trò Lớp Mới rất nhiều.

Buổi học đầu tiên thật tốt đẹp. Hẹn gặp học trò vào thứ Bảy tuần sau. ∎

Quà Cho Mẹ

Sắp đến lễ Vu Lan, mùa báo hiếu, cô giáo Thúy giải thích ý nghĩa của mùa lễ đặc biệt này và hướng dẫn học trò làm món quà cho mẹ. Sau đó, lớp Tuổi Xanh giống như phòng sinh hoạt nghệ thuật, những họa sĩ tí hon chăm chút tô điểm món quà cho mẹ. Cô giáo chuẩn bị một số quà nhỏ. Đấy là những món quà be bé cô giáo được tặng khi mua hàng hóa hoặc khi đi dự hội chợ sách: những con thú bằng vải, bằng nhựa, cục tẩy, sổ tay, bút màu... Trò nào vẽ xong, cô giáo mời lên bàn cô. Học trò có thể chọn một món quà để ghép vào tranh tặng mẹ. Trong rổ quà của cô giáo, có 3 con bò bằng vải màu tím do hãng sô-cô-la Milka tặng. Ba trò đầu tiên vẽ xong, hớn hở xin phép cô giáo cho chọn quà, mừng rỡ "dắt" ba con bò về chỗ. Các trò vẽ chưa xong, chồm lên nhìn vào rổ quà, tiếc rẻ, vì không còn con thú vải nào nữa. Cô giáo ước mơ, phải chi cô có được 13 con bò vải để tất cả học trò lớp Tuổi Xanh đều hài lòng với món quà mình chọn tặng mẹ.

Có trò xin thêm tờ giấy, để làm bao thư đựng tranh. Có trò vẽ đi, vẽ lại, đến lần thứ ba mới hài lòng. Có trò suy nghĩ, cân nhắc xem gắn món quà ở đâu để khỏi làm hư tranh. Hầu như tranh nào cũng có vẽ những trái tim xinh xắn. Mỗi tranh, mỗi vẻ, tất cả bức tranh của học trò lớp Tuổi Xanh thật đẹp. Này là tranh vẽ trò và ba mẹ có trái tim ở giữa. Này là tranh vẽ trò bên anh chị em, ba mẹ phía trên có mặt trời tươi tắn. Dòng chữ "Mẹ ơi, con yêu mẹ lắm. Con của Mẹ" được nắn nót từng nét tô điểm cho bức tranh. Cô giáo thích tất cả các tranh của học trò. Tranh nào cô giáo cũng muốn chấm điểm cao nhất. Cô giáo mời các trò trưng bày tranh để "triển lãm". Cô giáo dự định sẽ chụp từng tác phẩm nghệ thuật của học trò, để "khoe" với phụ huynh, thầy cô. Khoe rằng, các học trò gửi gắm biết bao thương yêu vào món quà cho mẹ yêu quý của mình.

Nhưng tình hình "chợ chồm hổm" của lớp Tuổi Xanh quá nhộn nhịp. Cô giáo vừa ổn định trật tự một góc lớp, thì ba góc kia chợ họp ồn ào. Cuối cùng cô chỉ kịp mời các họa sĩ lên chụp chung tấm hình. Tiếc quá, phụ huynh và thầy cô không được nhìn hình vẽ của các họa sĩ tí hon.

Các trò không chỉ yêu mẹ, mà còn yêu ba, yêu bố. Có trò hỏi, bao giờ mới làm *Karte* cho ba. Trò Tim lên bảng xin viết chữ BA thật lớn. Trò Danny nhắc cô không được quên, ba của trò có sinh nhật vào tháng 10.

Về nhà, học trò sẽ kể với ba mẹ: "Hôm nay trên trường Việt Ngữ, cô giáo dạy con làm quà cho Mẹ nhân dịp lễ Vu Lan". Học trò sẽ bá cổ mẹ, âu yếm nói: "Mẹ ơi, con yêu mẹ lắm." Chiều nay, các bà mẹ của học trò lớp Tuổi Xanh sẽ nhận được món quà nhỏ, nhưng chắc chắn sẽ có niềm vui lớn.

Muttertag, Ngày của Mẹ vào tháng Năm, các bà mẹ thật vui nhận những tấm thiệp viết tiếng Đức của con: "*Mama, ich liebe Dich.*" Bây giờ, lễ Vu Lan, các bà mẹ nhận tấm thiệp viết tiếng Việt và được nghe lời thủ thỉ ngọt ngào trong tiếng Việt của con, niềm vui tăng lên bội phần.

Các bà mẹ lòng tràn ngập hạnh phúc, sẽ ôm con vào lòng, nói với con: "Con yêu của mẹ, mẹ thương yêu con vô cùng." ∎

Hoàng Quân
Tháng 10.2023
Hình minh họa của tác giả

TRƯƠNG VĂN DÂN

hành trang
NGÀY TRỞ LẠI

Chuyến về Việt nam lần ấy, Quang mang theo trong lòng nhiều nỗi lo âu.

Mấy năm qua tình hình Âu châu đã trải qua rất nhiều chuyển biến. Việc loại bỏ biên giới để liên kết các nước thành viên trong một tổ chức chung đã kéo theo nhiều xáo trộn về kinh tế. Thêm vào đó việc sáp nhập các đại công ty còn làm thặng dư nhân lực. Công nhân bị sa thải, các hãng nhỏ bị phá sản và bóng ma thất nghiệp lâu nay chập chờn ẩn hiện đang dần dần lộ ra rõ nét, trở thành nỗi ám ảnh cho mọi người. Công việc cố định và đời sống bảo đảm, một đặc tính truyền thống lâu đời của nước Ý cũng đang dần dần biến chất. "Tăng di động", tiếng gọi thôi thúc theo mô hình Mỹ đang là một triết lý về phát triển kinh tế ở đây. Nhưng nếp sống của người Mỹ, vốn thờ ơ với nơi sinh trưởng và hời hợt trong quan hệ láng giềng, nay sống tiểu bang này, vài tháng sau lại khăn gói lên đường chạy về tiểu bang khác, không đợi thời gian bén rễ... liệu có dễ thích ứng với những tập quán của mình chăng? Quang suy nghĩ miên man và mấy tháng qua đầu óc anh vô cùng căng thẳng. Công ty anh đang làm có nguy cơ bị sáp nhập vào một tổ chức siêu quốc gia đã và đang thực hiện sự tập trung kinh tế, nhằm bảo đảm độc quyền phân phối trong chiến dịch toàn cầu.

Bởi thế, sau hơn ba mươi năm sống và làm việc ở Âu châu, trong chuyến về thăm nhà lần đầu Quang vừa muốn nghỉ ngơi, vừa muốn tìm một cách nghĩ Á Đông nào đó khả dĩ giúp anh quên đi nỗi ưu tư về một tương lai mù mịt, lâu nay cứ ám ảnh trong hồn.

Ngồi trên máy bay Quang nhớ lại cuộc đối thoại giữa Trung và Hưng vài hôm trước ở nhà mình. Hai người bạn có quan điểm hoàn toàn trái ngược nhau. Khi Trung chỉ trích xã hội hiện tại thì Hưng đã hùng hồn biện hộ:

- Tao thấy không nên phủ nhận xã hội hôm nay. Bọn mầy không thấy là điều kiện vật chất đã hoàn toàn tiến bộ trong những thế kỷ sau này sao. Ngày xưa phần lớn trẻ em chết yểu ở những năm đầu và rất nhiều phụ nữ tử vong trong thời kỳ sinh nở. Lúc xã hội còn phôi thai đời sống thực nhọc nhằn và khốn khổ. Người ta sống trong những căn nhà không sưởi ấm, ăn uống thiếu thốn, trẻ em không được học hành và sinh mạng luôn luôn bị đe dọa vì dịch bệnh. Hôm nay tất cả những vấn nạn đó đã được giải quyết nhờ tiến bộ kỹ thuật và phát minh y học. Những việc nặng nề, lặp đi lặp lại hôm nay đã không còn nữa; các phương tiện lưu thông đã thành cực nhanh và trong nhà đâu có thiếu những máy móc giúp chúng ta tiết kiệm thời gian trong những công việc lặt vặt và chán ngấy mà trước đây chúng ta phải bỏ ra hàng giờ mới lo cho xuể. Đừng! Tao mong rằng bọn mầy đừng có luyến tiếc quá khứ, mang nặng cái tinh thần hoài cổ để làm chậm bước tiến hóa của loài người.

Không! Không thể nào sống như quá khứ. Xã hội nhất định không thể đi lùi, nó phải tiến tới và nếu cần, sửa chữa những sai lầm để vươn lên. Tao mong là bọn mầy hãy từ bỏ những quan điểm lạc hậu. Còn tao, tao tin là với sự trợ lực của computer, loài người sẽ còn tiến bộ hơn, không phải chỉ để sinh tồn mà còn để sống một cuộc sống tốt đẹp. Bọn mầy không thấy là toàn thế giới đã bị "tóm" vào một mạng lưới đó sao? Ngồi thoải mái trong căn nhà ấm cúng mà chúng ta vẫn có thể đi từ thư viện Nữu Ước, Viện bảo

pilostic – pixabay

tàng Luân Đôn đến việc viếng thăm một ngôi chùa cổ ở Bắc Kinh trong thời gian thực?

Nhưng lập luận của Trung cũng không kém phần sắc bén:

- Không ai phủ nhận sự tiến bộ kỹ thuật. Nhưng sự tiến bộ ấy dùng để làm gì? Đời sống xã hội chỉ chạy theo vật chất mà bỏ quên con người. Chính vì thế mà nguy cơ tha hóa đã và đang xuất hiện, sự ô nhiễm môi sinh, thất nghiệp lan tràn và những khoảng cách không thể nào lấp nổi giữa những xã hội giàu sang với những nước kém mở mang. Hiện nay trên thế giới có hơn 800 triệu người nghèo đói, và trong đó có khoảng 200 triệu trẻ em dưới 5 tuổi đang thiếu ăn, suy dinh dưỡng. Phương tiện di chuyển tối tân, thông tin nhanh chóng để làm gì, khi những bất công này càng ngày càng trở nên trầm trọng?

Nhưng ngay trong lòng xã hội Tây phương cũng không phải không có những phần tử kém may mắn, bị hất sang bên lề vì không hội nhập được với đời sống mới. Họ lạc lõng và bơ vơ trong một nền văn hóa càng ngày càng sa đọa và chủ nghĩa vật chất đang phát triển đến độ hung hãn nhất. Mày không thấy TV và Ciné chỉ thuần chiếu những phim khiêu gợi dục tình và bạo lực đó sao? Chúng ta đang hưởng thụ một cách thô bạo và giải trí bằng cách xem giết chóc với sự tàn nhẫn ở mức cao nhất. Xã hội băng hoại này đã phát sinh ra chính trường đầy những kẻ đầu cơ chính trị, tham lam, những Bác sĩ chỉ nghĩ đến chuyện kiếm tiền thay vì chữa trị, lớp quan Tòa chỉ thích hạch hỏi để biểu thị quyền uy hơn là thi hành công lý, còn hãng xưởng thì đầy rẫy những kẻ kiêu căng, nịnh bợ, đầu óc lúc nào cũng mang một ước mơ tiến thủ và làm sao chèn ép để đè bẹp đồng nghiệp, bạn bè mình.

Thú thực có đôi lúc tao cảm thấy nghi ngờ cái mỹ từ gọi là văn minh tiến bộ. Trên phương diện vật chất chúng ta đã đi một bước khá dài so với những thế kỷ trước nhưng về phương diện tinh thần thì vẫn nghèo như xưa, chẳng tiến được chút nào; bằng cớ là chúng ta vẫn tiếp tục những sai lầm quá khứ. Những lỗi lầm đó tao thấy càng ngày càng nặng nề thêm, hậu quả tất yếu của hoạt động kỹ nghệ nên chưa bao giờ chúng ta ý thức về sự hiện hữu của đời mình hay đặt lên nghi vấn là tại sao mình mãi làm như thế. Toàn bộ thời gian chúng ta tự giam trong cô độc, xung quanh chỉ toàn máy móc mà vắng bóng con người, để quần quật sản xuất và tích lũy cho nhiều sản phẩm. Rồi với nhịp độ càng ngày càng tăng, một ngày nào đó chúng ta sẽ đồng hóa với nhịp máy, trở thành phẩm vật, để cuối cùng âm thầm biến mất, như hàng triệu đồ vật đã ngày đêm tạo ra hay mua sắm.

Những năm gần đây các cơ quan truyền thanh và báo chí còn không ngừng nhắc đến toàn cầu hóa nhằm thúc đẩy sự tiến đến một nền kinh tế duy nhất trong đó các lục địa sẽ liên kết với nhau qua mạng lưới điện tử. Chưa ai hình dung được xã hội đó sẽ như thế nào, nhưng tao chắc chắn là con người sẽ càng ngày càng ngăn cách nhau hơn, sự *tiếp-xúc-Thực-giữa-người-và-người* sẽ giới hạn vì đã được *nối-Ảo-với-nhau* trong một *vũ-trụ-siêu-kỹ-thuật*. Con người lúc ấy sẽ biến thành một công cụ kinh tế, ai ai cũng suy nghĩ và hành động giống nhau, cùng cúi đầu vận hành theo những giáo điều có sẵn. Và các sắc dân sẽ vĩnh viễn mất đi bản sắc dân tộc của mình.

Thực là phi lý cái hệ thống kinh tế mà người ta tin là tiến bộ và sẽ cứu thế giới: Nó không đặt căn bản trên tinh thần cộng tác mà chỉ khai thác nguyên lý cạnh tranh, nhằm nâng cao lợi nhuận. Thương trường thành chiến trường, đó là triết lý sống mà xã hội Tây phương đang áp đặt lên toàn thế giới.

Cuộc tranh cãi sôi nổi, và hôm ấy Quang thấy mình thật khó mà tán thưởng bên này hay phản đối bên kia. Ai cũng có lý riêng, nhưng nghĩ kỹ anh thấy mình tâm đắc với những suy nghĩ của Trung hơn. Nhiều lần anh cảm thấy hoang mang về đời sống Tây phương. Không phải anh là loại người mang nặng lòng hoài cổ, nhưng gần đây với sự phát triển ào ạt của computer, đôi lúc anh có cảm giác là đời sống của con người đã bị bỏ quên, dễ dàng bị xóa đi như một file trong bộ nhớ.

Ngày xưa mọi chọn lựa đều có một giới hạn, con người chỉ có một ý nghĩ, một con đường. Hôm nay khả năng chọn lựa có nhiều, nhưng bù lại sẽ làm cho chúng ta mất định hướng và phân vân hơn về ý nghĩa của đời mình. Ngay việc mua sắm chúng ta cũng bị giằng co vì trăm lời mời mọc. Các thầy phù thủy hiện đại, những nhà tiếp thị đã tung bùa hóa phép để phát sinh một thứ Tôn Giáo Tiêu Dùng. Thứ tôn giáo chủ trương tích lũy vật chất, du lịch hàng loạt. Nó không cần nhà thờ hay chùa chiền vì đã có các trung tâm thương mại: để gặp gỡ và sinh hoạt, để trao đổi, bán buôn. Đó là nơi vui chơi, giải trí. Tất cả mọi nơi trên thế giới đều như nhau và giống nhau.

Thế giới hiện đại hình như đã đánh mất tất cả những nấc thang giá trị và không còn gì nữa, không còn lý tưởng, không còn niềm tin, không còn điều gì vĩ đại để tin theo, vì xung quanh chỉ có một ước muốn duy nhất: kiếm tiền để thỏa mãn vật chất.

Nhưng quả thật đời người chỉ có một mục đích duy nhất ấy hay sao? Càng nhìn quanh càng thấy đời sống của mình như vô nghĩa. Chúng ta luôn luôn mệt mỏi vì đời sống máy móc, ràng buộc bởi nhiều thứ bổn phận khác nhau. Những chiếc hóa đơn chạy đến dồn dập, đôi khi trả giá cho những nhu cầu *không-thật-sự-cần-thiết*. Trong khi đó mọi quan hệ công việc luôn luôn giả tạo, khó khăn. Chúng ta lúc nào cũng thiếu – hay tưởng mình thiếu - thì giờ, nên chẳng bao giờ có lúc dừng chân. Không lúc nào chúng ta không cảm thấy cô độc và bất an, vì những điều này điều nọ phải làm, hóa đơn này, chi phí kia phải trả. Cuộc sống của chúng ta chìm ngập trong âu lo hay trực diện với những tháng ngày buồn nản, đều đều, trống trải, đầy bế tắc. Sau một ngày căng thẳng vì công việc, đêm về với giấc ngủ đầy trăn trở, sáng vừa thức dậy là chúng ta chỉ nghĩ đến chạy. Như một phản xạ. Và tất cả đều chạy. Mà chạy đi đâu? Không ai biết. Nhưng đã có mấy ai bình tĩnh dừng chân? Đổi hướng. Hay can đảm đi tìm một lối sống khác?

Quang về đến Việt nam ngay giữa thời mở cửa. Thời đại kinh tế thị trường. Ai ai cũng bàn về sự bùng nổ về xây dựng. Những hàng cây trước căn nhà của người anh ở Sài Gòn đã bị đốn ngã để mở rộng lòng đường. Thành phố bắt đầu mọc lên những tòa nhà chọc trời bằng bê tông. Quang chợt nhận ra là càng ngày chúng ta càng sống xa rời thiên nhiên. Hình như Âu châu đang bắt đầu nhận ra sai lầm đó và đang tìm cách cứu vãn trong khi thành phố Sài Gòn lại đang muốn trở thành một thành phố Tây phương, nhập cảng vô tội vạ những mô hình phát triển của người mà không chút đắn đo, gạn lọc. Mỗi năm hàng nghìn người dân quê rời bỏ ruộng vườn… để sống chui rúc trong các khu ổ chuột bên lề thành phố, trong những tòa nhà ciment, trong các chung cư một, hai phòng…

Một buổi chiều khi đi ngang trường cũ Quang trông thấy những đứa bé mình trần trùng trục đang bươi đống rác bên cầu Trương Minh Giảng. Có em bốc bằng tay để tìm những đồ thừa giữa một mùi xú uế bốc lên lợm giọng. Bên cạnh đó, một bà lão khệnh khạng, bước thấp bước cao, tay cầm xị rượu uống từng ngụm, rồi chốc chốc lại cười lên khanh khách.

Quang rồ máy chạy đi, nhưng về phía chợ anh còn thấy một thanh niên cụt cả hai chân, chiếc nón mê đeo trước cổ, vừa lết vừa ca một bài ca não ruột. Phía bên phải, trên lề đường, trước một căn nhà đóng cửa, có hai người nằm ngủ, co ro dưới một mảng thùng giấy rách bươm đắp lên tận cổ. Quang xót xa nhìn những sản phẩm của cuộc chiến chưa được lãng quên và sản phẩm của thời đại kinh tế hôm nay, rồi cảm thấy là cả hai đều có cùng một cường độ tàn ác như nhau.

* * *

Những ngày đầu sống gần gũi với gia đình thật là vui vẻ. Nhưng, giống như những lần trước, chỉ hơn tuần lễ chung đụng Quang buồn bã nhận ra những va chạm khó thể hàn gắn lại trong gia đình và thân tộc. Không khí có khi căng thẳng nặng nề. Chiến tranh lạnh âm ỉ giữa bà con, cô, chú thì anh có thể phớt lờ, nhưng cuộc tranh cãi khá gay gắt giữa mẹ và chị dâu đã làm anh đứt ruột. Không biết tại sao họ luôn luôn mâu thuẫn với nhau như thế. Nhiều khi anh thấy thực không có gì đáng để xung đột cả. Anh chưa bao giờ bận tâm phân tích để tìm xem ai trái ai phải, vì anh thấy cả hai đều hẹp hòi và cố chấp những điều rất nhỏ nhoi, do những thành kiến bắt nguồn từ thuở xa xưa nào. Nhưng anh thấy mẹ thật tội nghiệp. Dẫu sao bà cũng đã lớn tuổi, thường tủi thân và nhiều nước mắt, cả ngày chỉ biết lên chùa lễ Phật rồi về nhà nặng nhọc leo lên lầu thắp nhang trước bàn thờ người chồng ngắn số. Thời gian còn lại bà lặng lẽ ngồi thu hình ở góc nhà như một cái bóng, không ai gợi chuyện, hỏi han. Anh ứa nước mắt. Nếu một mai mẹ có mệnh hệ gì, chắc cũng chả ai hay!

* * *

Chán ngán cuộc sống tù túng và không khí ngột ngạt của Sài Gòn nên Quang đã đáp xe lửa về Quy Nhơn sớm hơn dự định. Nhưng ngay hôm vừa đến, cái nóng oi nồng của thành phố đã làm anh uể oải. Buổi chiều, anh lấy xe Honda của em gái chạy dọc theo đường Nguyễn Huệ. Bãi biển lúc ấy khá vắng người. Anh dựng xe trong sân một quán nước và gọi ly chanh muối.

Quang nằm duỗi chân trên ghế bố, gió biển hiu hiu mát nên anh thiêm thiếp. Bỗng một bọn trẻ ở đâu ào tới, vừa văng tục với nhau vừa giành nhau mời anh mua kẹo, mua báo, mua vé số…

- Đi ra chỗ khác!

Bà chủ quán vừa cầm cây chổi vừa tiến tới với bộ dáng đầy hăm doạ. Lũ trẻ chạy tán loạn. Bà nhìn Quang như phân trần:

- Ông coi chừng bọn nhãi này. Vừa làm ồn vừa hay cắp vặt.

Nói xong bà đi cất chổi và trở lại quầy, nhưng sau đó có lẽ thấy vắng khách nên bà đi sang quán bên trò chuyện.

- Mời chú mua…

Một thằng bé chừng 11-12 tuổi đang tiến đến. Không hiểu có phải tại vết thẹo dài trên mắt trái đã làm Quang có ác cảm hay bực mình vì sự yên tĩnh bị quấy rầy. Anh lớn tiếng:

- Không bán mua gì cả! Đi chơi chỗ khác!

Thằng bé nhìn anh sững sờ. Vết thẹo bên mắt trái như nở to hơn nên trông càng đáng ghét. Nhưng lạ

thay, giọng nói của em lại vô cùng lễ độ:

- Cháu mời chú, chú không mua thì thôi chứ sao lại mắng cháu?

Quang chưng hửng. Đột nhiên anh thấy mình vô lý. Nhưng giọng lý sự của thằng bé làm anh khó chịu nên anh chỉ yên lặng chứ không mở lời xin lỗi. Mặt anh vẫn còn hầm hầm nhìn nó.

Đó là một thằng bé ốm tong teo, tóc hớt ngắn, mặc một chiếc quần đùi đã bạc và trên người khoác một chiếc áo nhà binh hơi quá khổ. Trông dáng điệu có vẻ xốc xếch nhưng không dơ bẩn.

- Cháu ngồi chỗ kia, không làm phiền chú đâu. Khi nào đói bụng, mời chú mua giùm cho cháu nhé!

Giọng nói lễ phép đã làm nguội nỗi bực dọc của Quang. Nhưng anh không nói gì thêm, quay nhìn ra phía biển rồi lim dim đôi mắt.

Lát sau khi Quang tỉnh ngủ, anh thấy thằng bé vẫn còn ngồi dựa lưng vào một gốc dừa đang chăm chú viết, thúng quà bánh được đậy nắp và bỏ qua một bên.

- Này, em bán gì đấy?

Thằng bé vội xếp sách, ôm thúng quà chạy tới.

- Dạ bắp nấu. Mời chú mua giùm cho cháu. Vừa nói em vừa lựa một trái đưa cho Quang.

Vừa ăn bắp Quang vừa hỏi chuyện. Có lẽ sau khi nghỉ được một lát, tinh thần khoan khoái nên giọng anh ôn hoà:

- Lúc nãy chú thấy cháu viết gì đó?

- Dạ thưa, cháu đang làm bài tập.

- Cháu học lớp mấy?

Mặt em bé hơi sựng lại. Quang thấy em buồn buồn.

- Dạ, lớp bảy. Rồi em hạ thấp giọng và nói tiếp:

- Nhưng hai năm nay cháu không có thời giờ đến trường nữa.

Quang ngạc nhiên.

- Ủa! Không đến trường sao cháu còn làm bài tập?

- Thưa chú, cháu muốn đi học nhưng không có thì giờ đến trường. Cháu mượn tập của bạn để học thêm lúc rảnh.

Quang ồ lên một tiếng. Giờ anh mới vỡ lẽ. Trong một thoáng anh chợt nhớ tới những đứa trẻ cùng tuổi Âu châu, giờ này đang ở trong một căn phòng ấm cúng và đầy đủ tiện nghi, đang say sưa điều khiển những trò chơi điện tử. Chúng không cần chơi với ai và cũng không chịu học.

Trước mắt anh giờ đây là một thằng bé chững chạc, và hoàn toàn khác hẳn những đứa bé thị thành mà anh từng gặp trên đất Ý. Đây là hình ảnh của một người đã trưởng thành, là một thứ *trái-cây-chín-sớm* bởi gió bão cuộc đời.

- Cháu tên gì? Quang vừa hỏi vừa lựa thêm vài trái bắp nữa bỏ vào túi nylon.

- Dạ, tên Bảo.

Quang đưa tiền cho Bảo. Thấy em đang đếm tiền để thối lại, anh bảo thôi, cứ giữ lấy nhưng Bảo vẫn dúi số tiền đã đếm vào tay anh. Quang hơi bất ngờ, nhưng thấy thằng bé biết tự trọng anh không nài thêm; tuy nhiên anh nhanh trí mua thêm một trái nữa rồi bỏ hết số tiền thối vào túi Bảo.

- Cám ơn chú. Chiều mai chú xuống tắm nhớ mua giùm cho cháu nhé!

Chiều ấy ở biển về, Quang thấy lòng lâng lâng vui vẻ. Khi đi qua công viên, anh chia bắp cho một bọn trẻ con đang đánh bi dưới bóng cây. Lũ trẻ reo lên mừng rỡ. Quang mỉm cười bước đi và đầu óc anh cứ vương vấn hình ảnh Bảo. Hình như trong trí anh lúc này, chiếc thẹo không những đã không làm cho em xấu xí mà trái lại, nó còn làm nổi lên đôi mắt đầy nghị lực, tự tin ở sức mình và chất chứa trong lòng một niềm tự trọng.

Sáng hôm sau ra biển thì Quang lại gặp Bảo. Lúc này em đang bán báo. Anh mua hai tờ và cũng như hôm trước, khi trả tiền, anh đành phải lấy thêm mấy tờ khác nữa thì Bảo mới chịu nhận lại số tiền thối mà anh đã quyết định chối từ.

* * *

Suốt một tuần ngày nào cũng thế. Buổi sáng Quang thấy Bảo bán báo và buổi trưa thì bán các thứ quà vặt. Lúc nào anh cũng thấy em vui vẻ và lễ phép. Những lúc rảnh anh để ý thấy em chăm chú đọc sách hay hí hoáy làm bài tập.

Một buổi tối sau khi tan buổi trình diễn văn nghệ, Quang vừa bước ra thì thấy Bảo đang ngủ gà ngủ gật trước rạp Trưng Vương. Gần nửa đêm rồi. Gió khuya không lạnh lắm nhưng anh thấy em bé đang run run dưới manh áo mỏng. Quang hỏi:

- Bảo, coi bộ cháu mệt rồi sao không về nghỉ?

- Không. Cháu chưa mệt. Cháu chờ văn hát để bán cho hết số bánh chưng vì để lâu rất dễ bị hư. Thường thường khi tan hát khán giả sẽ mua hết.

Quang định hỏi thêm, nhưng đông người quá anh thấy không tiện. Làn sóng người đang ào ạt túa ra.

Sáng hôm sau gặp Bảo ở biển. Anh hỏi:

- Chú thấy cháu làm việc nhiều như vậy. Lúc nào chú cũng thấy cháu bán hết thứ này đến thứ khác, từ sáng đến tối. Cháu dành tiền để làm gì?

Anh thấy mặt thằng bé tái đi. Em mở to mắt nhìn Quang, không đáp, rồi quay nhìn ra biển.

Quang hỏi dồn :

- Bộ cháu tính tiêu gì lớn lắm hả? hay dành tiền mua xe gắn máy?

- Dạ thưa không. Cháu cần rất nhiều tiền, nhưng không phải để tiêu hoang.

Rồi như nghĩ sao em nhìn anh một giây rồi ngập ngừng:

- Dạ, cháu có ý...

Nhưng đột nhiên Quang đọc thấy trong mắt em một cái nhìn ngập ngừng của một kẻ chưa sẵn sàng thổ lộ một tâm sự gì bí ẩn. Anh hơi ân hận, nên vội ngắt lời để em khỏi phải khổ tâm:

- Chú chỉ tò mò vậy thôi. Cháu không bắt buộc phải trả lời!

* * *

Bẵng đi vài ngày, vì lên Pleiku thăm thân nhân nên Quang đã không còn nghĩ đến thằng bé. Nhưng khi về lại Quy Nhơn thì một buổi sáng anh lại gặp Bảo ở biển.

- Này Bảo, chú sắp đi rồi. Chú có thể giúp cháu được gì không ?

Quang thấy nét mặt em hơi buồn, nhưng cuối cùng em lắc đầu, nhìn anh:

- Bấy lâu nay chú mua dùm hàng cho cháu là cũng đã giúp cho cháu nhiều rồi vậy.

Rồi em quay đi. Quang không biết nói gì thêm. Anh yên lặng nhìn theo, và sau đó chỉ còn nghe tiếng rao của em như chìm trong gió biển.

Một buổi chiều chúa nhật lúc Quang lái xe Honda chạy dọc theo bờ biển để hóng mát trước khi rời quê hương thì thấy Bảo. Mới đầu anh định kêu em, nhưng không hiểu sao lại đổi ý. Có lẽ tại Bảo hôm nay rất khác thường. Em mặc một chiếc áo sơ mi trắng, áo bỏ trong chiếc quần Jean đã bạc màu. Trên tay phải em cầm một gói giấy và tay trái cầm một bó hoa nhỏ. Quang bỗng nổi ý tò mò. Nhất định là chiều nay em không đi làm, và trông bộ dáng tung tăng kia thì chắc là em đang vui lắm. Giữ khoảng cách, anh chậm rãi đi theo, dù trong tâm anh không tin là em bé mới lớn kia đang làm việc gì mờ ám.

Khi đến trước cổng bệnh viện thì Bảo rẽ vào trong. Quang không biết làm sao, nhưng rất nhanh, anh vội vã đi gửi xe Honda rồi hớt hải chạy theo.

Quang vừa đi trên con đường lát gạch vừa quan sát khu bệnh viện. Mấy dãy lầu thấp một tầng, quét vôi vàng trông cũ kỹ và buồn thảm. Đã nhiều năm không tu bổ gì thêm nên Bệnh viện Quy Nhơn trông như hoang phế. Anh theo thằng bé bước lên lầu. Vừa đi hết cầu thang, anh đã nghe mùi rượu hòa với mùi thuốc sát trùng xông lên khứu giác. Trên những chiếc giường sơ sài trải chiếu, nhiều người bệnh la liệt nằm tréo đầu lại với nhau. Một số mặc pigiama trắng, băng bó quấn trên đầu hay tay chân đang đi lại ngoài hành lang. Có vài người chống nạng. Vài cô Y tá bưng chiếc khay đã sờn, trên đó nằm loe hoe vài lọ thuốc. Tất cả vẽ nên khung cảnh của một Bệnh viện nghèo. Rất nghèo. Quang lần bước đến bên cửa nhìn vào và trông thấy thằng bé đang loay hoay bên một chiếc giường kê ở góc phòng. Trên chiếc bàn con gần đó có một bó hoa cắm trong ly, một đĩa cam sành và vài hộp tân dược. Sát đầu giường anh còn thấy dựng một đôi nạng gỗ. Lúc ấy Bảo đứng một bên, đang xoa bóp cho một người đàn bà có khuôn mặt rất giống em. Bà ta khoảng chừng bốn mươi tuổi. Quang chú mục nhìn vào. Không bao giờ anh quên được đôi mắt của người đàn bà đó. Cái nhìn đầy âu yếm và trên môi đang nở một nụ cười như vừa kiêu hãnh vừa mãn nguyện. Quang biết chắc đó là hai người hạnh phúc nhất trần gian.

Nếu không tự kiềm chế thì có lẽ Quang đã bước vô để góp vào niềm vui của họ, nhưng anh thấy mình không có quyền xen vào để làm rối cuộc họp thân mật của gia đình Bảo. Anh yên lặng đứng nhìn và lòng cũng vui lây.

- Thưa, ông tìm ai ạ?

Quang giật mình, quay lại. Đó là một người đàn bà mặc áo trắng, khuôn mặt hiền từ, đang bước về phía anh. Anh ra dấu để bà ta yên lặng và hạ thấp giọng:

- Dạ, tôi theo một em bé vào đây? Vừa nói anh vừa ra dấu chỉ vào phòng.

- Ủa, ông có quen với em Bảo hả?

Quang ngạc nhiên. Ở đây người người la liệt, làm sao mà một bà Y tá luôn bận rộn lại nhớ cả tên một em bé vô danh như vậy? Anh vắn tắt kể đã quen biết Bảo trong trường hợp nào, và hôm nay vào đây chỉ do một sự tình cờ.

- Đó là một em bé tuyệt vời! Bà Y tá chép miệng.

- Ủa, bà biết em Bảo rõ lắm sao ?

- Ở đây ai mà không biết Bảo. Tất cả đều thương

mến và cảm phục em.

Thấy Quang trố mắt ngạc nhiên, bà Y tá dịu giọng nhìn anh:

- Nếu ông muốn nghe chuyện em Bảo thì mời ông vô đây.

Quang theo bà bước vào phòng. Sau khi cầm phích nước rót trà vào chén để mời Quang, bà cũng hớp một ngụm rồi chậm rãi kể:

Bảo không phải là người Quy Nhơn. Hình như cha mẹ em ở Đồng Phó hay Định Quang gì đó, tôi không còn nhớ rõ. Cha Bảo sinh sống bằng nghề thợ may nhưng hình như vì thời buổi khó khăn, ở quê không ai may vá gì nên khoảng năm 82-83 ông dẫn gia đình về Quy Nhơn sinh sống. Nhà em ở trong khu sáu. Cha Bảo là một thợ may khá lành nghề nên đời sống gia đình tương đối sung túc, Bảo được cha mẹ cho ăn học đường hoàng. Nhưng đầu năm 90, lúc Bảo vừa lên sáu, cha em bỏ đi đâu biệt tích. Có người đồn là ông ta đã đi theo vợ bé vào Sài Gòn, có người nói là ông ta đã bí mật làm hồ sơ để đi bảo lãnh với một tình nhân trẻ tuổi. Thực không ai biết đích xác là chuyện gì đã xảy ra. Tuy đứt ruột nhưng mẹ Bảo vẫn tiếp tục tảo tần nuôi em ăn học, chỉ tiếc là thời gian sau này kinh tế khó khăn, em phải bỏ học để đi làm giúp mẹ.

Nhưng bất hạnh không dừng lại ở đó. Mấy tháng trước mẹ em gánh hàng rong đi bán thì bị xe Honda hất ngã, lưng đập vào lề đường và từ đó một chân bị liệt, không đi đứng gì được nữa. Kinh tế gia đình đang lúc khó khăn giờ lâm vào cảnh vô cùng túng quẫn. Hiện nay em không còn ai là người thân, trừ người mẹ bệnh tật mà ông vừa thấy đó.

Bà y tá rưng rưng nước mắt:

- Không ai tưởng tượng nổi sự can đảm và đức chịu khó của em. Sau khi mang mẹ đến bệnh viện, em phải quần quật làm việc suốt ngày để tự kiếm sống, ngoài ra còn phải thăm nuôi và kiếm tiền để thuốc thang cho mẹ. Một mình cáng đáng mọi việc nhưng lúc nào em cũng vui vẻ, không bao giờ than thân trách phận. Thì giờ rảnh em còn tranh thủ học thêm nên ai thấy cũng đều thán phục. Mỗi chiều chủ nhật em thường đến đây tự tay săn sóc mẹ, và ông biết là từ sau 1975, Bệnh viện đâu có kinh phí nhiều, hầu hết thuốc men đều phải mua ngoài. Thuốc tây thì đắt đỏ, vậy mà tuần nào em cũng mua được cho mẹ những toa thuốc cần thiết mà bác sĩ đã ghi. Thời gian gần đây em còn thố lộ với tôi là sẽ cố gắng kiếm nhiều tiền để có thể mang mẹ vào Sài Gòn chữa trị cho chóng khỏi.

Câu chuyện kể đến đây thì cả Quang và bà Y tá cùng lặng thinh. Thời gian như ngừng lại và không gian như yên tĩnh lạ thường. Quang mơ hồ như nghe thấy một tiếng chuông chùa từ xa đưa lại và những điều vừa nghe như gợi dậy trong anh một sự hồi sinh. Bỗng dưng Quang xấu hổ nghĩ rằng lâu nay mình đã để cho niềm thất vọng lôi cuốn và đã đánh mất niềm tin ở con người. Giờ thì anh nhận ra niềm an vui là sống thế nào để có ích cho người khác và dẫu nghèo khổ đến đâu, khi biết yêu thương, người ta sẽ hạnh phúc. Đó là một điều đơn giản. Nhưng lòng anh lâng lâng và thanh thoát như vừa khám phá một chân lý cao siêu. Cảm xúc lạ lùng và kỳ diệu ấy đã bắt nguồn từ sự hy sinh quên mình của một đứa trẻ.

Quang lấy xe Honda và chạy về phía biển. Anh dựng xe lên bãi cát rồi bước dọc theo mé nước, có khi dừng lại, đứng ngắm một hồi lâu. Trời đã bắt đầu tối, những ngôi sao lấp lánh trên bầu trời và trên mặt biển có những làn hơi nước bốc lên như một làn sương mỏng.

Đêm ấy Quang cứ suy nghĩ mãi. Mình có thể làm gì để có thể đổi thay số phận của nhiều người? Có thể làm gì để gỡ bớt gánh nặng oằn vai của một đứa trẻ đầy phẩm giá? Anh phân vân vô kể. Mấy năm trước anh thường tự hào – và tự phụ - là có thể cáng đáng mọi gánh nặng cho những người thân còn sống ở Việt Nam. Nhưng thực tế phũ phàng đã làm anh đứt ruột. Nhiều đêm anh lặng lẽ khóc ray rứt bằng trái tim rướm máu của mình. Thôi! Có lẽ không nên tự cưu mang cho mình những món nợ tinh thần là hay hơn cả. Mỗi người đều có một định mệnh và chỉ có thể sống theo cách của họ mà thôi…

Nhưng buổi sáng trước khi rời Quy Nhơn anh chạy đi tìm Bảo để đưa cho em tất cả số tiền còn lại. Bảo ngơ ngác chưa biết phản ứng ra sao. Khi em cố chạy theo để gọi. "Chú ơi, con không dám nhận đâu!" thì Quang đã rồ máy Honda chạy mất. Gió thổi bạt về phía sau, tiếng anh khàn và đục. "Giữ đi cháu, cháu sẽ sử dụng nó một cách xứng đáng hơn chú nhiều!". Trưa hôm ấy chuyến xe lửa từ Ga Diêu Trì mang Quang về thành phố và buổi tối khi ngồi trên máy bay về lại Ý anh thấy lòng thanh thản, như vừa trút xong những lo lắng của mấy tháng vừa qua. Từ chuyến về thăm nhà lần ấy, nếu làm một cán cân kinh tế, Quang thấy anh là người có lợi. Anh chỉ cho Bảo một số tiền nhỏ mà đổi lại, Bảo đã dạy anh một bài học yêu thương, nhân nghĩa, hiếm hoi lắm trong thời đại hôm nay. ∎

TRƯƠNG VĂN DÂN
Milano 9-1996
(*Trích từ tập truyện* Hành Trang ngày trở lại.
Nxb Trẻ, 2007)

Đỗ Trường

TÙY ANH: NHỮNG VẦN THƠ TRƯỚC GIỜ GIÃ BIỆT

Năm 2014, tôi đã viết: Từ tháng tư buồn đến nỗi đau biệt xứ. Một tùy bút, hay tiểu luận được cho là khá đầy đủ về chân dung thi sĩ Tùy Anh. Và tháng 9 (năm 2023) này, sau vài tuần Tùy Anh rời cõi tạm, tôi nhận được bản thảo (pdf) tập thơ: *Cũng Đành Dâu Bể Với Thời Gian* của ông, do Tân Chủ nhiệm Tạp Chí Viên Giác Văn Công Tuấn gửi đến, và bảo: Đỗ Trường cố gắng đọc và viết một bài cho ra tấm ra miếng nhé. Sự ra đi của nhà thơ Tùy Anh, Chủ nhiệm Báo Viên Giác đến với tôi rất bất ngờ, dù biết tuổi ông đã cao, hiếm có rồi. Và hơn nữa cũng mới đây thôi gọi điện cho tôi, giọng ông còn khỏe và trầm ấm lắm. Do vậy, viết xong tiểu luận về Nguyên Sa, tôi đọc ngay tập thơ này. Đây là 213 trang thơ được Tùy Anh viết vào những năm gần đây, nhất là trong thời gian dưỡng bệnh. Đặc biệt: Biển Vẫn Mang Màu Xanh, bài thơ viết ngay trước giờ hấp hối đã làm cho tôi xúc động. Và nó cho tôi ý tưởng, và cảm xúc để viết bài tùy bút này.

Có thể nói, với *Cũng Đành Dâu Bể Với Thời Gian*, Tùy Anh vẫn giữ lời thơ tự sự. Và những trang viết đầy ăm ắp hồn người hướng ra biển, nơi Tượng Đài Tưởng Niệm Thuyền Nhân, cùng vắt hết những gì còn lại trong trái tim gửi về nơi đất mẹ: "Thôi đành khóc vọng biển khơi/ Âm hao giọt tủi, đầy vơi giọt sầu" (Khóc vọng biển khơi).

Nhà thơ Tùy Anh tên thật là Nguyễn Hòa, sinh năm 1938 tại Huế. Và bút danh Phù Vân khi ông viết truyện ngắn, văn xuôi. Do vậy, có thể nói Nguyễn Hòa đến với văn học (bằng đôi chân) rất cân đối, và vững chắc. Ông là Kỹ sư, nguyên Trưởng Ty Thuỷ Lâm Đà Nẵng và Trưởng Khu Thủy Lâm Vùng Một Chiến Thuật. Sau 30 tháng 4-1975, ông phải đi tù cải tạo. Năm 1980 ra tù, ông vượt biển và định cư tại CHLB Đức. Với gần ba chục năm làm Chủ bút, rồi Chủ nhiệm Tạp chí Viên Giác, ông đóng góp không nhỏ cho văn thơ nói riêng, cũng như văn hóa Việt nói chung nơi hải ngoại. Tùy Anh mất vào ngày 18-8-2023 tại Hamburg.

* Mẹ, quê hương, tình yêu trong nỗi ưu phiền.

Có thể nói, cuộc đời và sự nghiệp thơ văn của Tùy Anh gắn chặt với thân phận đất nước, nỗi bất hạnh của dân tộc. Mang theo nỗi uất hận để ra đi, đánh cược sự sống chết trên con thuyền nhỏ nhoi giữa biển khơi và bão tố, song ta vẫn thấy lời thơ Tùy Anh thủ thỉ, và nhẹ nhàng. Về Rừng, một bài thơ bát ngôn, đậm chất thế sự như vậy của ông. Và nó cũng là một trong những bài thơ hay sâu sắc trong thi tập Cũng Đành Dâu Bể Với Thời Gian:

"Ôm mối hận nhưng lòng còn son sắt/ Thương quê hương đòi đoạn tháng ngày qua/ Thương đời mình lỡ một thuở ngu ngơ/ Nên lao nhục trong rừng sâu núi thẳm/ Cam đày đọa trong lao tù giam hãm".

Nỗi buồn đau ấy, dù trong ngục tối, hay hành thân nơi đất khách hồn thơ Phù Vân vẫn luôn bộc lộ tư tưởng tự do. Một con đường dân tộc phải đến:

"Có ai hỏi, một ngày mai hưng phấn/ Ta tìm về trong dòng chảy thế nhân/ Con đường cũ vẫn còn miên man nắng/ Đường tương lai vẫn náo nức ngày về". (Ba mươi năm viễn xứ).

Đi sâu vào đọc ta có thấy, những bài thơ hay của Tùy Anh thường ở thể bát ngôn. Một thể thơ không quá gò bó về niêm luật. Vâng! Tháng tư ngó về đông phương, là một trong những bài thơ tiêu biểu nhất ở thể bát ngôn về nỗi nhớ thương, buồn đau kiếp lưu vong như vậy của Tùy Anh. Và hai câu thơ man mác buồn, nhưng có hình ảnh ẩn dụ rất đẹp về tâm trạng thi nhân, chứng minh tài năng ấy của Tùy Anh: *"Còn một chút quê hương trong màu nắng/ Thêm mặn mà trên từng đợt phù sa"*. Dù Tùy Anh có cố chôn vùi nỗi đau đó vào miền tĩnh lặng, thì vết thương nơi quê nhà vẫn không thể đóng thành sẹo ở trong ông. Vì vậy, Ba Mươi Năm Viễn Xứ, hay hết cả cuộc đời, thì tâm hồn Tùy Anh vẫn u uất trầm luân. Với tâm trạng như vậy, đã cho ông cảm xúc để viết: Ba Mươi Năm Viễn Xứ. Một bài thơ bát ngôn mang mang hồn cổ phong:

"Còn gì lạ, giữa phương trời khổ hạnh/ Gió đầu sông thương sóng nước cuối ngàn?/ Đời vẫn thế, trăm sông chia ngàn nhánh/ Không trầm mê cũng u uất trầm luân/ Trong u tịch sao tâm không tĩnh lặng/ Càng nôn nao càng vương víu muộn phiền".

Và dường như, nhà thơ đã bất lực? Để từ đó bật ra trong ông những lời tự ru, hay một tiếng than để vơi đi nỗi đau, và niềm thương nhớ đó:

"Thôi đành vậy, ba mươi năm viễn xứ/ Như mây trời phiêu bạt tận mười phương/ Vẫn hun hút trên dặm ngàn lữ thứ/ Ôm xót xa bao nỗi nhớ niềm thương." (Ba Mươi Năm Viễn Xứ).

Và mỗi tháng tư về, tâm hồn Tùy Anh bị cào xới, vết thương cũ dường như lại mưng mủ. Thật vậy, nếu trước đây ta đã đọc: Tháng Tư Gợi Nhắc Niềm Đau, với những câu thơ trải lòng, rút ruột: *"Tưởng đã phai mờ cội nguồn chủng tộc/ Bằng vào tên họ nửa Á, nửa Âu/ Bằng vào quốc tịch vô căn mất gốc/ Quên hẳn da vàng, mũi tẹt, mắt nâu.../ Tưởng rằng đã quên đi đắng cay uất hận/Bằng nửa cuộc đời lưu lạc tha phương"* thì đến Tháng Tư Gọi Thầm, dường như Tùy Anh đang trốn chạy, hòng thoát ra khỏi nỗi ưu phiền đớn đau đó: *"Tháng Tư thường giấu nỗi buồn/ Lên non tìm những suối nguồn lãng quên/ Nhìn dòng nước chảy dịu êm/ Ưu tư cũng mất, ưu phiền cũng tan!"*. Nhưng nhà thơ đã lầm. Trong vòng tròn không lối thoát ấy, Tùy Anh có trốn chạy hết cuộc đời, vẫn trở về điểm ban đầu, với nỗi u sầu được nhân lên gấp bội: *"Tháng Tư... Ôi, lại Tháng Tư/ Đưa ta vào cõi sa mù xa xưa/ Giờ đây ngồi tựa song thưa/ Giọt buồn u uất, giọt mưa u trầm"*.

Dường như, Tùy Anh đã gom hết những từ ngữ, hình ảnh đẹp nhất về mẹ vào trong thơ. Đọc ta không chỉ thấy tình yêu, nỗi nhớ của tác giả mà còn thấy được hình ảnh, linh hồn mẹ hiện lên thuần khiết, bao dung: *"mẹ đi giữa mùa hạ/ hồn ủ trong hương sen (...)/ nay thêm lần giỗ mẹ/ thêm một lần ăn năn"*. Tuy nhiên, thành thật mà nói, những bài viết về mẹ ở tập Cũng Đành Dâu Bể Với Thời Gian này, bút lực Tùy Anh đã giảm sút đi rất nhiều so với những tập thơ trước đây tôi đã được đọc như: Ngoài Xa Dấu Chân Mây, Trăm Ngải Thiết Tha, và Khúc Hát Tiêu Dao. Tuy tập thơ Cũng Đành Dâu Bể Với Thời Gian, không có bài viết hay về mẹ, song ở đó vẫn tìm được những câu thơ thật xúc động, với hình ảnh, lời thơ tuyệt đẹp của Tùy Anh: *"Vòng tay mẹ ủ hương nhu/ Bao nhiêu âu yếm cũng từ đấy thôi"*.

Bài thơ hay, ngoài cảm xúc dứt khoát phải có hình ảnh, và sự liên tưởng mới lạ, hoặc độc đáo. Để chứng minh cho điều này, ta hãy đọc lại trích đoạn trong bài: Lời Mẹ Ru rất hay dưới đây, được in ở những tập thơ trước của Tùy Anh. Ở đó, nhà thơ đã nhân cách hóa một cách rất cụ thể, tinh tế hình ảnh tần tảo của mẹ trong cái đắng cay, nhọc nhằn nơi quê nhà. Vâng, một sự liên tưởng về mẹ với quê hương một cách rất độc đáo:

"Mẹ mắc võng từ thượng nguồn Bàng Lãng/ Đến ngọn triều cuối của bể Thuận An/ Lưng mang nặng nhịp Trường Tiền, Bạch Hổ/ Mẹ gánh thêm núi Ngự, Hương Giang (...)/ Nước mắt mẹ đã bao lần nhỏ xuống/ Máu xương con tưởng đã chảy thành sông" (Lời Mẹ Ru).

Tùy Anh viết nhiều về tình yêu đôi lứa. Và với người vợ của mình, ông có nhiều trang thơ đằm thắm, sâu sắc. Có những câu thơ éo le, lỡ làng ngang trái viết cho Phương Quỳnh đọc thật cảm động:

"Thế mà anh đã ra đi/ em cũng ra đi ngàn phương biệt/ Tình cờ thay/ Ta hội ngộ chốn tha hương.../ Có những cánh chim sải cánh tìm về quá khứ/ Có những nhánh sông thầm lặng/ tìm chỗ hợp lưu/ Sao anh với em vẫn âm thầm một đời lữ thứ" (Một lần nữa xin cảm ơn em).

Tuy nhiên, những bài thơ tình Tùy Anh viết về cái thuở còn áo trắng ngu ngơ, tôi khoái hơn cả. Sự khoái cảm này, không hẳn bởi sự nhí nhảnh, hồn nhiên và trong sáng, mà có lẽ do tập thơ quá thâm trầm, làm cho ta có cảm giác nặng nề chăng? Vâng, một chút ngu ngơ hồn nhiên ấy thôi cũng đủ làm cho tập thơ sinh động, như có luồng gió mới chợt ngang qua vậy:

"Con chim nhà đầu ngõ/ thường hót vào sớm mai/ ngọt ngào như nỗi nhớ/ thuở nào, bóng dáng ai/ anh thường ngang qua đó/ trộm nhìn em, bâng khuâng/ ly cà phê quán nhỏ/ pha men tình nhớ nhung/ anh về trong gác trọ/ lắng lòng mình đợi mong/ bài thơ tình dang dở/ viết lúc nào mới xong/... em đi không từ biệt/ anh âm thầm xót xa/ bài thơ chưa kịp gởi/ ngại ngần rồi lại thôi" (Ngu ngơ tình thuở ấy).

* An nhiên tự tại đến những lời thơ vĩnh biệt.

Dường như, chỉ có Đạo giáo mới có thể giải thoát sự bất hạnh, và xoa dịu nỗi đau tâm hồn chăng? Do vậy, giữa lúc bế tắc, với tâm hồn bơ vơ và rách nát, có một con đường hé mở, để Tùy Anh tìm thấy: Tâm Vọng Thiền Môn. Nơi ký thác tâm hồn, để ông viết nên bài thơ lục bát cùng tên, thật chân thực và sâu sắc. Có thể nói, Tâm Vọng Thiền Môn là một trong những bài thơ hay nhất ở thể lục bát của tập thơ này:

"Bơ vơ tìm những con đường/ Con đường Trung đạo suối nguồn an nhiên/ Ngại ngần đến trước của Thiền/ Làm sao xóa những muộn phiền tiền thân?/ Lần theo phai nhạt dấu chân/ Hẳn trên sạn đạo nhọc nhằn bất an/ Nơi nào nẻo đạo trần gian/ Nơi nào là cõi Niết-bàn nương thân/ Xa thật xa, gần thật gần/ Nơi không hư vọng, nơi cần chân như"

Kể từ đó, ta thấy được cái an nhiên tự tại trong nội tâm của thi sĩ, trước nghịch cảnh cuộc sống. Do vậy, đọc Tùy Anh, không chỉ thấy cánh nơi cửa Phật đã mở, mà ta còn thấy tính triết lý trong hồn thơ ông:

"Thôi nương theo nghiệp lực/ Buông xả mọi ưu phiền/ Mong sao từ tâm thức/ Sớm ngộ được pháp thiền" (Ngỡ mình hóa thân).

Thời gian trên giường bệnh, Tùy Anh viết nhiều thơ về Thiền, triết. Ở đó, ta có thể thấy, đường giác ngộ đến buông bỏ bản ngã, nên lời thơ của ông thật tinh khiết, nhẹ nhàng và trong sáng: *"Âm vang trong đồng vọng/ lời kinh như triều dâng"*. Và mỗi bài thơ của ông như một bài học để tự răn mình, và răn người vậy:

"Mà hiển vinh là bào ảnh phù du/ Nên ngôn hạnh trong như dòng bát nhã/ Thẩm vào đời nghe vời vợi hương nhu"..

Từ cái buông bỏ ấy, nên với Tùy Anh tất cả đều nhẹ nhàng, khói mây. Với tâm trạng như vậy, cùng tâm hồn nhạy cảm đã cho thi nhân cảm xúc và liên tưởng để viết nên: Qua ngõ phù vân (1 và 2). Tôi nghĩ, đây là những bài thơ ở thể lục bát thâm trầm, sâu sắc, tiêu biểu về đề tài này của Phù Vân. Đọc nó, làm tôi nhớ đến lục bát của nhà thơ cùng xứ Huế Phạm Ngọc Lư. Và trích đoạn dưới đây, sẽ cho ta thấy rõ tài năng lục bát "thâm hậu" ấy của Tùy Anh:

"Người đi biền biệt non ngàn/ Cũng quay về với tịnh an của Thiền/ Khói trầm pha chút nhân duyên/ Trong em tịnh mặc ưu phiền cuốn bay/ U trầm nắng đọng am mây/ Tiếng chim quan ải về đây gọi đàn".

Có một nhà văn khá nổi tiếng nói với tôi: "Mất một người bạn tri kỷ, đôi khi còn buồn đau trống vắng hơn cả mất vợ ông ạ". Tôi hoài nghi. Nhưng khi đọc, Trên từng đợt sóng vô thường, một bài thơ Tùy Anh viết để tiễn biệt người bạn, tôi bị xúc động mạnh, và nghĩ: Lời bác nhà văn nổi tiếng kia không phải không có lý. Thật vậy, vẫn thể thơ bát ngôn sở trường, tâm trạng Tùy Anh hiện lên thật bùi ngùi, trống vắng:

"Từ giã nhé, cuộc đời đầy huyền mộng/ Đời thư sinh, màu áo trắng hoang sơ/ Nghe trong nắng có tiếng cười lồng lộng/ Mà âm vang nghe lạnh cả hư vô".

Sức cùng lực cạn, bước chân đã mỏi, người đọc tưởng chừng Tùy Anh buông lơi, giũ bỏ. Nhưng không, ý chí, hồn ông vẫn nặng nợ với cuộc sống và con người:

"Chân đã mỏi, bước giang hồ đã mỏi/ Có nơi nào để dừng bước phong vân/ Ôi thế sự, có không... đời vẫn thế/ Vẫn cưu mang, vẫn nặng nợ phong trần" (Thôi đành dâu bể với thời gian).

Ý chí ấy đã cho Tùy Anh đủ nghị lực để viết: Lời từ biệt cuối cùng. Một bài thơ mang tính triết lý Phật giáo, nhân sinh, được ông viết ngay trên giường bệnh

"Chân đã mỏi, bước giang hồ đã mỏi/ Có nơi nào để dừng bước phong vân/ Ôi thế sự, có không... đời vẫn thế/ Vẫn cưu mang, vẫn nặng nợ phong trần" (Thôi đành dâu bể với thời gian).

của những ngày cuối đời. Sự giải thoát thể xác và tâm hồn trong cái lẽ vô thường ấy của Tùy Anh đọc lên ai cũng phải bùi ngùi xúc động:

"Được nói với nhau bây giờ lời từ giã/ còn hơn là câm nín đến nghìn thu/ mới nói lời tạ từ/ dù bằng tình thương sâu lắng/ Một vòng tay ôm/ những giọt nước mắt đẫm mùi biển mặn (…)/ Thôi từ biệt các bạn nhé/ Thuận thế vô thường tôi sẽ phải ra đi".

Tôi đã đọc, và viết khá nhiều về các nhà thơ, nhà văn còn sống hay đã mất, nhưng chưa lần nào cho tôi cảm giác chờn chờn, rợn rợn như khi đọc tập thơ *Cũng Đành Dâu Bể Với Thời Gian* của Tùy Anh. Và rợn hơn nữa là bài thơ *Biển vẫn mang màu xanh*, được ông viết ngay trước giờ hấp hối. Một sự ám ảnh tột cùng của những ngày vượt biển trốn chạy, đeo bám Tùy Anh đến cả lúc nhắm mắt xuôi tay. Đọc nó, thoạt tưởng có sự mâu thuẫn trong suy nghĩ, tư tưởng của nhà thơ về biển, về cuộc sống. Song tình yêu nằm trong cái quy luật tự nhiên của vũ trụ ấy, cho ta thấy Tùy Anh hoàn toàn đã ngộ lý vô thường của nhà Phật. Và cũng chính những đặc tính ấy và bài thơ đầy ám ảnh này, cho tôi cảm xúc để viết về con người, cũng như tập thơ *Cũng Đành Dâu Bể Với Thời Gian* của Tùy Anh:

"Kể từ khi tôi đứng lặng yên/ Trên boong tàu Cap Anamur/ Tôi mới thấy nước biển xanh/ Biển hiền lành/ Nhưng biển đã nuốt bao nhiêu sinh linh/ Từ thuở chúng tôi/ những người Việt Nam vượt biển/ đi tìm Tự do bỏ cả cơ đồ/ Cho đến bây giờ/ người Phi Châu vượt biển mưu tìm đất sống/ Thì biển vẫn mang màu xanh bình yên/ Nhưng bên trong màu xanh/ chất chứa bao mầm chết chóc/ Nhưng tôi vẫn thích biển…/ Màu của thanh tịnh bình yên".

* Lời kết

Không chỉ thơ, mà trong văn xuôi của Tùy Anh cũng vậy, luôn mang một nỗi đau, mất mát không thể sẻ chia. Và cả cuộc đời ông cũng không thể xóa nhòa nỗi đớn đau, với thân phận lạc loài ấy. Để rồi dường như có lúc ông phải trốn chạy ra khỏi thực tại, ra khỏi chính mình. Nhưng cái vòng kim cô đó, ngày càng siết chặt nỗi bất hạnh của ông, của dân tộc ông. Và chỉ khi Tùy Anh đến với nơi cửa Phật, thì con người, cũng như tâm hồn mới được giải thoát ra khỏi nỗi đớn đau, và bất hạnh đó.

Đỗ Trường
Leipzig ngày 13.10.2023

Thu Hoài

PHÙ VÂN

anh đến như mây trời bàng bạc
rồi cũng theo về cõi Phù Vân (*)

da thịt cũng lạnh lùng, phụ rẫy
cửa đóng, rèm buông mắt khép sâu
hụt hẫng bước chân, thềm dương thế
đêm khuya rồi - anh đang ở đâu?

tên gọi bỗng dưng thành quá vãng
chưa kịp đổi màu đã héo khô
trả lại chốn ăn nằm - quán trọ
anh đến rồi đi về hư vô

nắp cỗ áo quan giờ đóng lại
đâu còn nhìn thấy bóng chiều qua
vĩnh viễn, sẽ là người xa lạ
ánh sáng đường xưa đã xóa nhòa

giờ anh nằm đấy trong bóng tối
đốm lửa ngàn thu đã lụi tàn
băng giữa thiên hà vì sao lạc
ngọn nến cuối đời, cõi nhân gian

anh đi về khoảng trời yên lặng
siêu thoát linh hồn giữa Phù Vân (*)

Mong anh yên nghỉ!

Thu Hoài

(*) Phù Vân, cũng là bút danh của cựu chủ bút báo Viên Giác.

« Nguyên-Trí-Anh » và Báo Viên Giác với tôi

Nguyên Trí – Hồ Thanh Trước

Tin anh Phù Vân từ biệt chúng ta vãng sanh về cõi Phật, tôi nhận được thật trễ qua e-mail của anh Nguyên Đạo vào ngày 02 tháng mười 2023 thông báo về việc *Lễ Cúng Bách Nhật (100 ngày) và cầu siêu cho anh Phù Vân sẽ tổ chức vào chủ nhật 03.12.2023 tại Chùa Viên Giác Hannover.*

Vẫn biết tất cả là vô thường, nhưng khi được tin tôi không khỏi bàng hoàng xúc động trước sự ra đi của người anh kính mến mà tôi thường gọi là «anh Nguyên Trí anh và anh gọi tôi là Nguyên Trí em (pháp danh của tôi).

Do nghiệp lành đời trước và duyên đời này tôi được gặp anh «Nguyên-Trí-Anh» như sau: - Dù đã được đọc báo Viên Giác do mẹ tôi cho mượn từ nhiều thập niên trước, nhưng chưa bao giờ dám có ý định hội ngộ với các thành viên điều hành và biên tập viên báo Viên Giác. Cho đến tháng 9 năm 2017 bỗng nhiên tôi ước nguyện viết bài đăng báo Viên Giác, tôi trình bày ý nguyện với anh Phù Vân và bài viết được chấp thuận trong số báo 221 tháng 10 năm 2017.

Anh Chủ bút vẫn thường khuyến khích và giúp ý kiến cho tôi trong các bài viết trên các số báo kế tiếp, hơn nữa anh cùng quý vị trong Ban biên tập thường giúp tôi sửa chữa các lỗi chính tả, văn phạm, vì như tôi trình bày trong bài viết «Tôi đến với báo Viên Giác» trên số 229 tháng 2 năm 2019 kể về tất cả các sở đoản của tôi trong lãnh vực văn chương và trong bài viết này tôi có trình bày về cái duyên với báo Viên Giác và anh Chủ bút Phù Vân: «*…không chú ý, tôi rút ra một quyển trong chồng báo, số 50 tháng tư 1989…. Giở một trang báo, tôi «rơi» đúng vào trang 39 với bài «chữ ,duyên' trong truyện Kiều» do anh Phù Vân viết».*

Đến thời điểm này anh Phù Vân và tôi vẫn liên lạc qua e-mail nhưng chưa có dịp hội ngộ, cho đến ngày 28 tháng 6 năm 2019 trong lễ Khánh Thọ Hòa Thượng Phương Trượng và dịp ra mắt quyển Đặc San 40 năm Viên Giác tôi được hân hạnh tham dự, được hội ngộ cùng anh Phù Vân và quý vị đạo hữu trong Ban biên tập. Lần hội ngộ đầu tiên này in đậm nét trong tâm trí tôi; anh Phù Vân rất chu đáo, vì biết tôi lần đầu đến chùa Viên Giác anh đã hướng dẫn tận tình «đường đi nước bước». Khi biết tôi ngụ cùng khách sạn cạnh chùa Viên Giác, anh hẹn tôi đến để nhận mặt nhau, như anh nói cho khỏi bỡ ngỡ lúc gặp nhau trong buổi lễ. Đó là lần đầu tiên tôi được hội ngộ cùng anh và tôi không ngờ cũng là lần cuối cùng! Vì sau đó chúng tôi chỉ liên lạc qua e-mail không có cơ hội gặp gỡ. Cầu chúc hương linh anh vãng sanh Cực Lạc Quốc của Đức Phật A Di Đà.

Cùng trong dịp lễ nói trên, tôi lại được một hân hạnh khác, được quen biết anh Nguyên Đạo – Văn Công Tuấn. Một lần nữa tôi cho rằng do nghiệp lành đời trước và duyên đời này và có lẽ cùng là Kỹ sư nên chúng tôi tương đối hợp nhau ngay.

Đến khi tôi có ý nguyện dịch quyển sách nguyên tác Anh ngữ của Hòa Thượng Olande Ananda sang Việt ngữ với tựa đề «40 Năm Bước Chân Chưa Mỏi», anh Nguyên Đạo đã tận tình giúp tôi mọi việc từ trao đổi vài ý kiến qua điện thoại hoặc e-mail cho đến việc thỉnh Hòa Thượng Như Điển viết Lời Giới Thiệu, cùng anh Nguyên Minh sửa lỗi và trình bày sách, anh lại viết Lời Bạt cho quyển sách cùng lo việc phát hành trên Amazon. Thật là công đức vô lượng, vì một mình tôi việc này không bao giờ có thể thực hiện được.

Trước đây, tôi vẫn thầm nguyện rằng, một ngày đẹp trời nào đó anh Nguyên Đạo nhận trách nhiệm tiếp tục giữ vững báo Viên Giác. Bởi vì như người Pháp thường nói sau mỗi cơn biến động trong cuộc sống: *'la vie continue'* (cuộc sống vẫn tiếp tục), anh Phù Vân ra đi phải có người thay thế.

Đọc bài 'LỜI TRÌNH THƯA' của anh trên số báo 257, tôi cảm nhận tất cả đức tánh khiêm tốn của anh trong bài viết nhưng tôi tin rằng với khả năng và cách làm việc khoa học của một Kỹ sư anh sẽ theo kịp bước chân 30 năm kinh nghiệm của anh Phù Vân và sẽ giữ vững báo Viên Giác trong vài thập niên tới. Tôi thầm tạ ơn Phật lời nguyện của tôi đã thành sự thật.

Hơn nữa các thành viên trong Ban biên tập tiếp tục giúp anh trong nhiệm vụ cao cả và đầy khó khăn này. Riêng tôi xin hứa nếu sức khỏe tôi cho phép, tôi sẽ cố gắng viết bài đều đặng góp phần vào việc duy trì tờ báo của chúng ta.

Thành thật chúc mừng anh Nguyên Đạo được chọn làm người thừa kế đảm nhiệm Chủ bút báo Viên Giác. ∎

Nguyên Trí – Hồ Thanh Trước

TRANG Y HỌC & ĐỜI SỐNG

Bác sĩ Văn Công Trâm phụ trách

WHO - Tổ chức Y tế Thế giới định nghĩa tình trạng sức khỏe tốt là:

"Sức khỏe không chỉ đơn thuần là không mắc bệnh hay tật nguyền, mà là trạng thái toàn diện về thể chất, tinh thần và giao tiếp xã hội" –

"Health is a state of complete physical, mental and social well-being and not merely the absence of disease or infirmity".

ẤY LÀ TRẠNG THÁI THÂN TÂM AN LẠC

Giới thiệu những Infografik về Y khoa hữu ích của nhóm Bác sĩ CN St

COVID, CÚM HAY CẢM LẠNH?
Các dấu hiệu phân biệt

	TRIỆU CHỨNG	COVID-19	CÚM	CẢM LẠNH
Cả 3 đều có	Ho (khan)	+++	+++	++
2 bệnh có các triệu chứng này	Sốt	+++	+++	+
	Đau cơ	+	+++	+++
	Đau cổ/ họng	+	++	+++
	Chảy mũi nước	++	+	+++
	Mệt mỏi	++	+++	+
Chỉ 1 bệnh có triệu chứng này	Hắt hơi	-	-	+++
	Mất vị giác/ khứu giác	++	-	-

+++ Thường gặp   ++ đôi khi   + hiếm gặp   - cực hiếm

Nguồn: RKI, WHO, CDC, Quarks, WDR   CN St

CORONA
Pirola - Biến chủng mới, triệu chứng mới

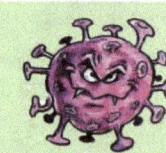

Số ca nhiễm trùng đường hô hấp tăng dần với thời tiết lạnh. Virus Corona cũng đang lây lan với một biến chủng (BC) mới, gây nhiều **triệu chứng bất thường** so với các chủng trước đây.

BC Pirola (BA.2.86 từ Omicron) đc tìm thấy đầu tiên ở Đan Mạch vào th. 7 và ở Anh vào cuối th. 8. Nay nó đã hiện diện ở hơn 15 QG, **bao gồm Đức**.

Pirola có hơn 30 đột biến mới ở Protein gai, giúp Virus **trốn tránh kháng thể hiệu quả** ở những người đã tiêm ngừa hay đã từng mắc Covid-19.

Ngoài các triệu chứng Covid thông thường như đau họng, sổ mũi và đau đầu, BC Pirola có thể gây **phát ban trên da, ngón tay, ngón chân đỏ và đau hoặc ngứa, đỏ mắt**. BN cũng có thể bị **tiêu chảy** cũng như **loét và sưng tấy ở miệng và lưỡi**.

Tuy nhiên, Pirola không nguy hiểm hơn Omikron. Dù vậy Uỷ ban STIKO (của RKI) khuyến cáo: Những người **trên 60 t.**, đặc biệt những ai **có bệnh nền** về phổi, tim mạch và hệ miễn dịch,... nên lấy hẹn tại BS nhà và đi **tiêm mũi tăng cường** với vắc-xin được điều chỉnh.

Nguồn: Bộ Y tế LB, BZgA, n-tv   CN St

LỜI BÀN: *Hiệp Hội Chích Ngừa STIKO của chính phủ CHLB Đức khuyên những người trên 60 tuổi, có bệnh nền hoặc kháng thể yếu và lần chích ngừa sau cùng đã hơn 12 tháng, nên chích ngừa tăng cường mRNA-Impfstoff để chống lại Omikon đổi dạng tại các phòng mạch bác sĩ gia đình. Vì hiện nay chưa có loại thuốc chích chung một mũi vừa chống Covid-19 vừa chống cảm cúm nên phải chích cả 2 loại riêng, tốt nhất cách nhau 1 đến 2 tuần lễ.*

Bs VCT.

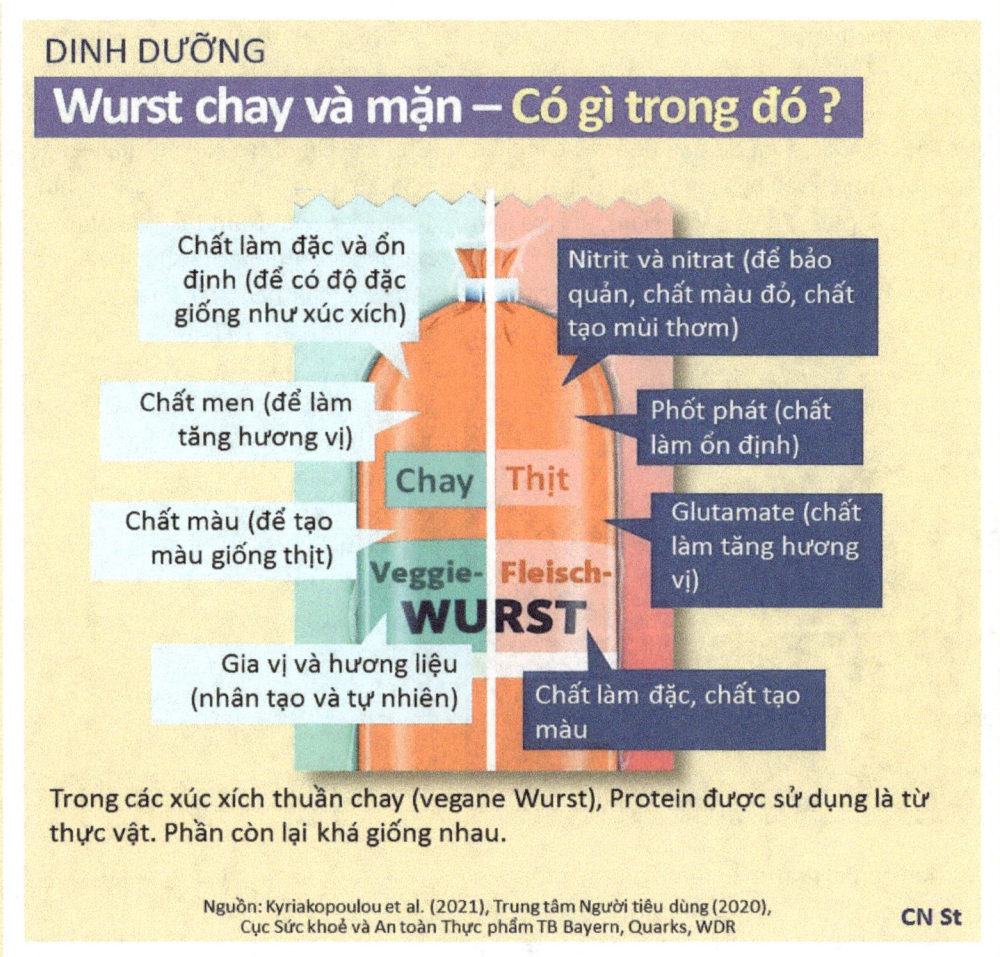

Lễ Khánh Thành Chùa Vạn Hạnh và Kỷ Niệm 40 năm Hội Phật Giáo Việt Nam tại Hòa Lan

15.10.2023

● Quảng Phúc

Ngày chủ nhật 15 tháng 10 năm 2023 là ngày mong đợi của toàn thể Phật tử tại Hòa Lan. Mong đợi càng lâu thì niềm vui càng lớn khi ước mơ thành sự thật. Quả vậy, sau ngày đặt viên đá đầu tiên xây cất chùa Vạn Hạnh tại Almere vào ngày 12 tháng 12 năm 2012 vào lúc 12 giờ 12 phút, Phật tử Việt Nam tại Hòa Lan đã biết bao mong chờ ngày lễ khánh thành này. Tuy chùa đã được hoàn thành và đã sinh hoạt được nhiều năm nhưng vì đại dịch Covid nên lễ khánh thành không thể tổ chức sớm hơn được.

Buổi sáng chủ nhật trung tuần tháng 10, đầu thu Hòa Lan, bắt đầu với mưa và gió. Tuy nhiên số lượng Phật tử về chùa tham dự lễ khánh thành, chấp cả mưa gió, lên đến hơn ngàn người. Có lẽ nhờ tâm thành cộng chung đó, cùng với công đức và sự chứng giám của nhị vị Trưởng lão Hòa Thượng Thích Tánh Thiệt, HT Thích Như Điển cùng 70 Chư Tôn Đức Tăng Ni thuộc các chùa tại Âu Châu mà trời đã chuyển mưa thành nắng, đổi màu từ xám xịt ra xanh ngắt, trong veo, ấm áp. Trong dịp này, chùa Vạn Hạnh đã hân hạnh đón tiếp năm vị khách danh dự: Thầy Anandaghosa thuộc Tu viện Tích Lan, bà Maike Veeningen, Đại diện hội đồng thành phố Almere, ông Michael Ritman, Chủ tịch Hội Phật Giáo Hòa Lan, ông André Kalden, Chủ tịch Hội Ái Hữu Phật giáo và ông Nguyễn Hữu Phước, Chủ tịch Cộng đồng Việt Nam Tỵ Nạn Cộng Sản tại Hòa Lan. Buổi lễ khánh thành đã bắt đầu vào lúc 11 giờ sáng trong bầu không khí đẹp và tưng bừng đó.

Tiến vào Hội trường nơi buổi lễ chánh được cử hành, mọi người đều ngạc nhiên vì hội trường hôm nay đẹp quá. Mọi mắt đều hướng về sân khấu nơi hình ảnh cổng chùa và ngôi chùa Vạn Hạnh được thực hiện thật rõ đẹp và trung thực, với hai câu đối "Mái chùa che chở hồn dân tộc/Nếp sống muôn đời của tổ tông" ở hai bên. Sân khấu đẹp và sáng đèn này là bối cảnh để quý Thầy ban đạo từ cũng như các quan khách Hòa Lan phát biểu.

Trong diễn văn khai mạc, Hòa Thượng Thích Minh Giác, Chủ tịch Hội Phật Giáo Việt Nam tại Hòa Lan kiêm trụ trì chùa Vạn Hạnh, cám ơn sự hiện diện của Chư Tôn Đức Tăng Ni, quý quan khách cùng toàn thể Phật tử. Hòa Thượng sơ lược sự hình thành của Hội Phật Giáo Việt Nam tại Hòa Lan và chùa Vạn Hạnh đã được tạo dựng như ngày nay do duyên lành và tâm sức của hằng hà Phật tử. Trong niềm vui của ngày hôm nay, Thầy Minh Giác không quên nhắc đến công ơn cố Hòa Thượng Thích Minh Tâm, vị ân sư của toàn thể Phật tử Việt Nam tại Hòa Lan, người đã bỏ bao tâm huyết để Phật sự tại Hòa Lan được khởi duyên và viên thành.

Trong phần đạo từ, Hòa Thượng Thích Tánh Thiệt, Đệ Nhất Chủ tịch Giáo Hội Việt Nam Thống Nhất Âu châu, cám ơn chính quyền Hòa Lan đã mở rộng vòng tay tiếp nhận người tỵ nạn Việt Nam để được sống trong một nước thanh bình, một xã hội văn minh. Thầy tán thán công đức Hòa Thượng Thích Minh Giác, là một tăng sĩ trẻ rời bỏ quê hương khi vừa hơn 20 tuổi, đã lặn lội trong xã hội Tây phương, đã vươn mình và phát triển tinh thần Phật giáo Việt Nam trên đất nước Hòa Lan qua việc xây dựng ngôi chùa Vạn Hạnh to đẹp như ngày nay. Ngôi chùa là biểu tượng của linh hồn dân tộc, là linh hồn của văn hóa Việt Nam và ngôi chùa luôn gắn liền với đời sống người dân Việt nên Thầy khuyên nhủ chúng ta có bổn phận giữ gìn và phát triển ngôi chùa Vạn Hạnh này.

Hòa Thượng Thích Như Điển, trong phần đạo từ, đã nhắc đến ngày đau thương 30/4/1975 của dân tộc Việt đã khiến bao người phải bỏ nước ra đi. Tại hải ngoại người Phật tử đã vươn mình lên xây dựng được 1500 ngôi chùa trên khắp thế giới, qua đó đã đưa văn hóa Phật giáo, văn hóa dân tộc đến khắp năm châu. Đóa hoa sen từ châu Á đã được thêm vào vườn hoa tâm linh của các nước Tây phương và ngày càng tươi đẹp hơn. Thầy cầu chúc Giáo Hội Phật Giáo tại Hòa Lan ngày càng vững mạnh trên con đường hoằng pháp.

Đại diện chính quyền thành phố Almere, bà Veeningen đã bày tỏ niềm hân hạnh được có mặt trong ngày hôm nay. Bà nói thêm, Hội Phật Giáo Việt Nam tại Hòa Lan sinh hoạt 40 năm cũng là thời gian dài so với Almere là thành phố mới thành hình hơn 50 năm. Bà vui mừng thấy sinh hoạt Phật giáo có mặt tại nơi đây và ngôi chùa Vạn Hạnh đã tạo thêm nét đẹp cho thành phố của bà.

Hiện diện trong buổi lễ, ông Ritman, Chủ tịch Hội Phật Giáo Hòa Lan đã cám ơn lời mời của Ban tổ chức. Ông nói Phật tử Việt Nam tại Hòa Lan phải tự hào về ngôi chùa của mình với mái cong tuyệt mỹ, với Quan Âm Các, với Cổng Tam Quan, đây cũng là kết quả của sự hợp tác đa văn hóa trong tinh thần hòa bình.

Tiếp theo đó, Hòa Thượng Thích Minh Giác đã trao tặng Bảng Công Đức đến đại diện các ban ngành trong Ban Trị Sự Hội Phật Giáo Việt Nam tại Hòa Lan. Từ bao nhiêu năm nay, các anh chị trong Ban Trị Sự đã gắn bó với ngôi chùa Vạn Hạnh từng ngày, từng tháng, từng năm, họ âm thầm đóng góp công sức của mình không ngừng nghỉ với tâm thành cúng dường Tam Bảo.

Cũng trong dịp này, Kỷ Yếu Vạn Hạnh đã được trân trọng trao tận tay đến Chư Tôn Đức Tăng Ni cùng quan khách. Kỷ Yếu Vạn Hạnh cũng được trao gửi đến Phật tử hiện diện như một món quà ghi dấu sự chung vai góp sức vô lượng tịnh tài và công sức để tạo dựng nền móng Phật sự tại Hòa Lan cũng như xây dựng ngôi chùa Vạn Hạnh hiện nay.

Nghi thức cắt băng khánh thành Chùa Vạn Hạnh được long trọng thực hiện bởi bốn vị Hòa Thượng: Thích Tánh Thiệt, Thích Như Điển, Thích Minh Giác và Thích Thông Trí cùng hai vị khách là bà Veeningen và ông Ritman, dưới sự chứng kiến của toàn thể quý Chư Tăng Ni và Phật tử hiện diện. Vào lúc đó, ánh nắng tươi đẹp của một ngày đầu thu như hòa chung cùng niềm vui của mọi người trong giây phút quan trọng này. Ngay lúc đó, đoàn lân Gia đình Phật Tử Chánh Tín (GĐPT/Chánh Tín) đã tiến ra múa lân mừng ngày đại lễ. Tiếp theo đó là màn múa cờ thật đặc sắc của các em Phật tử, nói lên tinh thần chống ngoại xâm của con dân Việt, đã tạo một hình ảnh vui tươi sống động cho mọi người tham dự. Buổi lễ tiếp nối khi quý Chư Tăng Ni cùng quan khách và Phật tử tiến vào chánh điện. Trước Phật đài khói hương nghi ngút, Chư Tăng Ni và toàn thể Phật tử cùng hướng tâm dâng lên Đấng Bổn Sư, nguyện theo ánh hào

quang chư Phật cứu độ chúng sinh.

Sau phần cúng dường Trai Tăng, Chư Tăng Ni và Phật tử hiện diện đã được thưởng thức một chương trình ca múa đặc sắc của Ban Văn Nghệ Chùa Vạn Hạnh. Hội Phật Giáo Việt Nam tại Hòa Lan kỷ niệm 40 năm thành lập trùng hợp với GĐPT/Chánh Tín kỷ niệm 30 năm sinh hoạt dưới mái ấm của Giáo Hội trên đất nước Hòa Lan, do vậy trong dịp này GĐPT/Chánh Tín đã cống hiến chư quan khách những màn múa thật đẹp và đầy tự tình dân tộc. Đặc biệt, hôm nay cũng là ngày sinh nhật của Hòa thượng Trụ Trì Thích Minh Giác, nên các Phật tử đã làm chiếc bánh sinh thật đẹp dâng lên Hòa thượng.

Buổi chiều cùng ngày quý Chư Tăng Ni cùng quan khách, dưới sự hướng dẫn của Hòa Thượng Thích Minh Giác đã đi thăm viếng Cổng Tam Quan, Quan Âm Các, vườn Tứ Động Tâm, mười hai pho tượng Quan Âm và Tượng Đài Thuyền Nhân. Tất cả đã tạo nên khung cảnh êm đềm, thanh tịnh cho ngôi chùa Vạn Hạnh và một niềm an lạc, thanh thản cho khách viếng thăm.

Buổi lễ chấm dứt lúc 16 giờ cùng ngày trong niềm hạnh phúc và an lạc của mọi người tham dự. Phật tử Việt Nam tại Hòa Lan đã hãnh diện không những được tiếp đón hơn 70 Chư Tôn Đức Tăng Ni khắp Âu châu vân tập về chùa Vạn Hạnh tham dự ngày đại lễ đầy ý nghĩa này mà còn tạo được sự cảm phục và ấn tượng đẹp nơi khách Hòa Lan như bà Veeningen, đại diện thành phố Almere. Khác với dự tính ban đầu, bà đã ở lại dự đến cuối chương trình, và ngay khi rời buổi lễ, bà đã gửi một điện tin đến Ban tổ chức với nội dung "Thật là một buổi lễ đẹp. Xin cám ơn đã được mời tham dự". **Quảng Phúc** ∎

THƠ TÙY ANH

HƯƠNG XUÂN TỊNH MẶC

[1]

Trăm nỗi nhớ khi Xuân về trước ngõ
Buổi giao mùa hoang vắng những chiều mưa
Đêm Giao Thừa chạnh nhớ chuyện ngày xưa
Quanh bếp lửa ngồi canh nồi bánh tét
Câu chuyện kể trong đêm ba mươi Tết
Vang tiếng cười khúc khích những niềm vui
Uống men xuân thơm hương vị ngọt bùi
Để cảm nhận tinh hoa mùa xuân mới…

[2]

Thân lữ thứ đã bao năm mòn mỏi
Đời lưu vong đâu biết được tồn-vong
Nhập hư không mới thấu lẽ sắc-không
Thân giả tạm vô thường trong sinh diệt
Trong khoảnh khắc mất còn nào ai biết
Lẽ tương quan từ manh mối ban sơ
Đến vô chung cũng chỉ thấy mập mờ
Đâu thật sự trong hình hài tạo vật…?

[3]

Nơi xứ lạ, giờ nương thân cửa Phật
Để lãng quên chuyện được mất một thời
Chút lợi danh như gió thổi mây trôi
Chẳng nuối tiếc khi làm thân lữ khách
Tìm an lạc trong hương chiều tịnh mặc
Hướng tâm thành theo nhịp mõ công phu
Lắng tiếng chuông theo kinh điển ân từ
Phát đại nguyện tu trì Bồ Tát hạnh…

―――――――

Tùy Anh
(Hamburg, 15.11.2020)

TIN PHẬT SỰ

Mỹ Đình phụ trách

Đông đảo người Đức tham gia học Phật tại Tu Viện Lộc Uyển, Rostock.

Bắt đầu từ tháng 8/3023, sau Lễ Lạc Thành, Sư bà Thích Nữ Diệu Phước trụ trì Tu Viện Lộc Uyển đã tổ chức thường xuyên mỗi tháng các lớp tu học cho người Đức tại Tu Viện Lộc Uyển. Tu viện đã cung thỉnh các Giáo thọ sư từ nhiều nơi khác nhau trên nước Đức như Bhante Sukhacitto, Dr. Carola Roloff (Bhiksuni Jampa Tsedroen), Sư cô Thích Chân Đàn, Geshe la Tsewang từ Học viện Ngari-Institut, ở Leh Ladakh, Indien, Thượng tọa Thích Hạnh Tấn... Mỗi buổi học đã quy tụ 100-120 người Đức đến tham dự tại Tu viện. Chương trình giảng dạy Phật Pháp sẽ tiếp tục vào mỗi thứ bảy tuần thứ hai hằng tháng.

Pháp Hội Hoa Nghiêm tại Tổ Đình Viên Giác Hannover từ 30.09-08.10.2023.

Như hằng năm, năm nay Pháp Hội Hoa Nghiêm đã quy tụ được 10 vị Tôn Đức Tăng Già Nhị Bộ và gần 50 Phật tử. Pháp Hội đã tinh tấn trì tụng miên mật trong suốt 10 ngày bộ Kinh Hoa Nghiêm 4 Tập để cầu nguyện thế giới hoàn bình nhân sinh an lạc. Pháp hội cũng đã chí thành cầu nguyện chư Phật gia hộ Đức Đại Lão Hòa Thượng thượng Tuệ hạ Sỹ đang lâm trọng bệnh tại Việt Nam được tật bệnh chóng tiêu trừ.

Truyền thông Đức đăng tải thông tin kỷ niệm Ngày Tiếp Nối (Sinh Nhật) của Cố Thiền Sư Thích Nhất Hạnh.

Ngày 11.10.2023, nhân "Ngày Tiếp Nối" (sinh nhật) của Cố Thiền Sư Thích Nhất Hạnh, Truyền Thông Đức đã đăng tải hình ảnh của Thiền Sư trên mạng Truyền Thông Phổ Thông của toàn hệ thống xe điện công cộng tại Thủ đô Berlin của nước Đức để mọi khách được biết đến vị Thiền sư người Việt Nam đã mang giáo pháp Phật Đà đến giảng dạy tại Âu Châu và toàn thế giới.

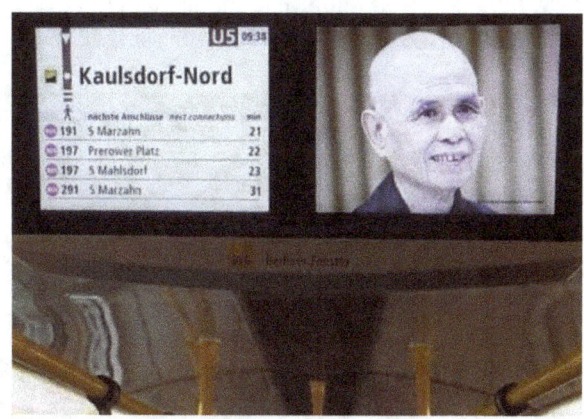

Đại Lễ Lạc Thành Chùa Vạn Hạnh Hòa Lan.

Ngày 15.10.2023, dưới sự chứng minh của nhị vị Trưởng lão Hòa Thượng Thích Tánh Thiệt, Hòa Thượng Thích Như Điển cùng 70 Tôn Đức Tăng Ni thuộc các chùa tại Âu Châu, Hội Phật Giáo Việt Nam tại Hòa Lan đã long trọng cử hành Lễ Khánh Thành Chùa Vạn Hạnh tại Hòa Lan. Trong dịp này, chùa Vạn Hạnh đã hân hạnh đón tiếp năm vị khách danh dự: Thầy Anandaghosa thuộc Tu viện Tích Lan, bà Maike Veeningen, Đại diện hội đồng thành phố Almere, ông Michael Ritman, chủ tịch Hội Phật Giáo Hòa Lan, ông André Kalden, Chủ tịch Hội Ái Hữu Phật giáo và ông Nguyễn Hữu Phước, Chủ tịch Cộng đồng Việt Nam Tỵ Nạn Cộng Sản tại Hòa Lan. Buổi lễ khánh thành đã bắt đầu vào lúc 11 giờ sáng trong bầu không khí đẹp và tưng bừng đó.

Trong diễn văn khai mạc, Hòa Thượng Thích Minh Giác, Chủ tịch Hội Phật Giáo Việt Nam tại Hòa Lan kiêm trụ trì chùa Vạn Hạnh, cám ơn sự hiện diện của Chư Tôn Đức Tăng Ni, quý quan khách cùng toàn thể Phật tử. Hòa Thượng sơ lược sự hình thành của Hội Phật Giáo Việt Nam tại Hòa Lan và chùa Vạn Hạnh đã được tạo dựng như ngày nay do duyên lành và tâm sức của hằng hà sa Phật tử. Trong niềm vui của ngày hôm nay, Thầy Minh Giác không quên nhắc đến công ơn cố Hòa Thượng Thích Minh Tâm, vị ân sư của toàn thể Phật tử Việt Nam tại Hòa Lan, người đã bỏ bao tâm huyết để Phật sự tại Hòa Lan được khởi duyên và viên thành. Được biết Hoà Thượng Thích Minh Giác và Phật tử tại Hòa Lan đã xây dựng ngôi Già Lam này từ 12 năm nay, bắt đầu từ lúc 12:12 phút ngày 12 tháng 12 năm 2012.

Có hàng trăm quan khách người Hòa Lan đến tham dự. Tất cả đều vô cùng hoan hỷ. Đại diện chính quyền thành phố Almere, bà Veeningen đã bày tỏ niềm hân hạnh được có mặt trong ngày hôm nay. Bà nói thêm, Hội Phật Giáo Việt Nam tại Hòa Lan sinh hoạt 40 năm cũng là thời gian dài so với Almere là thành phố mới thành hình hơn 50 năm. Bà vui mừng thấy sinh hoạt Phật giáo có mặt tại nơi đây và ngôi chùa Vạn Hạnh đã tạo thêm nét đẹp cho thành phố của bà.

Buổi lễ chấm dứt lúc 16 giờ cùng ngày trong niềm hạnh phúc và an lạc của mọi người tham dự. Bà Veeningen, vị đại diện thành phố Almere đã ở lại dự đến cuối chương trình, khác với dự tính ban đầu. Và ngay khi rời buổi lễ, bà đã gửi một điện tin đến Ban tổ chức với nội dung *"Thật là một buổi lễ đẹp. Xin cám ơn đã được mời tham dự"*.

Thanh Văn Tạng thuộc Đại Tạng Kinh Việt Nam sắp phát hành đợt 2. (hình lớn trang bên)

Ngày 29.10.2023, Ban Phiên Dịch, Chuyết Văn và Ấn Hành Hội Đồng Phiên Dịch Tam Tạng Lâm Thời đã vân tập trên mạng ZOOM để họp nội bộ nhằm tổng kết và phân công cụ thể các công đoạn tiếp theo của phần tổng duyệt, chuyết văn, và ấn hành các bộ Kinh Luật Luận đợt 2 bộ Thanh Văn Tạng (Đợt 1 đã ấn hành 29 cuốn, hoàn tất vào quý 1 năm 2023).

Hòa Thượng Thích Tuệ Sỹ dù đang thời gian dưỡng bệnh đã cố dành hơn nửa giờ thuyết trình về hướng

đi sắp đến, chỉ định công việc cụ thể, phân công các tiểu ban phiên dịch và đào tạo tiếng Phạn, tiếng Tây Tạng để các bộ Kinh Luật Luận nhanh chóng hoàn thành. Đợt 2 này dự kiến sẽ hoàn thành vào dịp Phật Đản Pl. 2568 (Tl.2024). Tham dự buổi họp có HT Thích Như Điển (Đức), HT Thích Nguyên Siêu (Hoa Kỳ), HT Thích Bổn Đạt (Canada), TT Thích Nguyên Tạng (Úc), TT Nguyên Hiền và TT Hạnh Viên (Việt Nam) và những Tăng Ni, Cư sĩ Phật tử có trách nhiệm trong Công trình Phiên dịch.

Họp Tòa Soạn Báo Viên Giác.

Để tổng kết hoạt động và kiện toàn tổ chức sau khi Cựu Chủ Bút Phù Vân đã mãn phần, ngày 17.10.2023 Hòa Thượng Chủ Nhiệm Sáng Lập đã triệu tập cuộc họp các thành viên Tòa Soạn Báo Viên Giác. Buổi họp đã tổng kết sổ sách thời gian qua và quyết định phê chuẩn các đề nghị cải tiến về hình thức và nội dung tờ báo của tân Chủ Bút Nguyên Đạo. Được biết, hiện nay Báo Viên Giác là tờ báo giấy duy nhất còn phát hành thường xuyên mỗi hai tháng một lần tại Âu Châu, với số lượng phát hành 1.200 số báo mỗi kỳ. Ngoài số lượng khoảng 800 độc giả ở nước Đức, Viên Giác cũng gửi đi các quốc gia khác như Hoa Kỳ, Canada, Úc Châu, Nhật Bản cũng như các nước khác ở Âu Châu.

TIN SINH HOẠT CỘNG ĐỒNG

ĐẠI NGUYÊN, phụ trách

BÀI PHÁT BIỂU CỦA BÀ CHRISTEL NEUDECK TRONG LỄ TƯỞNG NIỆM CỐ Dr. RUPERT NEUDESK NGÀY 30.09.2023 TẠI TROIDORF.

Quý khách thân mến, các bạn nam nữ thân mến!

Tôi tin rằng sau khoảng 44 năm gắn bó bên nhau, tôi có thể gọi các bạn như vậy. Như tôi được biết, các bạn đã dành cho Rupert một sự tôn trọng rất đặc biệt và ông cũng muốn các bạn đến xem các cuộc triển lãm tại đây.

Hôm nay tôi muốn thú nhận với các bạn một điều: Khi tôi và Rupert vẫn còn khỏe mạnh, tôi đã nói với anh ấy rằng, tôi muốn chết trước anh ấy. Khi anh ta hỏi tại sao, tôi trả lời rằng tôi chưa xứng đáng với lòng biết ơn của „những người Việt Nam của chúng tôi". Bây giờ đây, tôi vẫn còn sống và đang đứng trước các bạn ngày hôm nay với cùng niềm vui của anh ấy dành cho „những người Việt Nam của chúng tôi". Và vì Rupert luôn tin rằng, sự sống vẫn tiếp nối sau cái chết, nên tôi chắc chắn một điều: hôm nay anh ấy đang hiện diện nơi này với chúng ta!

Nhiều người trong số các bạn có mặt ở đây hôm nay, có cha, có mẹ hoặc thậm chí ông bà của các bạn đã liều mình trốn chạy ngoài Biển Đông, nên tôi muốn kể cho các bạn nghe về một khía cạnh trong cuộc đời của Rupert mà có thể các bạn chưa được nghe từ các bậc sinh thành của các bạn.

Rupert là một người có niềm tin sâu sắc trong đạo Thiên Chúa. Phúc âm yêu thích của ông là đoạn nói về người Samarita nhân hậu nhưng luôn bị người ta khinh thường. Và rồi ai đã giúp đỡ người bị thương khi rơi vào tay bọn trộm cướp? Chính lại là người Samarita bị khinh thường này, trong khi những người khác thì vẫn thản nhiên đi ngang qua.

Rupert lấy bằng Tiến sĩ về đạo đức chính trị từ Jean-Paul Sartre và Albert Camus, cả hai đều là các triết gia „vô thần". Năm 1979, khi chúng tôi thuê con tàu Cap Anamur, thì Jean-Paul Sartre đã là một trong những triết gia nổi tiếng nhất châu Âu. Tại Paris, ông đã vận động để cứu vớt những thuyền nhân Việt Nam tỵ nạn.

Một trong những điều ông nói là: „Con người chúng ta bị kết án là sự tự do". Bị kết án? Ông quan niệm rằng, chúng ta phải tự chịu trách nhiệm cho bất cứ những gì chúng ta đã trải qua, những gì chúng ta đã làm trong suốt cuộc đời mình. Có lẽ ông ấy sẽ phải ngạc nhiên khi thấy có biết bao nhiêu người trong các bạn, hoặc cha mẹ, hoặc ông bà của các bạn đã thực sự làm điều này. Họ đã phải trải qua nhiều điều khủng khiếp và ngay sau đó với nguồn nghị lực đáng kinh ngạc, họ lập tức bắt đầu xây dựng lại cuộc sống mới ngay trên quê hương mới của mình. Việc họ làm nên được điều đó luôn là một điều bí ẩn đối với tôi. Những kỳ vọng ấy có lẽ đôi khi làm chính các bạn phải bận tâm... Nhưng ông Wolfgang Schäuble đã nói rất đúng: "Nếu có một ví dụ nào đó cho thấy sự hội nhập không phải là mối đe dọa mà là sự phồn thịnh, thì đó chính là câu chuyện của những người Việt Nam đang chung sống giữa chúng ta".

Albert Camus là triết gia và là nhà văn thứ hai mà Rupert đã từng đề cập đến. Camus đã viết một cuốn sách mang tên „Bệnh dịch hạch" mà tôi đã tặng cho các thành viên của chúng tôi. Có thể bạn nên đọc một lần và cuốn sách này vẫn còn phù hợp đến bây giờ. Có một đoạn thực sự khiến chúng tôi rất cảm kích: Bác sĩ Dr. Rieux làm việc không mệt mỏi. Nhà báo Rambert muốn bỏ trốn nhưng không thành công. Trong một cuộc trò chuyện căng thẳng, Rieux nói với nhà báo rằng: „Bạn không cần phải xấu hổ khi đi tìm hạnh phúc". Và Rambert trả lời anh ta: „Nhưng người ta có thể xấu hổ khi chỉ biết giữ lấy hạnh phúc ấy cho riêng mình". Điều này muốn nói lên rằng: Các bạn có thể mang lại một phần hạnh phúc của mình cho những người không được sinh ra ở nơi đầy nắng ấm trong cuộc đời. Chính thân sinh của các bạn cũng đã làm nên điều này. Trong vài năm đầu tiên sau cuộc trốn chạy, thân sinh của các bạn đã hỗ trợ nhiều dự án khác của chúng tôi trong các lễ hội ở Troisdorf. Tôi đã quan sát điều này từ 40 năm trước và vẫn tự hỏi rằng, họ là những con người tuyệt vời nào đã đến với chúng tôi.

Tuần trước Heribert Prantl đã viết trên tờ Süddeutsche Zeitung như sau: „Tôi không thể chịu đựng nổi nếu chỉ biết khoanh tay đứng nhìn mà thôi". Câu nói này đến từ Rupert Neudeck... „Ông ấy là sự kết hợp lý tưởng giữa chủ nghĩa duy tâm và trí thông minh thực tế". Tôi thích câu nói này, bởi vì chúng tôi đã tìm được rất nhiều thành viên giống như vậy và với họ, chúng tôi có thể đạt thêm được rất nhiều điều.

Sau cùng, tôi muốn trích một câu trong Kinh Thánh: „Hãy yêu thương tha nhân như yêu thương chính mình". Nghe qua thì có vẻ đơn giản, nhưng đôi khi lại rất khó khăn. Và đây là điều tôi cầu chúc các bạn: „Các bạn hãy yêu quý chính mình để rồi sau đó các bạn cũng có thể giúp đỡ những người khác".

GIỚI TRẺ TỴ NẠN Ở MỸ

Nếu phải nói về một mẫu số chung cho giới trẻ tỵ nạn, thì phải nói ngay đó là thành tích học vấn thật siêu việt của giới trẻ tỵ nạn Việt tại Mỹ. Chuyện cuối năm xem báo cáo các trường trung học, thấy tên các trẻ em Việt tỵ nạn đậu thủ khoa hay hạng nhì, hạng ba,... (valedictorian, salutatorian,...) đã trở thành chuyện cơm bữa, đương nhiên, đến độ không thấy một tên Việt trong hàng đầu tốt nghiệp mới là chuyện lạ. Đi lên một bậc nữa, tên các sinh viên Việt tốt nghiệp các Đại học danh tiếng và khó khăn nhất như Harvard, MIT, Stanford... cũng trở thành chuyện bình thường.

Đó trước tiên là thành quả của văn hóa Việt, trong đó giáo dục con cái luôn luôn là ưu tiên hàng đầu của bố mẹ Việt, trong khi cố học thành tài cũng luôn luôn là ưu tiên hàng đầu của giới trẻ Việt, rất hiếu thảo nghe lời ba mẹ, muốn đền đáp công ơn dưỡng dục của ba mẹ. Việc ba mẹ tỵ nạn đi cầy hai ba jobs, đầu tắt mặt tối, để con có thể theo học toàn thời, sau đó có thể theo học những trường giỏi nhất dù là khó khăn và đắt tiền nhất, là ưu tư hầu như của tất cả các gia đình tỵ nạn ta. Đạt được mục tiêu hay không tùy thuộc từng hoàn cảnh, nhưng nỗ lực thì là tuyệt đối cho tất cả mọi gia đình.

Tôi không biết các văn hóa khác như thế nào, nhưng trong văn hóa Việt, học vấn của con cái luôn luôn là ưu tiên tuyệt đối và quan trọng nhất. Đưa đến tỷ lệ thành công của giới trẻ Việt ở Mỹ có thể nói hơn xa tỷ lệ thành công của bất cứ dân gốc nào khác ở Mỹ, kể cả dân Mỹ gốc Mỹ 3 đời, hay dân Mỹ gốc Á Đông khác. Cái thành công của giới trẻ đó, cùng với sự thành công của thế hệ đầu trong việc an cư lập nghiệp tại xứ tạm cư này, đã đưa khối tỵ nạn Việt vào lớp di dân thành công lớn và nhanh nhất lịch sử Mỹ quốc này.

Một khía cạnh vui khác là qua các sinh hoạt cộng

đồng, của các hội đoàn, đại đa số giới trẻ Việt cũng vẫn còn rất là... Việt. Vẫn biết nói tiếng Việt, vẫn biết ăn cơm cá kho tộ canh chua, hay bún bò Huế, phở tái nạm, vẫn còn mặc áo dài, có dịp đi biểu tình vẫn còn phất cờ vàng, đi qua tượng Trần Hưng Đạo vẫn biết ông này là ai, nhìn bản đồ thế giới, vẫn chỉ được VN ở đâu,... Những chuyện đáng cho tất cả chúng ta hãnh diện! (trích Bắt đầu bằng tin vui! DĐTC của Vũ Linh tháng 10/2023.

HỌC SINH NGƯỜI VIỆT THÀNH CÔNG

WESTMINSTER, California (NV) – Trung học Westminster High School có tám học sinh thì trong đó có sáu học sinh là gốc Việt, từ lớp 9 đến lớp 12, vừa đoạt hai giải thưởng xuất sắc ở đẳng cấp quốc gia và cả thế giới.

Sáu học sinh này dự hai cuộc thi khác nhau nhưng tất cả đã đem vinh quang về cho trường.

Một cuộc thi tên là "Thermo Fisher Scientific Junior Innovators Challenge," tạm gọi "Khoa Học Trẻ Sáng Tạo Thermo Fisher," dành cho học sinh từ lớp Chín trở xuống.

Em Donna Huỳnh cho biết trường có hai nhóm khác nhau cùng dự giải này.

Nhóm thứ I của Donna Huỳnh và Maryan Nguyễn thí nghiệm tác động của chất "melatonin," một chất gây ngủ nhẹ, đối với cây tre. „Tưới chất thuốc ngủ này ở nhiều liều lượng khác nhau vào hạt mầm cây tre và theo dõi sự phát triển của cây. Lý do nhóm em muốn thí nghiệm trên tre là vì tre càng ngày càng bị đốn để sản xuất và thế giới càng ngày càng ít tre đi".

Cuộc thí nghiệm của nhóm Donna cho thấy với liều lượng thuốc ngủ càng nhiều thì tre mọc càng mạnh, nhanh vào cao hơn. Hai em đoạt giải khoa học thiếu niên toàn quốc.

Nhóm thứ hai có em Ivy Đinh cùng hai bạn đồng đội là Yazmin Orozco và Esther Lee.

Các em cho biết lý do „Biển bị rác nhiều quá nên loài người cần tìm ra cách sử dụng tất cả những rác rến này để chế ra gạch xây nhà. Nhờ chất 'plastic' trong rác làm các chất phế thải khác, trong đó có nhôm, liên kết chặt chẽ với nhau thành viên gạch chắc như hoặc hơn xi măng, nặng như gạch thường mà người ta hay xây nhà. Kết quả rất khả quan nhưng chưa hoàn toàn hài lòng nên vẫn tìm cách cải thiện nữa. Có thể năm tới nhóm cháu sẽ dự thi nữa".

Năm nay, "Thermo Fisher Scientific Junior Innovators Challenge" chọn 10% thí sinh có điểm cao nhất của quận hạt và tiểu bang. Sau đó trong 1.807 thí sinh đủ điều kiện nộp đơn thi toàn quốc, Ban giám khảo sẽ tuyển chọn 300 thí sinh xuất sắc. Trong 300 thí sinh giỏi nhất nước này, có ba em gốc Việt tại Trung học Westminster.

Một cuộc thi khác tên "Intel's AI Global Impact Festival" do hãng Intel tổ chức được ba học sinh lớp 12 Westminster tham dự là Kevin Võ, Ryan Huỳnh và Larry Lê, đều đoạt giải.

Các em dự thi và đoạt giải là chế tạo con chó rô bô tên Charley.

Các em trình bày: "Con chó này rất thông minh, có thể dẫn đường cho người mù mà lại rẻ hơn chó thiệt. Nếu trên đường có chướng ngại vật, nó hoặc báo cho chủ biết là cái gì hoặc dẫn chủ đi đường khác".

Con chó dẫn đường chưa có lông và bốn chân, hiện chỉ là computer, nhưng rất thông minh, các em chỉ mới hoàn tất bộ óc cho chó nên nó chỉ biết nhìn, biết nghe và nói tiếng Anh chứ chưa đi bằng bốn chân. Nó chỉ là computer chạy trên bánh xe. Làm lông cho chó và chân cho nó chạy dễ lắm, nhưng tốn nhiều tiền nên chưa thực hiện được" có thể cho nó nói tiếng Việt hay bất cứ tiếng gì.

Cuộc thi "Intel's AI Global Impact Festival" có sự tham dự của rất đông thí sinh trên toàn thế giới nên có thể nói ba nam học sinh gốc Việt đứng đầu thế giới với phát minh con chó người máy. Cả ba cùng được gặp Ban giám đốc hãng Intel và được đề nghị là nộp đơn xin làm sau khi tốt nghiệp đại học. Tin tóm lược từ báo N.Việt/ Đằng-Giao.

BBC TIẾNG VIỆT NÓI LỜI TỪ BIỆT TỪ LONDON SAU HƠN 70 NĂM

BBC Tiếng Việt cùng một số Ban châu Á khác tổ chức buổi chia tay hôm 22/9 tại trụ sở của BBC ở London, đánh dấu chấm hết cho chương sử kéo dài nhiều thập niên mà trong trường hợp của BBC Tiếng Việt là hơn 70 năm.

Những nhân viên của BBC trong đó có BBC Tiếng Việt mất việc lần này nằm trong tổng số hơn 380 người bị BBC sa thải để tiết kiệm gần 30 triệu bảng Anh từ ngân sách của Thế giới vụ. Từ con số hơn 10 người làm việc cho BBC Tiếng Việt ở London kéo dài trong nhiều năm, giờ BBC Tiếng Việt chỉ còn ba người - Trưởng ban Nguyễn Giang, hai phóng viên và biên tập viên Bình Khuê và Minh Thư; và ba nhân viên cuối cùng ở London cũng chỉ ở lại tới giữa tháng 11 năm nay. Nếu không có gì thay đổi, đó sẽ là thời điểm BBC không còn sự hiện diện của Tiếng Việt trong trụ sở chính của BBC tại London.

Mặc dù BBC Tiếng Việt vẫn còn văn phòng ở Bangkok, vốn sẽ được mở rộng thêm so với trước đây, không ai từ văn phòng London sẽ chuyển tới Thái Lan. Cũng tương tự hầu hết các nhân viên của các Ban châu Á khác sẽ không chuyển tới các văn phòng khu vực ở Jakarta, Seoul hay Islamabad… trích một đoạn FB Nguyễn Hùng cựu nhân viên Ban Việt Ngữ BBC.

LIÊN HỘI NGƯỜI VIỆT TỴ NẠN tại Cộng Hòa Liên Bang Đức

Trích Thông Cáo: v/v Sinh hoạt kỷ niệm ngày Quốc Tế Nhân Quyền lần thứ 75 tại Berlin.

(…)

Ngày 10.12.2023 là ngày kỷ niệm đúng 75 năm ra đời bản Tuyên Ngôn Quốc Tế Nhân Quyền. Đây là một dịp để chúng ta giương cao ngọn cờ chính nghĩa để đòi lại các quyền con người căn bản cho toàn thể dân tộc Việt Nam, đồng thời nhắc nhở thế giới về những vi phạm Nhân Quyền trầm trọng vẫn đang xảy ra hàng ngày tại Việt Nam.

Do đó, Ban chấp hành Liên Hội Người Việt Tỵ Nạn tại Cộng Hòa Liên Bang Đức sẽ cộng tác với tổ chức Ki-Tô Giáo Chống Tra Tấn ACAT(Action by Christians for the Abolition of Torture) tổ chức buổi sinh hoạt:

- Kỷ niệm 75 năm ra đời bản Tuyên Ngôn Quốc Tế Nhân Quyền tại Berlin
- Ngày Chủ Nhật 10.12.2023 từ 14:00 giờ đến 19:30 giờ với chương trình như sau:

* Từ 14:00 đến 15:30: biểu tình tại quảng trường trước Brandenburger Tor, Pariser Platz, Berlin

* Từ 16:00 đến 18:30: Đại diện các tôn giáo cầu nguyện hòa bình cho VN và hội thảo tại Georgensaal im Evangelischen Kirchenforum, Klosterstraße 66, 10179 Berlin-Friedrichshain

* từ 18:30 đến 19:30: sinh hoạt văn nghệ đấu tranh do T. Ban Văn Hóa Phan Đình Vĩnh Điệp điều khiển. Chúng tôi trân trọng thỉnh cầu quý Đoàn Thể, quý Tổ Chức người Việt tỵ nạn Cộng Sản và thân hữu đến tham dự đông đảo.

Trân trọng kính chào

TM Ban Chấp Hành Liên Hội Người Việt Tỵ Nạn tại CHLB Đức e.V.

Berlin ngày 28.10.2023
BS Hoàng Thị Mỹ Lâm

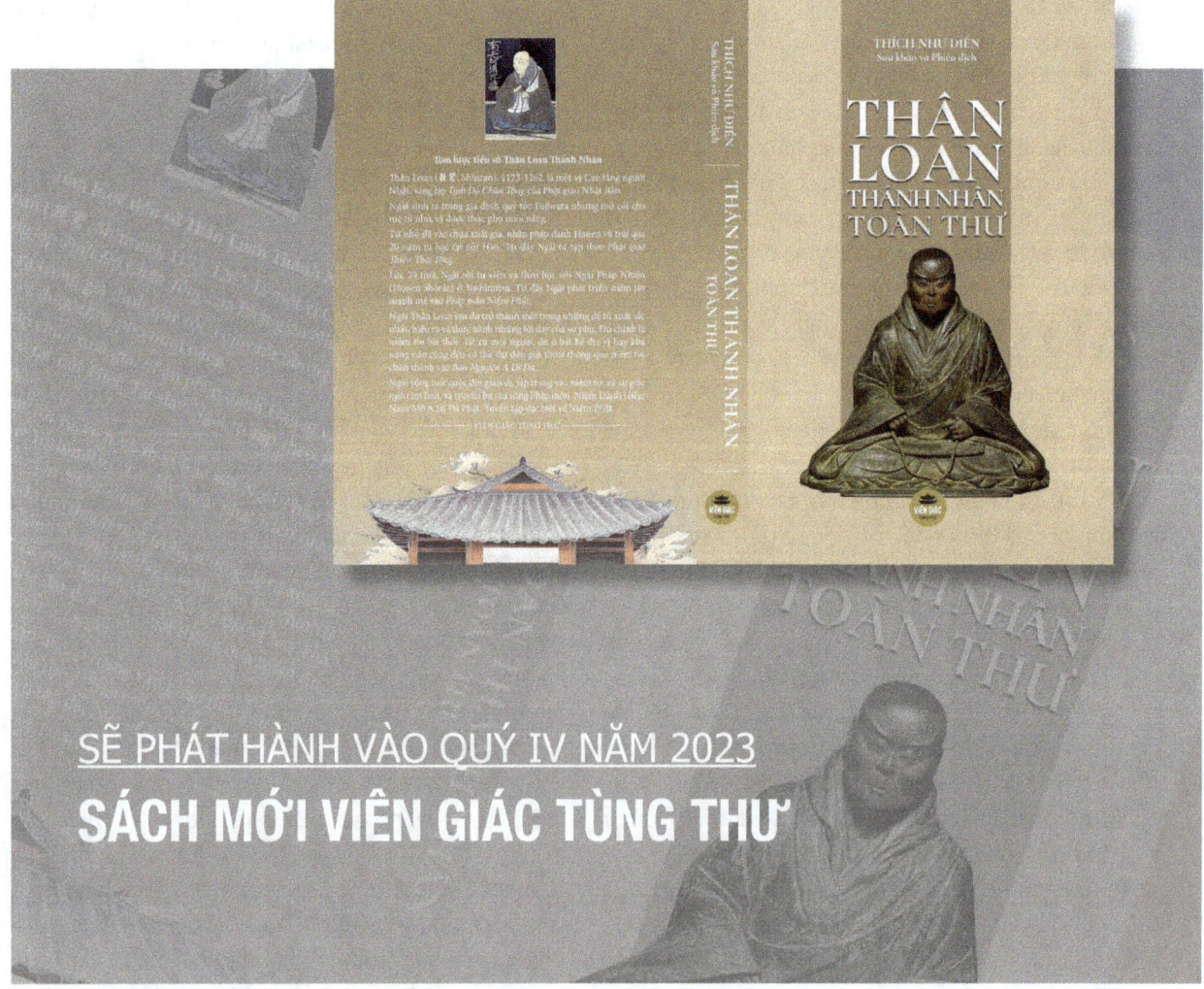

SẼ PHÁT HÀNH VÀO QUÝ IV NĂM 2023
SÁCH MỚI VIÊN GIÁC TÙNG THƯ

TIN VIỆT NAM

Quảng Trực phụ trách

Năm 2022 Hoa Kỳ đã đầu tư 1.216 Dự Án ở VN

Theo dữ kiện của cơ quan Đầu tư Ngoại quốc thuộc Bộ Kế hoạch và Đầu tư cs cho biết, tính đến hết năm 2022, các công ty Hoa Kỳ đã đầu tư 1.216 dự án ở Việt Nam với tổng số vốn đầu tư là 11,4 tỷ Mỹ kim. Như vậy, Hoa Kỳ đứng thứ 11 trong số các quốc gia và vùng lãnh thổ đầu tư nhiều nhất vào Việt Nam. Cơ quan này cho rằng, Việt Nam đang có những cơ hội rất khả quan để thu hút các dòng vốn đầu tư từ các tập đoàn lớn của Hoa Kỳ. Ông Nguyễn Thắng Vượng, Vụ thị trường Châu Âu-Châu Mỹ thuộc Bộ Công thương Cs cho biết, xu hướng dịch chuyển các chuỗi cung ứng toàn cầu diễn ra mạnh mẽ trong thời gian qua. Thí dụ như, tập đoàn Apple của Hoa Kỳ đã chuyển xong 11 nhà máy sản xuất các thiết bị nghe nhìn vào Việt Nam; tập đoàn Intel cũng mở rộng giai đoạn 2 nhà máy kiểm định chip tại Thành Hồ với tổng trị giá đầu tư là 4 tỷ Mỹ kim. Sau một thời gian dài tìm hiểu, nghiên cứu về môi trường đầu tư kinh doanh thì các tập đoàn lớn của Hoa Kỳ như Boeing, Google, Walmart cũng đã ra thông báo tìm kiếm mở rộng mạng lưới các nhà cung ứng, và phát triển cơ sở sản xuất tại Việt Nam. Ngoài việc đầu tư vốn vào Việt Nam, thì Hoa Kỳ đang là thị trường xuất cảng quan trọng bậc nhất của hàng hóa Việt Nam. Tổng số tiền xuất cảng hàng hóa Việt Nam sang Hoa Kỳ trong 7 tháng đầu năm 2023 đã đạt 53,09 tỷ Mỹ kim, đứng đầu so với các nước khác. Từ năm 2011 đến nay, Hoa Kỳ đã trở thành thị trường xuất cảng trọng điểm của Việt Nam, và tỷ trọng xuất cảng hàng hóa luôn tăng theo từng năm.

Trung Cộng lắp đặt hai trạm nhận dạng tàu thuyền ở hoàng sa.

Báo Sputniknews loan tin, vào hồi giữa tháng 9 năm 2023, Trung Cộng đã bố trí hai trạm định vị vệ tinh tại Đá Bắc và Đá Bông Bay thuộc quần đảo Hoàng Sa của Việt Nam. Song song với hành động này, thì đài truyền hình quốc gia Trung Cộng đã nói rằng, việc làm trên sẽ "giải quyết điểm mù trong hệ thống nhận diện hàng hải" của Trung Cộng. Sau gần nửa tháng "im hơi lặng tiếng", vào ngày 25/9, bà Phạm Thu Hằng, phát ngôn viên Bộ Ngoại giao Cs mới lên tiếng trả lời báo chí rằng, Trung Cộng có hành động lắp đặt, và đưa vào sử dụng hai trạm nhận dạng tàu thuyền tự động tại Đá Bắc, và Đá Bông Bay thuộc quần đảo Hoàng Sa của Việt Nam là vi phạm chủ quyền của Việt Nam. Và mọi hoạt động trên quần đảo Hoàng Sa mà không được phép của Việt Nam là vi phạm chủ quyền của Việt Nam và hoàn toàn không có giá trị. Nhà cầm quyền yêu cầu Trung Cộng tôn trọng đầy đủ chủ quyền của Việt Nam đối với quần đảo Hoàng Sa, không tái diễn những vi phạm tương tự. Trong một diễn biến khác, vào ngày 25/9, lực lượng tuần duyên Phi Luật Tân thông báo đã cắt gỡ thành công đoạn phao chắn dài khoảng 300 mét mà Trung Cộng đã đặt tại bãi cạn Scarborough, để bảo vệ quyền của ngư dân Phi Luật Tân tại khu vực. Sau khi phía Phi Luật Tân cắt đứt phao, thì phía Trung Cộng đã phải dọn dẹp hết phần phao còn lại.

4 Người Việt được cảnh sát Pháp giải cứu thoát khỏi thùng xe đông lạnh để đến Vương Quốc Anh

Theo nguồn tin từ Guardian hôm 27/9 cho biết, Cảnh sát Pháp đã giải cứu 6 người phụ nữ trong một thùng xe tải đông lạnh đang đi trên xa lộ E15, phía bắc thành phố Lyon. Mục đích của nhóm phụ nữ này ngồi trong thùng xe để đi đến Anh Quốc, nhưng sau khi họ phát hiện ra chiếc xe đang đi về hướng Italia bằng ứng dụng bản đồ trên điện thoại, khiến họ hoảng loạn. Một phụ nữ trong nhóm biết cách liên lạc với phóng viên BBC, nên đã gửi tin nhắn, và 2 đoạn video ngắn để cầu cứu. Người phụ nữ đã viết gửi cho phóng viên rằng, "thùng xe rất lạnh, điều hòa thổi liên tục. Chúng tôi không thể thở được". Sau đó, người này đã gửi định vị GPS cho phóng viên BBC để nhờ sự trợ giúp của chính quyền Pháp. Ngoài ra, trong lúc lái xe, tài xế xe tải cũng đã phát hiện ra những âm thanh kỳ lạ từ thùng xe, nên đã dừng xe và thông báo cho Cảnh sát địa phương. Sau khi được giải cứu, sức khỏe của cả 6 người đều ổn định, 4 người trong số họ được yêu cầu phải rời khỏi Pháp trong vòng 30 ngày, 2 người còn lại được phép chờ xin tỵ nạn. Phía Pháp không tiết lộ danh tính của 6 người, nhưng họ cho biết, có 4 người phụ nữ là người Việt, 2 người phụ nữ Iraq.

Hoa Kỳ lên án VN vì bỏ tù nhà hoạt động khí hậu Hoàng Thị Minh Hồng

Bộ Ngoại giao Hoa Kỳ đã lên án việc nhà cầm quyền cs VN bỏ tù bà Hoàng Thị Minh Hồng, một trong những nhà hoạt động môi trường nổi tiếng nhất của Việt Nam vì tội gian lận thuế. Theo CNN, bà

Hồng, 51 tuổi, người đã dẫn đầu các cuộc vận động vì môi trường ở Việt Nam trong ít nhất một thập niên, đã bị Tòa án ở Thành Hồ kết án ba năm tù hôm thứ Năm vì tội trốn thuế. Trong một tuyên bố, phát ngôn viên Bộ Ngoại giao Hoa Kỳ cho biết Hoa Thịnh Đốn "lo ngại" về việc bà Hồng bị giam giữ và nhắc lại lời kêu gọi Việt Nam "thả tất cả những người bị giam giữ oan uổng" và "tôn trọng quyền tự do ngôn luận".

Việt Nam cố cài phần mềm gián điệp vào điện thoại của các chính trị gia Hoa Kỳ

Theo phân tích từ một số hãng tin lớn, một số viên chức Hoa Kỳ, bao gồm cả các thành viên Quốc hội, đã trở thành mục tiêu của tin tặc làm việc cho nhà cầm quyền cs Việt Nam trong các cuộc đàm phán dẫn đến việc thiết lập quan hệ đối tác chiến lược toàn diện Mỹ-Việt. Bài báo được The Hoa Thịnh Đốn Post công bố vào hôm 9/10/2023, với sự hợp tác của các phóng viên của Mediapart và Der Spiegel (Đức) đã trình bày chi tiết về một kế hoạch tấn công giả mạo diện rộng được thực hiện trên nền tảng Twitter/X nhằm vào các mục tiêu bao gồm cả các Chủ tịch lưỡng đảng của Hạ viện và Thượng viện, cũng như một số phóng viên của CNN và một số chuyên gia chính sách Đông Á tại các viện chính sách tại Hoa Thịnh Đốn. Kế hoạch này dường như được thiết kế để thu thập thông tin, khi nhà cầm quyền cs Việt Nam tham gia vào các cuộc đàm phán với Hoa Kỳ và ký kết thỏa thuận củng cố quan hệ kinh tế giữa Hoa Kỳ và Việt Nam để làm suy yếu sức ảnh hưởng của Trung Cộng trong khu vực. Hiện vẫn chưa có bằng chứng nào cho thấy bất kỳ cá nhân nào bị các liên kết độc hại nhắm tới đã thực sự trở thành nạn nhân của cuộc tấn công. Các liên kết này sẽ hướng người dùng đến một trang web, và thiết bị của họ sẽ bắt đầu tải một chương trình phần mềm gián điệp tinh vi.

Tỉnh Thừa Thiên Huế thấy bình thường khi lệnh cho thủy điện bất ngờ xả lũ lúc 3 giờ sáng làm nhà dân ngập

Sáng 18/10, nhiều người dân tỉnh Thừa Thiên- Huế bất mãn khi nhận được thông tin từ Văn phòng Ban chỉ huy phòng chống thiên tai và tìm kiếm cứu nạn đã ra lệnh cho thủy điện Hương Điền xả lũ lúc 3 giờ sáng cùng ngày. Trong khi đó, gần một tuần nay, trên địa bàn tỉnh này liên tục có mưa lớn, đặc biệt, do ảnh hưởng của bão số 5 nên có nơi mưa đặc biệt lớn. Trước tình trạng này, tỉnh Thừa Thiên Huế đã ra lệnh cho thủy điện Hương Điền xả lũ với lưu lượng 200 đến 400 mét khối nước trong một giây. Đến 3 giờ sáng 18, tỉnh Thừa Thiên Huế ra lệnh cho thủy điện Hương Điền nâng lưu lượng nước xả lũ lên mức từ 400 đến 1.000 mét khối nước trong một giây. Việc tăng mức xả lũ này được diễn ra một cách "âm thầm", lúc người dân đang say giấc ngủ và không biết gì, làm cho nhiều nhà ở khu vực hạ lưu bị ngập, nhiều người bất mãn vì mãi đến sáng rõ mới nhận được thông báo. Còn hạ nguồn sông Bồ đã gặp một đợt lũ mới, nước sông vượt mức báo động 2, và có khả năng vượt mức báo động 3. Trước sự việc trên, ông Đặng Văn Hòa, chánh văn phòng Ban chỉ huy phòng chống thiên tai và tìm kiếm cứu nạn Thừa Thiên Huế cho biết, việc không thông báo cho người dân, và lệnh cho thủy điện Hương Điền xả nước lúc 3 giờ sáng là bình thường, và đúng quy trình.

Tập Cận Bình nhắc nhở VN ghi nhớ công ơn của TC

Tập Cận Bình, Chủ tịch Trung Cộng, vào hôm 20/10, vừa thông báo với CTN cs Võ Văn Thưởng rằng cả hai nước không được quên "ý định ban đầu" về tình hữu nghị truyền thống giữa hai nước, và công ơn của Trung Cộng. Reuters cho hay Trung Cộng và Hoa Kỳ đang tranh giành sức ảnh hưởng đối với Việt Nam. Việt Nam vào tháng 9 đã nâng cấp mối quan hệ với Hoa Thịnh Đốn lên đối tác chiến lược toàn diện, đặt kẻ thù một thời lên ngang hàng với Bắc Kinh và Mạc Tư Khoa. Trung Cộng vốn đã có mối quan hệ chặt chẽ với Việt Nam kể từ khi quan hệ ngoại giao được thiết lập vào năm 1950, bất chấp một cuộc chiến tranh ngắn ngủi vào năm 1979. Bắc Kinh đã yểm trợ cuộc chiến của Hà Nội chống lại thực dân Pháp, và sau đó là chống lại Thành Hồ và Hoa Kỳ trong Chiến tranh Việt Nam. Vào đầu tháng 10, Reuters đưa tin giới chức cs Việt Nam và Trung Cộng đang chuẩn bị cho khả năng ông Tập đến thăm Hà Nội vào cuối tháng 10 hoặc đầu tháng 11, đồng thời chuẩn bị tuyên bố chung để công bố trong chuyến thăm. Ba nhà ngoại giao ở Hà Nội sau đó nói chuyến thăm này có thể sẽ bị hoãn lại đến tháng 12, trong đó có một người cho rằng hai bên vẫn chưa đồng ý về nội dung cụ thể có thể được công bố tại cuộc họp.

Số lượng Phó giáo sư, Giáo sư ở VN tăng nhanh chóng

Theo Báo Tuổi trẻ tính từ năm 1980 đến nay, Việt Nam đã "cho ra đời" 15.033 Phó giáo sư, Giáo sư. Chỉ tính riêng trong 7 năm qua, thì số lượng Phó giáo sư, Giáo sư là 3.385 người. Trong đó, số lượng Phó giáo sư, Giáo sư được công nhận vào năm 2017 là nhiều nhất với 1.226 người. Việc tăng đột biến này đã làm cho dư luận xã hội xôn xao, nghi vấn về chất lượng cũng như trình độ mà các Phó giáo sư, Giáo sư mới được cho "ra lò" trong năm 2017. Đây cũng là năm mà số lượng Phó giáo sư, Giáo sư được lập kỷ lục về tốc độ "sản xuất" trong 43 năm qua tại Việt Nam. Để né tránh dư luận, vào năm 2018, việc xét phong chức danh này bị tạm dừng. Sang năm 2019, việc xét phong được diễn ra tiếp tục, nhưng số lượng Phó giáo sư, Giáo sư được công nhận ít hơn so với năm 2017. Theo báo Tuổi Trẻ, trong 10 năm qua, số lượng Phó giáo sư, Giáo sư ở Việt Nam được "cho ra lò" có sự tăng, giảm rất thất thường trong từng năm. Gần đây nhất là năm ngoái, số lượng chức danh trên được công nhận là 383 người. Còn trong năm nay 2023, Hội đồng Giáo sư ngành, liên ngành vừa công bố danh sách 642 ứng viên được đề nghị công nhận chức danh Phó giáo sư, Giáo sư.

Vào bệnh viện điều trị, bệnh nhân phải mua cả kim tiêm, thuốc và ngay cả dao mổ cho bác sĩ

Báo Tuổi trẻ ngày 25/10 loan tin, lãnh đạo Bệnh viện Đa khoa tỉnh Bình Phước cho biết, Bệnh viện đang xảy ra tình trạng thiếu thuốc, thiếu vật tư y tế nên người bệnh phải ra bên ngoài mua. Không chỉ mua thuốc, các vật tư y tế cho mình, mà các bệnh nhân bị chỉ định mổ còn phải mua thêm các dụng cụ cho bác sĩ như dao mổ. Theo vị lãnh đạo này, nguyên nhân xuất phát từ dịch Covid-19 cùng các văn bản quy phạm pháp luật về đấu thầu thay đổi liên tục, làm cho các viên chức lúng túng trong quá trình triển khai. Một bộ phận viên chức vẫn còn tâm lý lo ngại, sợ sai, sợ bị thanh tra, kiểm tra nên các đơn vị không dám làm, không dám đấu thầu, mua sắm thuốc, cũng như các vật tư y tế. Còn một số công ty, nhà cung cấp thì lo ngại khi cung ứng hàng hóa cho các đơn vị công, vì giá chưa hợp lý, thủ tục đấu thầu, thủ tục thanh toán phức tạp, khó khăn. Mặt khác, giá hàng hóa thì biến động nhiều, làm cho việc mua sắm thuốc, vật tư y tế, hóa chất trở nên khó khăn. Sự việc khiến nhiều người dân đến khám, hoặc điều trị tại Bệnh viện Đa khoa tỉnh Bình Phước bất mãn, nhất là những người có bảo hiểm y tế, nhưng họ vẫn phải bỏ tiền để đi ra các quầy thuốc tây bên ngoài để mua từ bông băng, kim tiêm cho đến thuốc, hoặc những vật tư khác đắt tiền hơn. Bệnh nhân Bùi Ngọc Thanh Phương cho biết, Bác sĩ chỉ định anh phải mổ do bị gãy xương đòn. Mặc dù có bảo hiểm y tế, nhưng anh vẫn phải bỏ tiền ra bên ngoài mua rất nhiều vật tư như gạc phẫu thuật, bơm, kim tiêm, băng keo, mũ phẫu thuật và rất nhiều thứ khác, trong đó có cả dao mổ cho Bác sĩ, với số tiền hơn 12 triệu đồng.

Nhà cầm quyền cs tại thành phố HCM mua tin báo tham nhũng với giá 10 triệu đồng

Hôm 31/10, Ban Thường vụ Thành ủy Cs tại Thành Hồ vừa quy định về việc sẽ trả tối đa 10 triệu đồng để mua những tin báo phản ánh về hành vi tham nhũng, tiêu cực trên địa bàn thành phố. Việc này được giải thích là để phục vụ công tác phòng, chống tham nhũng, tiêu cực trên địa bàn. Theo Ban Thường vụ Thành ủy, việc mua tin không phải là giao dịch dân sự, mà để khuyến khích, động viên người cung cấp thông tin có giá trị. Các cơ quan đứng ra giải quyết, và mua tin là Ban Chỉ đạo phòng chống tham nhũng, Cơ quan thường trực Ban Chỉ đạo. Những người báo tin phải là người đang làm việc, hoặc hoạt động trên lãnh thổ Việt Nam. Các thông tin được mua trực tiếp tại trụ sở Ban Tiếp công dân của thành phố, hoặc trụ sở Ban Nội chính Thành ủy. Ngoài tiền, thì người bán tin sẽ được khen thưởng nếu nguồn tin có giá trị giúp nhà cầm quyền thành phố phòng ngừa tham nhũng, tiêu cực, ngăn ngừa được thiệt hại. Những người bán tin sẽ được bảo đảm bí mật, an toàn về thông tin cá nhân, được bảo vệ nếu bị trả thù. Các thông tin của người bán phải kèm theo bằng chứng như video, đoạn ghi âm, hình ảnh, hoặc tài liệu. Tuyên bố trên của nhà cầm quyền thành phố khiến một bộ phận dư luận cảm thấy khôi hài, vì đã có rất nhiều người tố cáo tham nhũng, tiêu cực bị nhà cầm quyền trù dập, trả thù, đánh đập, thậm chí là bị cầm tù.

Nhà cầm quyền cs VN đời đời nhớ ơn Nga

Ngày 1/11, trong buổi đón tiếp Đại tướng Kolokoltsev Vladimir Alexandrovich, Bộ trưởng Nội vụ Nga, và Đoàn đại biểu Bộ Nội vụ Liên bang Nga, Phạm Minh Chính, Thủ tướng cs khẳng định, nhà cầm quyền cs luôn ghi nhớ sự ủng hộ, và giúp đỡ chí tình của nhân dân Nga anh em đã dành cho Việt Nam trong cuộc chiến tranh chiếm miền Nam trước đây, cũng như trong công cuộc xây dựng và phát triển đất nước hiện nay. Nhà cầm quyền luôn coi trọng quan hệ đối tác chiến lược toàn diện với Nga, xem Nga là một trong những đối tác ưu tiên hàng đầu của mình, và mong muốn được tiếp tục hợp tác thực chất, hiệu quả với Nga trên mọi lĩnh vực, vì lợi ích chung của hai bên. Về phía Nga, ông Kolokoltsev Vladimir Alexandrovich cho biết, Nga cũng luôn ưu tiên Việt Nam trong chính sách đối ngoại, muốn tiếp tục nâng cao tình anh em, thực chất, hiệu quả hơn quan hệ Đối tác chiến lược toàn diện Nga- Việt Nam, nhất là các lĩnh vực chính trị, kinh tế, thương mại, giao lưu.

TIN THẾ GIỚI

Quảng Trực phụ trách

Nobel Hòa Bình 2023 tôn vinh nhà đấu tranh nhân quyền Iran Narges Mohammadi.

Ngày 06/10/2023, Ủy ban Nobel Na Uy thông báo giải Nobel Hòa Bình 2023 vinh danh nhà báo, nhà đấu tranh vì nhân quyền, bà Narges Mohammadi, hiện đang bị giam tù tại Iran. Narges Mohammadi còn được mệnh danh là "Tiếng nói của những người thấp cổ bé miệng". Sinh năm 1972, ở miền tây bắc Iran, Narges Mohammadi, tuy là một kỹ sư vật lý, nhưng bà cũng là một cây bút cho nhiều tờ báo mang tư tưởng cải cách. Trong những năm 2000, Narges Mohammadi gia nhập Trung tâm Bảo vệ Nhân quyền do nữ luật gia Shiron Ebadi, giải Nobel Hòa Bình 2003 sáng lập, người đấu tranh đòi hủy án tử hình. Trả lời phỏng vấn hãng tin Pháp AFP, chồng bà Mohammadi, hiện đang sống tỵ nạn ở Pháp cùng với hai đứa con sinh đôi từ năm 2012, cho biết, tôn trọng nhân quyền, dấn thân vì nữ quyền và đòi công lý cho mọi tội ác là ba mục tiêu đấu tranh trong đời của Narges Mohammadi. Dù trong cảnh lao tù từ nhiều năm qua, nhà đấu tranh 51 tuổi này vẫn tiếp tục cuộc chiến đấu chống bắt buộc trùm khăn đầu hay án tử hình, tố cáo nạn lạm dụng tình dục trong trại giam, bà "không quên các bổn phận và cung cấp thông tin về tình hình tù nhân". Theo ông Reza Moini, một nhà đấu tranh Iran có trụ sở tại Paris, được AFP trích dẫn, Narges Mohammadi đã từ chối rời đất nước, và muốn là "tiếng nói cho người thấp cổ bé miệng" tại Iran. Bị bắt nhiều lần từ năm 1998, Narges Mohammadi đã bị kết án tù nhiều lần và sắp tới đây sẽ bị đưa ra xét xử với nhiều tội danh mới. Tổ chức Phóng viên Không Biên giới (RSF) khẳng định nhà đấu tranh này là nạn nhân của tình trạng bị "tư pháp quấy nhiễu thực sự". Việc trao giải Nobel Hòa Bình cho nhà đấu tranh nhân quyền Iran mang tính biểu tượng cao, vào thời điểm phong trào "Phụ nữ sống Tự do" nổ ra sau cái chết của một cô gái người Iran-Kurdistan trong lúc bị giam giữ và đang làm rung chuyển Iran từ hơn một năm qua. Cao ủy Nhân quyền Liên Hiệp Quốc tức thì khẳng định việc trao tặng Nobel Hòa Bình 2023 cho Narges Mohammadi còn vinh danh "lòng quả cảm và quyết tâm" của người phụ nữ Iran. Về phần mình, Chủ tịch Ủy ban Nobel Na Uy, Berit Reiss-Andersen, tại Oslo bày tỏ mong muốn chính quyền Iran trả tự do cho bà Narges Mohammadi để nhà đấu tranh này có thể đến dự lễ trao giải thưởng dự kiến diễn ra vào tháng 12/2023.

Ngoài ra Ủy ban Nobel đã quyết định trao những giải thưởng khác như sau:

* Giải Nobel Y Khoa 2023 vinh danh hai nhà khoa học giúp phát triển vac-xin chống Covid

Bà Katalin Kariko, người Hungry và đồng nghiệp người Mỹ, Drew Weissman. Ủy ban Nobel hôm nay 02/10/2023 vinh danh hai nhà khoa học đã có những đóng góp to lớn chống Covid nhờ phát minh công nghệ ARN thông tin.

* Giải Nobel Văn Học 2023 trao cho nhà văn Na Uy Jon Fosse

Ủy ban Nobel hôm 05/10/2023 thông báo giải thưởng Văn Học 2023 vinh danh nhà văn người Na Uy Jon Fosse, 64 tuổi. Là tiểu thuyết gia, nhà soạn kịch, nhà thơ, Jon Fosse được trao tặng giải thưởng cao quý này bởi những tác phẩm của ông mang tính *"tiên phong và nói lên được những điều không thể nói lên thành lời"*. Năm 1983 Jon Fosse công bố cuốn tiểu thuyết đầu tiên mang tựa đề Đỏ, Đen và trong tác phẩm đầu tay này, ông đã khẳng định văn phong riêng biệt của mình. Cũng trong thập niên 1980-1990 qua tiểu thuyết *La remise à bateau* và *Melancholia* ông đã nhanh chóng được xem là một trong những cây bút lớn của văn đàn châu Âu.

* Giải Nobel Vật lý 2023 được trao cho các nhà khoa học Pháp và người Áo gốc Hungary

Hôm 03/10/2023, giải Nobel Vật lý 2023 đã được trao cho 3 nhà khoa học với những đóng góp trong nghiên cứu liên quan đến động lực học electron. Viện Hàn Lâm Khoa học Hoàng gia Thụy Điển đã quyết định trao giải Nobel Vật lý năm 2023 cho 3 nhà khoa học gồm Pierre Agostini, Anne L'Huillier người Pháp và Ferenc Krausz, người Áo gốc Hungary, cho công trình nghiên cứu về dịch chuyển các electron bên trong các nguyên tử và phân tử. Ủy ban giải Nobel đã quyết định tôn vinh các phát hiện của ba nhà vật lý học cho phép tạo ra những xung ánh sáng vô cùng ngắn để sử dụng đo chuyển động, thay đổi năng lượng của các electron trong vật chất.

* Giải Nobel Hóa học 2023 vinh danh ba chuyên gia về chấm lượng tử

Nobel Hóa học 2023 được trao tặng cho ba nhà nghiên cứu làm việc tại Mỹ vì những đóng góp của họ về chấm lượng tử, hạt nano bán dẫn được áp dụng trong nhiều lĩnh vực như điện tử hay y học. Ba nhà khoa học về hạt nano gồm Moungi Bawendi 62 tuổi, người Mỹ gốc Tunisia nhưng sinh ra ở Pháp,

Giáo sư Viện Công nghệ Massachusetts; Louis E. Brus, người Mỹ, 80 tuổi, Giáo sư danh dự tại trường Đại học Columbia và Alexei Ekimov, 78 tuổi, sinh vào thời Liên Xô, hiện làm việc cho doanh nghiệp Nanocrystals Technology Inc. Theo AFP, Ủy ban Nobel khen tặng công trình *"khám phá và phát triển về chấm lượng tử, hạt nano nhỏ đến mức kích thước của chúng quyết định các đặc tính của chúng"*. Các chấm lượng tử hay còn được gọi là hộp lượng tử là những tinh thể nano bán dẫn được tạo từ một số nguyên tử phát ra ánh sáng huỳnh quang, thường có đường kính từ 2 – 10 nanomet. Chúng được sử dụng phát sáng màn hình tivi, đèn chiếu sáng LED và có thể được dùng để hỗ trợ các bác sĩ phẫu thuật trong các ca mổ lấy tế bào ung thư, theo như thông cáo của Viện Khoa học Hoàng gia Thụy Điển.

* Giải Nobel Kinh Tế 2023 về tay nhà nghiên cứu người Mỹ Claudia Goldin

Mùa Nobel 2023 khép lại với giải thưởng Kinh Tế. Chuyên gia người Mỹ Claudia Goldin, 77 tuổi, là phụ nữ thứ ba đoạt giải Nobel Kinh Tế. Ngày 09/10/2023 Ủy Ban Nobel thông báo vinh danh những đóng góp của bà Goldin đã giúp hiểu biết thêm về *"những chuyển biến về vị trí của nữ giới trên thị trường lao động"*. Giáo sư Claudia Goldin hiện đang giảng dạy tại trường Đại học Harvard, là một trong những chuyên gia về thị trường lao động và lịch sử kinh tế. Ủy ban Nobel nhấn mạnh vị Giáo sư Mỹ này đã liên tục *"tìm tòi và nghiên cứu 200 năm lịch sử Hoa Kỳ để tìm hiểu những nguyên nhân giải thích khác biệt về thu nhập, về tỷ lệ tham gia thị trường lao động giữa hai phái nam và nữ"*.

Dải Gaza bị cô lập khi Israel bắt đầu tấn công Gaza – Hàng vạn thường dân Palestine bị thiệt mạng

Phần lớn dải Gaza đã bị cô lập khỏi thế giới bên ngoài từ 28/10, sau khi Israel mở rộng các cuộc tấn công trên không và trên bộ, đồng thời cho biết cuộc tấn công trên bộ được hứa hẹn từ lâu chống lại dân quân Hamas đã bắt đầu. Sáng 28/10, Israel tuyên bố các binh sĩ của họ vẫn còn ở thực địa, nhưng lại không giải thích thêm. Trước đó, Israel chỉ thực hiện các cuộc xuất kích ngắn vào Gaza trong ba tuần ném bom để truy lùng các chiến binh Hamas, những người đã sát hại 1.400 người Israel, chủ yếu là dân thường vào ngày 7/10/2023. Gaza gần như đã bị mất liên lạc hoàn toàn, khi các dịch vụ internet và điện thoại bị cắt trong hơn 12 giờ vào sáng hôm 28/10. Hội Lưỡi Liềm Đỏ (Red Crescent Society) của Palestine nói Israel đã cắt các tuyến liên lạc. Quân đội Do Thái cho biết họ tiếp tục chiến đấu bên trong Gaza sau một làn sóng không kích và đột kích dữ dội trong đêm nhằm vào mạng lưới đường hầm ngầm rộng khắp của Hamas và giết chết các thủ lĩnh của nhóm chiến binh liên quan đến việc lên kế hoạch tấn công Do Thái. Cơ quan y tế tại khu vực do Hamas điều hành nêu rõ hơn 9.000 người Palestine đã thiệt mạng kể từ khi cuộc oanh tạc của Israel bắt đầu.

Hoa Kỳ phủ quyết nghị quyết của Hội đồng Bảo an LHQ về Israel, Gaza

Hoa Kỳ hôm 18/10 đã phủ quyết một nghị quyết của Hội đồng Bảo an LHQ, kêu gọi tạm dừng các hành động bắn giết giữa Israel và chiến binh Hamas của Palestine để cho phép viện trợ nhân đạo tiếp cận dải Gaza. Cuộc bỏ phiếu dựa trên nghị quyết do Brazil soạn thảo đã hai lần bị trì hoãn trong vài ngày qua khi Hoa Kỳ cố gắng tạo điều kiện cho viện trợ tiếp cận Gaza. Mười hai thành viên Hội Đồng Bảo An đã bỏ phiếu ủng hộ văn bản dự thảo, trong khi Nga và Anh bỏ phiếu trắng. Washington có truyền thống bảo vệ đồng minh Israel của mình khỏi bất kỳ hành động nào của Hội đồng Bảo an. Tổng thư ký Liên Hợp Quốc Antonio Guterres đã kêu gọi ngừng bắn nhân đạo ngay lập tức để cho phép thả con tin và tiếp cận viện trợ nhân đạo tới Gaza. Dự thảo nghị quyết cũng kêu gọi Israel – nhưng không nêu tên – hủy bỏ lệnh yêu cầu dân thường và nhân viên Liên Hiệp Quốc ở Gaza di chuyển đến phía nam vùng lãnh thổ của người Palestine và lên án "các cuộc tấn công khủng bố của Hamas". Bà Linda Thomas-Greenfield, Đại sứ Hoa Kỳ, đã biện minh cho việc phủ quyết bằng cách nói với Hội đồng rằng hoạt động ngoại giao tại thực địa cần thêm thời gian khi Tổng thống Joe Biden và Ngoại trưởng Antony Blinken đến thăm khu vực, tập trung vào việc kêu gọi cho hàng viện trợ tiếp cận Gaza và cố gắng giải thoát các con tin đang bị Hamas giam giữ. Tuần trước Israel đã ra lệnh cho khoảng 1,1 triệu người ở Gaza – gần một nửa dân số – di chuyển về phía nam khi Do Thái chuẩn bị cho một cuộc tấn công trên bộ nhằm trả đũa vụ tấn công tồi tệ nhất của Hamas nhằm vào dân thường trong lịch sử 75 năm của Israel. Israel đã đặt Gaza vào tình trạng bao vây toàn diện và hứng chịu các cuộc bắn phá dữ dội.

Tổng thống Macron cho biết nước Pháp không hành động theo tiêu chuẩn kép

Tổng thống Pháp Emmanuel Macron, tại cuộc họp báo chung với Tổng thống Ai Cập Abdel Fattah al-Sisi ở Cairo, hôm 25/10 cho biết Pháp "không hành động theo tiêu chuẩn kép", ám chỉ những chỉ trích về phản ứng của phương Tây đối với cuộc xung đột giữa

Israel và Hamas ở Gaza. Tổng thống Macron nói rằng „tất cả con người đều bình đẳng, không có thứ bậc". Tổng thống nhấn mạnh thêm rằng viện trợ nhân đạo phải vào Gaza mà không gặp trở ngại, và việc cung cấp nhiên liệu cho các bệnh viện là điều cần thiết, đồng thời cho biết thêm một tàu hải quân Pháp sẽ sớm đến để giúp hỗ trợ các bệnh viện ở Gaza và một máy bay sẽ đến Ai Cập với những nguồn viện trợ quan trọng. Tổng thống Macron cũng cho rằng cần tránh leo thang khu vực sau xung đột giữa Israel và Hamas, đồng thời nói thêm rằng giải pháp hai nhà nước là cần thiết cho hòa bình ở Trung Đông.

Hầu hết các nhà lãnh đạo Liên Minh Châu Âu ủng hộ đợt viện trợ mới cho Ukraine

Hầu hết các nhà lãnh đạo Liên minh châu Âu vào hôm 27/10, đều ủng hộ việc cấp thêm hỗ trợ tài chính cho Ukraine khi nước này kháng chiến chống Nga, nhưng Hungary và Slovakia đã lên tiếng phản đối trước một quyết định cần sự đồng ý thống nhất của khối vào tháng 12. Giám đốc điều hành EU đã đề nghị rằng 27 quốc gia trong khối sẽ đóng góp nhiều tiền hơn trong đợt sửa đổi ngân sách chung để tài trợ cho chi tiêu bổ sung cho đến năm 2027, bao gồm cả việc viện trợ 50 tỷ Euro (52.8 tỷ mỹ kim) cho Kyiv. Theo Reuters, Ủy ban châu Âu tại Brussels trong tuần này cho biết tổng lượng viện trợ của EU dành cho Ukraine đã lên tới gần 83 tỷ Euro kể từ khi Nga xâm lăng vào tháng 2 năm 2022. Ngoài việc gửi tiền và vũ khí cho Ukraine, khối này còn áp đặt các lệnh trừng phạt đối với Nga. Mục đích của hội nghị thượng đỉnh là nhấn mạnh sự ủng hộ vững chắc của khối dành cho Kiev ngay cả khi một cuộc chiến mới nổ ra ở Trung Đông. Hungary là quốc gia chỉ trích mạnh mẽ nhất chính sách này trong khối. Ông Robert Fico của Slovakia, người tham dự hội nghị thượng đỉnh EU đầu tiên kể từ khi được bổ nhiệm vào nhiệm kỳ Thủ tướng thứ tư vào hôm 25/10, cũng đã đưa ra quan điểm tương tự.

Đức Giáo Hoàng Francis kêu gọi giải pháp hai nhà nước cho Do Thái-Palestine

Đức Giáo hoàng Francis vào hôm 1/11, cho biết Do Thái và Palestine cần có giải pháp hai nhà nước để chấm dứt chiến tranh và kêu gọi tình trạng đặc biệt cho Jerusalem. Trong cuộc phỏng vấn với đài tin tức TG1 thuộc đài truyền hình nhà nước RAI của Italy, Đức Giáo hoàng cũng hy vọng có thể tránh được việc gia tăng căng thẳng trong khu vực, trong cuộc xung đột đã bắt đầu hôm 7/10 khi các chiến binh Hamas tiến vào Do Thái, giết chết khoảng 1.400 người Do Thái, chủ yếu là dân thường, và bắt khoảng 242 con tin. Đức Giáo hoàng Francis, người đã kêu gọi đình chiến và thiết lập các hành lang nhân đạo để giúp đỡ người dân Gaza, xác nhận Ngài đang trò chuyện qua điện thoại hàng ngày với các Linh mục và nữ tu điều hành một giáo xứ ở Gaza đang che chở cho khoảng 560 người.

Ngoại trưởng Hoa Kỳ trở lại Do Thái

Ngày 3/11, Ngoại trưởng Antony Blinken đã trở Lại Do Thái để thể hiện sự ủng hộ và thúc đẩy tạm dừng chiến. Ông nhấn mạnh sự cần thiết phải "ngăn chặn leo thang" cuộc chiến giữa Do Thái và Hamas trong bài phát biểu tại Tel Aviv. Ông nói thêm rằng cần phải làm nhiều hơn nữa để "bảo vệ thường dân Palestine" bởi vì đó là "điều đúng đắn phải làm". Bệnh viện Al-Shifa ở thành phố Gaza đã phải cắt điện một số khoa để tiết kiệm điện cho những người cần được chăm sóc đặc biệt, như trẻ sơ sinh trong phòng sơ sinh. Bác sĩ Marwan Abu Saadah nói với NBC News tối qua rằng máy phát điện chính đã hết nhiên liệu. Ông nói: "Chúng tôi đang giảm mức tiêu thụ điện để có thể duy trì bệnh viện hoạt động thêm vài ngày nữa". Trong khi Quân đội Do Thái cho biết lực lượng của họ đã hoàn tất việc bao vây Thành phố Gaza và đang tham gia các trận chiến trên đường phố. Một cuộc tấn công vào thành phố có thể cực kỳ bạo lực. Hamas có vẻ vui mừng khi kéo Do Thái vào một cuộc chiến tranh du kích lâu dài, trong khi người dân Gaza phải đối mặt với hậu quả nặng nề.

Philippines cáo buộc lực lượng tuần duyên Trung Cộng "cố ý" va chạm với tàu nước này

Philippines vào hôm 23/10/2023, đã cáo buộc các tàu tuần duyên Trung Cộng "cố ý" va chạm với các tàu của nước này trong nhiệm vụ tiếp tế tại khu vực tranh chấp ở Biển Đông, khi mối quan hệ giữa đồng minh Đông Nam Á của Hoa Kỳ và Bắc Kinh ngày càng suy thoái. Cả hai bên đã cáo buộc lẫn nhau sau sự việc mới nhất vào hôm 22/10. Reuters cho hay đây là sự việc nghiêm trọng nhất ở vùng biển xung quanh Bãi Cỏ Mây tính đến thời điểm hiện tại, mặc dù không có ai bị thương. Giới chức từ Hội đồng An ninh Quốc gia, và các lực lượng vũ trang của Philippines đã lên án hành động của lực lượng tuần duyên Trung Cộng. Hoa Kỳ đã đứng về phía đồng minh và chính thức bày tỏ sự lo sợ. Bộ Ngoại giao Trung Cộng cho rằng tuyên bố của phía Hoa Kỳ đã phớt lờ sự thật.

Nhật hợp tác với Philippines và Hoa Kỳ để bảo vệ Biển Đông

Thủ tướng Nhật Bản Fumio Kishida hôm 4/11, cho biết Nhật Bản, Philippines và Hoa Kỳ đang hợp tác để bảo vệ quyền tự do ở Biển Đông khi ông cam kết hỗ trợ tăng cường năng lực an ninh của Manilla. Ông Kishida và Tổng thống Ferdinand Marcos Jr vào hôm trước đã đồng ý bắt đầu đàm phán về một thỏa thuận tiếp cận tương hỗ để tăng cường hợp tác quân sự, khi Trung Cộng ngày càng trở nên hung hăng trong khu vực. Reuters cho hay Philippines và Nhật Bản, hai trong số các đồng minh Châu Á thân cận nhất của Hoa Kỳ, đã đưa ra quan điểm mạnh mẽ chống lại hành vi hung hăng của các tàu Trung Cộng trong các cuộc tranh chấp chủ quyền hàng hải kéo dài hàng thập niên. Nhật Bản không đưa ra tuyên bố chủ quyền ở Biển Đông, nhưng lại có tranh chấp hàng hải với Trung Cộng ở biển Hoa Đông. Nhật Bản vào tháng 3 đã quan sát các cuộc tập trận quân sự Mỹ-Philippines, và vào tháng 6, lực lượng bảo vệ bờ biển của Philippines và Nhật Bản đã lần đầu tiên tập luyện cùng nhau.

Nhật viện trợ nhân đạo thêm 65 triệu USD cho người Palestine

Trong chuyến công du Israel và Jordan vào 3/11, bà Yoko Kamikawa, Ngoại trưởng Nhật Bản, cho biết Nhật Bản sẽ viện trợ nhân đạo thêm 65 triệu Mỹ kim cho người Palestine vì lo ngại về cuộc xung đột ở Gaza. Khi trò chuyện với các phóng viên ở Jordan sau cuộc họp với ông Eli Cohen, Ngoại trưởng Israel, và người đồng cấp Riyad al-Maliki của Palestine, bà Kamikawa cũng tuyên bố Nhật Bản đang lên kế hoạch cung cấp viện trợ vật chất cho Gaza. Theo Reuters, bà Kamikawa nói "Israel và Palestine cần phải chung sống hòa bình để ngăn chặn việc lặp lại một hành động khủng bố bi thảm khác", đồng thời cho biết thêm rằng bà đã thông báo cho cả ông Cohen và ông Maliki rằng Nhật Bản sẽ tiếp tục ủng hộ giải pháp hai nhà nước. Chuyến thăm này diễn ra vài ngày trước khi Nhật Bản chuẩn bị đón tiếp các Ngoại trưởng của G7 tại Tokyo khi cuộc khủng hoảng ở Gaza ngày càng trở nên trầm trọng. Israel đang phản đối lời kêu gọi đình chiến vì lý do nhân đạo, và lãnh đạo nhóm Hezbollah do Iran hậu thuẫn của Lebanon đã khuyến cáo về khả năng xung đột lan truyền sang các khu vực lân cận.

Kim Jong Un cam kết thực hiện đúng các thỏa thuận với tổng thống Nga Putin.

Hãng thông tấn nhà nước KCNA vào hôm 20/10, đưa tin ông Kim Jong Un, Chủ tịch Bắc Hàn, vừa bày tỏ quyết tâm thực hiện các thỏa thuận tại hội nghị thượng đỉnh vào tháng trước với Tổng thống Vladimir Putin, khi ông gặp gỡ Ngoại trưởng Nga Sergei Lavrov. Reuters cho hay ông Kim đã thực hiện chuyến thăm hiếm hoi tới Nga vào tháng trước, và đã mời ông Putin tới Bình Nhưỡng và thảo luận về việc hợp tác quân sự, bao gồm cả chương trình vệ tinh của Bắc Hàn và cuộc chiến ở Ukraine. KCNA, hãng thông tấn trung ương Bắc Hàn, đưa tin ông Kim và ông Lavrov đã thảo luận về cách tăng cường hợp tác để ứng phó tích cực với các vấn đề khu vực và toàn cầu dựa trên "mối quan hệ tin cậy chính trị và chiến lược vững chắc", và ông Lavrov đã chuyển lời chào của ông Putin tới ông Kim. KCNA nêu rõ ông Kim đã cam kết "xây dựng một kế hoạch ổn định, hướng tới tương lai và sâu rộng cho mối quan hệ Bắc Hàn – Nga trong kỷ nguyên mới bằng cách thực hiện đúng các thỏa thuận và thúc đẩy mục tiêu xây dựng một nhà nước hùng mạnh".

Tàu Trung Cộng, Nhật Bản đối đầu gần quần đảo tranh chấp

Trung Cộng và Nhật Bản vào hôm 17/10, cho biết các tàu tuần duyên của họ đã đối đầu trong vùng biển gần các đảo tranh chấp ở Biển Hoa Đông. Theo Reuters, Trung Cộng cho hay họ đã xua đuổi nhiều tàu Nhật Bản đi vào vùng lãnh hải xung quanh quần đảo Điếu Ngư một cách "trái phép", đồng thời kêu gọi Nhật Bản dừng mọi "hoạt động bất hợp pháp" trong khu vực. Phía Nhật Bản cũng tuyên bố chủ quyền tại các quần đảo và gọi chúng là Senkaku. Theo thông cáo báo chí của Lực lượng tuần duyên Nhật Bản, họ đã ra lệnh cho hai tàu tuần duyên Trung Cộng rời khỏi vùng biển xung quanh quần đảo, và điều động các tàu của họ để ngăn tàu Trung Cộng tiếp cận các tàu đánh cá Nhật Bản. Quần đảo tranh chấp này là khu vực không có người ở, từ lâu đã trở thành điểm nóng trong mối quan hệ Trung-Nhật.

PHÂN ƯU

Nhận được tin buồn
Bà HOÀNG THỊ KIM CHI
Pháp danh: Thiện Dương
Sinh ngày 18.07.1950
Mất ngày 28.09.2023
nhằm ngày 14 tháng 8 năm Quý Mão
Hưởng thọ 73 tuổi

Chi Hội Phật Tử Việt Nam Saarland & Trier và VPC chúng tôi chân thành chia buồn với gia đình cháu Huỳnh Thị Bích Nhung, đồng thời cầu nguyện cho Hương linh Đạo hữu Thiện Dương Hoàng Thị Kim Chi sớm vãng sanh Cực Lạc Quốc.

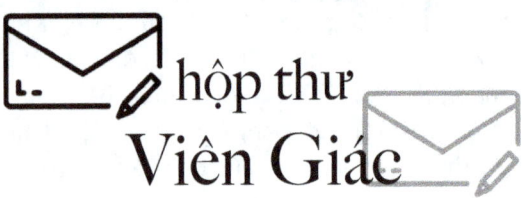

* THƯ TÍN

Trong thời gian qua VIÊN GIÁC đã nhận được những thư từ, tin tức, tài liệu, bài vở, kinh sách, báo chí của các Tổ Chức, Hội Đoàn, Tôn Giáo và các Văn Thi Hữu khắp các nơi gửi đến.

- Đức: HT Thích Như Điển, Thị Tâm Ngô Văn Phát, Đỗ Trường, Đại Nguyên, Hoa Lan, Nguyễn Minh Hoàng, Nguyễn Song Anh, Hoàng Quân, Thi Thi Hồng Ngọc, Phương Quỳnh, Ngọc Huệ, Tịnh Ý, Nguyên Hạnh HTD, Trương Ngọc Thanh, Trần Thị Hương Cau, Nguyễn Hữu Huấn, Bùi thị Rau Dzềnh, Trần Phong Lưu, Quỳnh Hoa, Nguyễn Chí Trung.

- Pháp: Hoang Phong, Pháp Nguyên, Chúc Thanh, Nguyễn Thị Cỏ May.

- Bỉ: Nguyên Trí Hồ Thanh Trước.

- Hòa Lan: HT Thích Minh Giác, Quảng Phúc.

- Thụy Sĩ: TT Thích Như Tú, Trần Thị Nhật Hưng, Song Thư, Lưu An Vũ ngọc Ruẩn.

- Hoa Kỳ: Lâm Minh Anh, Thu Hoài, Đỗ Kim Thêm, Trần Kiêm Đoàn, Bạch Xuân Phẻ.

- Ý: Elena Trương, Trương Văn Dân, Huỳnh Ngọc Nga.

- Canada: Thái Công Tụng.

- Việt Nam: Đinh Thiên.

CÁO PHÓ & CẢM TẠ

Gia đình chúng con/chúng tôi vô cùng thương tiếc báo tin cùng thân bằng quyến thuộc gần xa, Chồng, Cha, Ông của chúng tôi là:

Phật Tử TRỊNH QUỐC PHONG
Pháp danh Minh Định
Sinh ngày 17 tháng 8 năm 1941,
tại Việt Nam, Hà Nội
Từ trần ngày 04 tháng 10 năm 2023, lúc 20:47 tối (âm lịch 20 tháng 08 năm Quý Mão) tại Düsseldorf, Đức Quốc.
Thượng thọ 83 tuổi

Tang lễ được cử hành vào ngày 12 tháng 10 năm 2023 (âm lịch 28 tháng 08 năm Quý Mão)
Phát tang vào lúc 14:00 chiều.

Đồng thời gia đình chúng con/chúng tôi thành kính tri ân và cảm tạ:
- Sư Ông Hòa Thượng Thích Như Điển
- Đại Đức Thích Thông Triêm
- Đại Đức Thích Thông Triển
- Ni Sư Tuệ Đàm Châu, Ni chúng & Cư sĩ Phật tử Ban Hộ Niệm chùa Bảo Đức.

Nam Mô Tiếp Dẫn Đạo Sư A Di Đà Phật

Tang gia đồng kính báo và cảm tạ
- Vợ: Phạm Thị Tuyết Nga Pd Diệu Hiền
- Trưởng Nữ: Trịnh Thị Tuyết Hạnh, chồng và các con.
- Trưởng Nam: Trịnh Quốc Hùng, vợ và các con.
- Thứ Nam: Trịnh Quốc Huy, vợ và con.
- Thứ Nữ: Trịnh Thị Tuyết Hương, chồng và con.- Thứ Nam: Trịnh Quốc Hoàng, vợ và con.
- Thứ Nam: Trịnh Quốc Khánh Hòa, vợ và các con.

Trong lúc tang gia bối rối không tránh khỏi những thiếu sót, xin quý thân hữu vui lòng niệm thứ.
**CÁO PHÓ NÀY THAY THẾ THIỆP TANG
XIN MIỄN PHÚNG ĐIẾU VÀ VÒNG HOA**

- Úc Châu: HT Thích Bảo Lạc, TT Thích Nguyên Tạng, Quảng Trực Trần Viết Dung.

* THƯ & SÁCH BÁO

- Đức: Trăng Mùa Thu - Đỗ Trường. DC, E & Z 9-10/2023.
- Hòa Lan: Kỷ Yếu Vạn Hạnh.
- Thụy Sĩ: Mục Vụ số 417.

phương danh cúng dường

(Tính đến ngày **31.10.2023**)

Trong thời gian gần đây, Chùa Viên Giác có nhận được tiền của quý Đạo Hữu gửi bằng cách chuyển qua Ngân Hàng hay bằng Bưu Phiếu, nhưng không ghi rõ mục đích. Thí dụ như Cúng Dường, Tu Bổ Chùa, Ấn Tống Kinh, Pháp Bảo v.v...
Ngoài ra có Đạo Hữu nhờ người khác đứng tên chuyển tiền nhưng không rõ chuyển tiền giùm cho ai để Cúng Dường hoặc thanh toán vấn đề gì. Do đó khi nhận được tiền, Chùa không thể nào ghi vào sổ sách được.

Để tránh những trở ngại nêu trên, kính xin quý Đạo Hữu khi chuyển tiền hoặc gửi tiền về Chùa nhớ ghi rõ Họ & Tên, địa chỉ đầy đủ và mục đích để Chùa tiện ghi vào sổ sách.

Ngoài ra khi quý vị xem Phương Danh Cúng Dường xin đọc phần trên cùng là tính đến ngày?... tháng?.... để biết rằng tiền đã chuyển đi ngày nào và tại sao chưa có tên trong danh sách.

Chùa có số Konto mới và Tu Viện Viên Đức cũng đã có số Konto (xin xem phía sau). Kính xin quý vị thông cảm cho.
Thành thật cám ơn quý Đạo Hữu.

Danh sách PDCD của quý Đạo Hữu & Phật Tử, chúng tôi xin phép chỉ đánh máy một lần chữ ĐH (Đạo Hữu) ở bên trên.

TAM BẢO

ĐH. Ai Linh Zuidema **50€**. Alis Albayrak **10€**. Ẩn danh **10€** HH cho cô Alis Albayrak. Chi Thanh Leuchtweis **100€**. Đàm Thị Hoàng Lan **20€**. Dang Gia Ky, Dang Phuong & Dang Bobby **40€**. Đặng Thị Hồng Phúc **20€**. Đào Thị Hiền **40€**. Diệu Đức Nguyễn Thị Bích **50€**. Diệu Hạnh Nguyễn Thị Ngọc Nga **40€**. Diệu Hiền Lê Thanh Hương Tú **5€**. Diệu Ngà Hứa Lệ Nga **15€**. Dinh Da & Võ Thị Kim Chi **100€**. Đỗ Đình Bình **11.575€**. Đỗ Nhật Linh **20€**. Đoàn Ngọc Yên **100€**. Đồng Điệp Lý Kim Mai **20€**. Đồng Nhã & Đồng Liên **50€**. Đồng Phước Dương Văn Vân **50€**. Đồng Tâm Nguyễn Hồng Thu **9€**. Đồng Tâm Nguyễn Hồng Thu, Leon Kaise & Hanna Fluge **25€**. Dương Tú Muối & Mã Đơn **25€**. Fam. Đặng **50€**. Fam. Michael **30€**. Fam. Nguyễn Công Thành **20€**. Fam. Trần & Phạm **30€**. Friedrich Thị Hồng **10€**. Gđ. HL Nguyễn Thị Tám **100€**. Gđ. HL Vũ Minh Nhật **100€**. Gđ. Nguyễn Hữu Lam & Nguyễn Thị Trâm **100€**. Gđ. Pt Đinh Công Phúc & Nguyễn Thị Liên **20€**. Gđ. Pt Ngọc Cẩn Trần Thị Lan **50€**. Gđ. Pt Ngọc Cẩn Trần Thị Lan & Đặng Lâm Quang **50€**. Gđ. Pt Thoại Minh Diệp Hồng Chẩy **50€**. Gđ. Pt. Đồng Nhan La Ngọc Dung, Nguyễn Ngọc Châu & Nguyễn Hùng Anh **50€**. Gđ. Sư Cô Hạnh Ân **100€**. Gđ.Pt Lý Hồng Tiên **100€** cầu an Diệu Phước Lý Hồng Diễm. Gđ. Thiện Học **50€** (Đạo Tràng Hoa Nghiêm). Giáp Nguyệt Lan **50€**. HHHL Bà Nguyễn Thị Hợi **50€**. HL Đồng Liên Phan Thị Xuân **20€**. Hồ Thị Nguyệt **50€**. Hồ Trâm & Vũ Thị Minh Hà **100€**. Hoàng Mạnh Tuấn **50€** HHHL Thiện Nam Hoàng Nguyên Hải. Hoàng Nhật Trương Lê **600€**. Hoàng Trọng Vinh **20€**. Hồng Thu Kaiser Pd Đồng Tâm **15€**. Huệ Phước Trần Đặng Minh & Ngọc Cẩn Trần Thị Lan **50€**. Lê Duy Thái **30€**. Lê Thị Bích Châu **150€**. Lê Vũ Hoàng Nam **20€**. Lương Thị Hải Vân **50€**. Mai Diệu Hồng **40€**. Minh Thắng & Thụy Mỹ **50€**. Mr. Norbu Lhagyal **15€**. Nam, Linh & Baby **20€**. Ngô Ngọc Huyền **30€**. Ngô Quang Nam **20€**. Ngô Thị Ngọc Oanh **25€**. Nguyễn Đài Trương Châu Sơn **100€**. Nguyễn Đình Thọ **5€**. Nguyễn Hồng Thu **15€**. Nguyễn Thị Huệ **10€**. Nguyễn Thị Hường **30€**. Nguyễn Thị Huyền Anh **50€**. Nguyễn Thị Mai Hương **20€**. Nguyễn Thị Vân Quỳnh **50€**. Nguyễn Trọng Bình Pd Quang Thiện Thủy **40€**. Nguyễn Văn An **500€**. Nguyễn Văn Bạch **30€**. Nguyễn Văn Mạnh **10€**. Gđ. Pt Trịnh Văn Sinh **140€** HHHL Phù Nhi Mui. Phạm Quốc Tuấn **100€**. Phạm Văn Sơn (tức Hải) & Đồng Hoa Nguyễn Thị Thu Hương **30€**. Phật Tử Đạo Tràng Thọ Bát Quan Trai **230€**. Phùng Thị Thanh Bình **80€**. Pt Đồng An Nguyễn Thúy Hồng **400€**. Pt. Đồng Đạo **40€**. Pt. Dư Đăng Lư **20€**. Pt. Nguyễn Thị Hiền **100€**. Pt. Thiện Đức Huỳnh Lê Diệu Phước **50€**. Pt. Tường Phúc **50€**. Sơn Nguyễn **1.050,02€**. Sư Cô Thông Chân **2.500€** (Hậu sự). Thị Tân Văn Công Nhựt & Đồng Ngọc Trần Thị Lạc **30€**. Thiện Lực **30€**. Trần-Phạm **30€**. Tô Kim Phượng **20€**. Trần Bích Ngọc **20€**. Trần Thị Liên Hương **30€**. Trần Thị Thu Trang **50€**. Trần Thu Hằng **50€**. Trần Văn Danh & Trần Thị Phúc **120€**. Trang Kim Anh **50€**. Trương Đình Tuấn **100€**. Võ Ngọc Hiền **20€**. Vũ Quốc Thịnh **50€**. Vương Văn Mạnh **30€**. William Thai **400€**. Frau Jung Thin Than (Ansbach) **70€**. Herr Henninger Falko **70€**. Đạo Tràng Liên Hoa Aurich **300€**. Trần Tuấn Anh & Đinh Thị Phượng **100€**. Pt. Nhung (Australia) **60€** HHHL Mẹ Nguyễn Thị Chánh mất **03.09.23**. Pt. Nhuận Nhã (Bad Hönningen) **50€**. Gđ. Lê Hưng (Bernburg) **60€**. Phạm Thị Tuyết Mai **50€**. Fam. Mỹ Hạnh (Buchholz i.d.N) **50€**. Fam. Dương (Celle) **80€**. Huỳnh Thị Tư & Lôi Huệ Phương **10€**. Lôi Công Thinh **70€**. Nguyễn Thị Lý **10€**. Nguyễn Thị Phương Hà **10€**. Fam. Wong (Delmenhorst) **30€**. Nguyễn Thành Trung & Đào Diệu Linh (Düsseldorf) **50€**. Trần Ngọc Kiên (Erlangen) **20€**. Cô Lâm Cẩm Thúy (Frankfurt) **20€**. Gđ. Đinh Văn Thành **100€**. Phan Thi Be (Gifhorn) **10€**. Nguyễn Văn Hữu, Nguyễn Thúy Ngọc, Nguyễn Hải An Enim, Nguyễn Thùy Dương (Laura Nguyễn) & Nguyễn Thu Hương (Hanna Nguyễn) (Großbreiterbach) **50€**. Phùng Thị Khuê (Hải Phòng/VN) **10€**. Fam. Tiến Thanh (Hamburg) **100€**. Nguyễn Hạnh Nhung & Vũ Quốc Thịnh, Vũ Xuân Ngọc Châu và Vũ Nam Vương **50€**. Vương Đăng Đức **100€**. Đỗ Thị Thanh Tâm (Hannover) **50€**. Đồng Quang & Đồng Chiếu **50€**. Gđ. Phạm Thị Thu **30€**. Gđ.Pt Diệu Hải Nguyễn Thị Thủy & Nguyễn Hữu Quyết **80€**. Nguyễn Anh Tuấn **10€**. Nguyễn Thị Thanh Tân **30€**. Pt. Đồng Hạnh **20€**. Pt. Đồng Huệ **20€**. Thiện Phú Lê Bích Lan **10€**. Triệu Thanh **50€**. Văn Đoàn **1.000€** HHHL Nhạc mẫu Tham Mùi Hen. Vũ Thị Thu Huyền **50€**. Bùi Thu Dung & Lương Huyền Phương (Hà Nội & Leipzig) **20€**. Thuần Lê Đình (Helmstedt) **30€**. Gđ. Đinh Đại Lâm (Holland) **50€**. Gđ. Pt Trần Văn Hiện & Nguyễn Thị Kim Anh và Trần Jasmin Thùy An (Ibbenbüren) **30€**. Gđ. Phạm Thị Vân Anh & Phạm Nguyễn Bảo Hoàng và Phạm An (Ingolstadt) **50€**. Nguyễn Sáu (Karlsruhe) **20€**. Vũ Cao & Thị Yến **50€**. Trần Thanh Bình & Trần Thị Mỹ Phương và Trần Bảo Ngọc Daniela (Landshut) **50€**. Gđ. Phạm Văn Sơn (Lehrte) **30€**. Thị Bích Lan Nguyễn-Erhart (Lünen) **30€**. Nguyễn Thị Thơm (Magdeburg) **50€**. Phạm Thị Mười (Nam Định/VN) **10€**. Thông Giác Trần Tú Anh (Neuss) **20€**. Gđ. Nguyễn Hồng Phong (Norden) **20€**. Vũ Hồng Minh & Nguyễn Thị Hoàng Giang và Vũ Minh Quang (Norderney) **120€**. Lê Minh Tân (Thiện Thảo Hiếu)

(Nürnberg) 100€. Huỳnh Hoài Phú & Huỳnh Thị Kim Hà (Osnabrück) 20€. Ẩn danh (Pforzheim) 1.000€. Trần Thị Tư & Đào Thanh Bình (Potsdam) 50€. Giang Lăng Cui (Saarbrücken) 25€. Cao Thị Xuyến, Trần Lina & Trần Cát Nhi Elisa (Tostedt) 50€. Ẩn danh (Ukraine) 15€. Nguyễn Thị Chung Ngân & Trần Đoàn Duy Hải (VN&Hannover) 10€. Tạ Tú Văn (Wallenhorst) 20€. Bành Tâm Sơn (Wiesbaden) 10€. Vũ Thị Thanh Minh (Wildeshausen) 10€. Ẩn danh 20€. * Minh Hải & Tâm Tịnh Phổ (Neu-Ulm) 100€. Gđ. Tâm Thủy („) 100€. Chơn Tâm Thông 5€. Thái Sến Thiện Nguyện (Pforzheim) 100€. Mai Ly Lê (Leonberg) 50€. Lê Xuân Nhật Ban („) 30€. Thiện Tuệ (Stuttgart) 100USD. Chùa Viên Quang (Tübingen) 500€. Thiện Thủy Dương Minh Ánh và gia đình (Hannover & Krefeld) 1.200€ và Dương Thị Lệ Hồng (USA) 467€ HHHL ĐH Nguyễn Thị Chánh Pd Diệu Đạo. Dương Thị Như Phước (USA) 467€. Giang Lăng Cui (Saarbrücken) 25€. Lý Thiện Quang 20€. Diệu Pháp Hà Thị Ánh Lan (Frankfurt) 100€. Diệu Huệ Hà Thị Mộng Thúy (Bad Vibel) 50€. Nhuận Tiến Lý Trường Khang 50€. Nhuận Tú (Koblenz) 100€. Chùa Bảo Thành (Koblenz) 500€. Lý Đan Vy („) 50€. Diệu Thanh („) 50€. Đồng Phi („) 20€. Thiện Thanh & Thiện Hạnh (Saarbrücken) 100€. Như Mỹ & Như Hương („) 50€. Hà Ánh Tuyết (Frankfurt) 100€. Thiện Hưng Hà Điền Long („) 100€. Thiện Tài (Canada) 822€ HHHL Đh Thiện Hiếu Trần Kim Lang. Thiện Đức (Frankfurt) 100€. Đồng Quang & Đồng Chiếu (Hannover) 50€. Diệu Hiền Phạm Thị Tuyết Nga (Düsseldorf) 400€ HHHL Đh Minh Định Trịnh Quốc Phong. Holland: Chùa Vạn Hạnh 1.000€. Đh Diệu Đạo 100€. Đh Quảng Minh 100€. Gđ. Hồng & Paul 200€. Kevin Timners 20€. Minh Huệ & Diệu Hoa 20€. Đỗ Văn Nhi, Mai & Khán 25€. Diệu Tịnh (Hằng & Tuấn) (Đức) 50€. Hannover: Thầy Thích Thông Triển 50€ HHHL Thân mẫu Chúc Tiến Trần Thị Tiến tuần bách nhật. Thiện Thủy 200€ HHHL Thân mẫu Diệu Đạo Nguyễn Thị Thành tuần chung thất. Văn Đoàn 300€. HHHL Nhạc mẫu Đồng Sanh Tham Mui Hen. Gđ. Cô Nguyễn Thị Hạnh (Braunschweig) 400€ HHHL ĐH Nguyễn Thị Hạnh. Chiếu Hoàng (Krefeld) 300€.

* BÁO VIÊN GIÁC

Hồ Thị Nguyệt 50€. Huỳnh Anh Kiệt 30€. Levy Thisakhone 50€. Lý Lăng Mai 50€ (Phân Ưu). Nguyễn Văn An 100€. Trịnh Thị Hồng 30€. Wolfgang Dung 20€. Thiện Mỹ Thái Văn Anh (Aurich) 50€. Nguyễn Phi Hùng (Bad Iburg) 50€. Trương Vũ Thái (Barsbüttel) 50€. Huỳnh Văn Mạnh (Belgique) 30€. Lê Duyên (Bergkamen) 30€. An Thị Cẩm Lai (Berlin) 50€. My Lee Trần 20€. Tâm Thứ Trần Văn Sang 50€. Nguyễn Kim Nguyên (Bonn) 20€. Vũ Công Định (Bremen) 20€. Diệu Hiền Phạm Thị Tuyết Nga (Düsseldorf) 50€ Cáo Phó & Cảm Tạ. Vương Tấn Phong 20€. Trần Thiện Lành (Trần & Hồ) (Dußlingen) 20€. Vũ Cẩm Huê (Filderstadt) 20€. Nguyễn Văn Đông (Freiburg) 60€. Nguyễn Nam Hoa (Freising) 40€. Đỗ Thị Thanh Tâm (Hannover) 50€. Lương Bắc (Italia) 30€. Vũ Cao & Thị Yến (Karlsruhe) 50€ + 50€ (Cáo Phó). Châu Thanh Hoa (Koblenz) 25€. Nguyễn Thị Kim Chi (Landshut) 20€. Nguyễn Hữu Vui (Langen) 20€. Michael Trần (Lehrte) 20€. Trịnh Phương Kim (Nürnberg) 30€. Đặng Văn Hậu (Offenburg) 20€. Vực Dương (Oldenburg) 30€. Tôn Thất Dung (Pirmasens) 30€. Châu Thanh Quang (Regensburg) 25€. Hoàng Bá Nhựt (Stuttgart) 20€. Heß Thị Kiều Hạnh (Teningen) 25€. Raible Ngọc Xuân (Tübingen) 20€. Tạ Tú Văn (Wallenhorst) 20€. Huỳnh Thị Bích Ngọc (Würzburg) 20€. Ni Sư Thích Nữ Như Minh (Schweiz) 50€. Giang Lăng Cui (Saarbrücken) 25€. Diệu Hiền Phạm Thị Tuyết Nga (Düsseldorf) 50€.

Ủng hộ báo Viên Giác

HHHL cựu Chủ Bút Phù Vân Nguyễn Hòa

Đặng Thị Liên (France) 100€. Lê Quỳnh Thư (St.Gallen/Schweiz) 100€. Trương Ngọc Huệ 200€. Lâm Minh Anh 100€. Ngọc Nga & Thi Thi 100€. Hoàng Hà 100€. Trần Thị Thùy Dung 200€ Lê Thị Tư (Koblenz) 100€.

* ẤN TỐNG

-Quảng Thiện & Diệu Khải (Düsseldorf) 200€. Nguyễn Phi Hùng (Bad Iburg) 50€.

-Đại Tạng Kinh: Nguyễn Nhị Em 300€. Trần Phong Lưu (Saarburg) 271€.

-Thanh Văn Tạng: Đồng Huệ Hoàng Thị Phúc 250€ thỉnh bộ Thanh Văn Tạng cúng dường chùa Bảo Thành.

-Kinh Hoa Nghiêm: Gđ. Pt Phạm Văn Phong 100€. Hạnh Chơn Huyền 100€. Hạnh Chơn Liên 70€.

-Kinh Địa Tạng: Lê Thị Xuyến 20€.

* TƯỢNG PHẬT

-Một tượng Phật trên tháp: Gđ. Trịnh & Phu 350€.

-Tượng Phật Quan Âm: Lâm Kim Khánh (Mönchengladbach) 120€.

* VU LAN

Huỳnh Ngọc Hà 50€. Nguyễn Thúy Hồng 150€. Thị Bích Lan Nguyễn-Erhart (Lünen) 50€ HH cho Ba Mẹ vãng sanh Tịnh Độ. Mạc Hồng Giang (Hannover) 30€. Tạ Thị Ngọc Hoa (Wedel/ Holstein) 100€.

* SỬA CHÙA

Vực Dương (Oldenburg) 20€.

* ĐÈN DƯỢC SƯ:

Mme Nguyễn Lê Anh (France) 30€.

* KHÓA TU PHÁP HỘI PHÁP HOA

Quảng Diệu (Đan Mạch) 100€. Hạnh Thảo (") 130€. Diệu Hạnh (München) 100€. Diệu Nga (Göttingen) 100€. Đồng Liên (Thúy) 100€. Đồng Tâm (Osnabrück) 100€. Thị Dũng (") 100€. Minh Đức & Diệu Hoa (Nordlingen) 300€. Huệ Phương (Münster) 150€. Diệu Phi (NRW) 150€. Viên Hảo (Münster) 200€. Nguyên Trí (Wilhelmshaven) 50€. Nguyên Tuệ (") 50€. Thiện Vũ (Nürnberg) 100€. Thiện Hỷ 150€. Đồng Bảo (Hannover) 80€. Phúc Ân (") 40€. Đồng Chiếu (") 100€. Đồng Liên (Hoa) Hildesheim 100€. Hạnh Chơn Huyền (Schwämb-Mund) 50€. An Thoát (Hamburg) 50€. Diệu Mỹ (Hannover) 50€. Đồng Diệp (Potsdam) 200€. Đồng Thuận, Phan Văn Tâm & Ngọc Thông (Hannover) 100€. Diệu Đạo Dương Minh Anh 300€. Quảng Tịnh 30€. Thiện Hồng (Bamberg) 100€. Thiện Nam (") 100€. Đồng Tánh (Hildesheim) 30€. Đồng Vân (Hannover) 50€. Đồng Bạch (") 20€. Đồng Vinh (") 30€. Đồng Nguyệt (") 20€. Diệu Cần (") 50€. Hạnh Hoa (Đan Mạch) 100€. Chơn Bích (Osnabrück) 50€. Huệ Tâm 50€. Thiện Huê (Hannover) 200€. Thiện Đạt 200€. Thông Giác (Neuss) 80€. Lê Thị Thanh Hiền (Hannover) 50€. Thiện Đức 50€. Đồng Hạnh (Hannover) 50€. Phúc Minh (") 200€. Tâm Mỹ (Braunschweig) 50€. Viên

Hồng (Recka) 20€. Hạnh Chơn Liên (Hannover) 50€. Nhuận Thanh (") 50€. Liên Thư (Braunschweig) 50€. Ân Đức (Mönchengladbach) 90€. Diệu Ngà 100€. Sa Di Ni Thông Nghiêm (Đan Mạch) 100€. Diệu Hảo (Frankfurt) 100€. Đồng Huệ (Koblenz) 200€. Đồng Kim (Hannover) 50€. Đồng Tâm (Trần Minh Nhuận) (") 20€.

* AN CƯ KIẾT ĐÔNG

Ẩn danh 50€. An Thoát Dương Thị Minh Hằng 50€. Cô Thích Nữ Tịnh Quy 50€. ĐH Từ Hậu 50€. Diệu Phi Nguyễn Phương Danh 150€. Đồng Hạnh Lư Mỹ Phương 30€. Dr. Bao Thanh Thy Châu 3.000€. Gđ.Pt. Đặng Lâm Quang, Ngọc Cẩn Trần Thị Lan, Mỹ Hiền Đặng Hải Lam, Huệ Phước Đặng Min, Gđ.Pt. Ngọc Huyền Trần Thị Ngọc Thúy, Pavel, Gđ.Pt. Đồng Hoa Nguyễn Thị Thu Hương & Phạm Văn Sơn (tức Hải) 220€. Gđ.Pt. Diệu Hiền & Quảng Ngộ 200€. Gđ.Pt. Diệu Hòa Trần Thị Hiền & Dennys Strohmann 50€. Gđ.Pt. Đồng Giới Nguyễn Lan Hương, Đồng Thanh Nguyễn Mạnh Tùng & Lưu Thị Thịnh 30€. Gđ.Pt. Đồng Kim Ngụy Minh Thúy 50€ HHHL Đồng Hoa Lâm Thị Huệ. Gđ.Pt. Đồng Phước Phạm Thị Lanh, Đồng Hiếu Nguyễn Thị Thu Thảo, Đồng Nhã Nguyễn Thị Huyền Trang, Đồng Huệ Phan Ánh Nhi & Đồng Trí 100€. Gđ.Pt. Minh Đức Huỳnh Văn Thương, Diệu Trí Huỳnh Thị Ngọc Hà, Diệu Phượng Huỳnh Thị Ngọc Châu, Thiện An Diệp Hoài Xương, Diệu Quang Lục Huệ Linh, HL Diệu Liên Hồng Thị Hóa và HL Đồng Sanh Diệp Hồng Ngươn 300€. Gđ.Pt. Thiện Mỹ Lê Thị Ngọc Hân & Tiên Dân Quyền 100€. Gđ.Pt. Thiện Nhựt Dương Minh Ánh 50€ HHHL Diệu Đạo Nguyễn Thị Chánh. Lê Chí Dũng 500€. Nguyễn Thị Ngọc Linh 200€. Nguyễn Văn Tân 300€. Thiện Hảo 500€. Trần Ngọc Trí & Trần Thị Diệu Hiền 200€. Thanh Phương Heise 300€. TN Hạnh Bình, Thiện Huy, Thiện Hậu, Thiện Đức, Thiện Xuân & Thiện Mỹ 170€. Lữ Thị Mỹ Hạnh (Laatzen) 500€. Nguyen-Ruffner Thi Su (Pliezhausen) 100€. Gđ.Pt. Đồng Phước Phạm Thị Lanh 1.000€

* HỌC VIỆN PHẬT GIÁO VIÊN GIÁC

Eldar Han Sen(Oslo/Nauy) 1.500€. Diệu Nguyệt Nguyễn Ngọc Thái (Berlin) 1.500€. Thiện Hạnh Võ Thị Mỹ (Nürnberg) 1.000€. Thiện Học Trương Bích Hậu 1.000€. Gđ. Pt Huỳnh Văn Thương 200€. Fam. Diệp 4.000€. Quang Minh Hải 100€. - Lê Thị Quỳnh Hoa 1.200€. Quý Phật Tử (Oslo) 200€. Gđ. Minh Nguyệt 300€. Sư Cô Diệu Bạch (Stockholm) 1.500€. Nhóm Phật Tử Nhuận Hiền 2.000€. Phạm Thị Bông (Malmo) 100€. Quảng Tâm Trương Thị Hồng (Malmo) 100€. Ẩn danh (Malmo) 100€. Minh Chung & Huệ Duyên (Nauy) 1.000€. Nguyễn Thị Mia & Huệ Duyên (Nauy) 500€. Thím Nam (Nauy) 500€. Phước Lộc Nguyễn Thị Trà (Nauy) 100€. Sư Cô Xả Không (München) 100€. Quầy Phật Cụ (Thiện Hạnh) (Nürnberg) 300€. Pt Diệu Liên (Dresden) 100€. Nguyễn Thị Kim Chi (Vợ Anh Trung) (Laatzen) 2.000€. Ẩn danh 1.000€. - Ẩn danh 200€. Chùa Phật Quang 2.500€. Mme Nguyễn Lê Anh (France) 50€. Nguyễn Thị Thu (Hannover) 3.000€. Hồ Vĩnh Giang (Laatzen) 5.000€. Chùa Phổ Hiền (Straßburg/France) 10.000€. Bành Tâm Sơn (Wiesbaden) 20€. Trương Ngọc Huệ & Nguyễn Phúc Thịnh 300€. Trần Thị Thùy Dương 300€ HHHL Phù Vân Nguyễn Hòa và HL Trần Thị Mẹo Pd Đồng Sanh.

* TỪ THIỆN & XÃ HỘI

-Cô Nhi, Cùi, Mù & Dưỡng lão: -Nồi cháo tình thương: Trần Thị Ngọc Anh 10€. Phạm-Nguyễn Thị Thu Thủy (Belgique) 100€.

-Xe lăn: Pt Đồng An Nguyễn Thúy Hồng 50€.

-Mổ mắt tìm lại ánh sáng: Pt Đồng An Nguyễn Thúy Hồng 50€. Phi Nam (Karlsruhe) 30€.

-Phóng sanh: Gđ. Diệu Loan & Đồng Tánh 25€.

* HỌC BỔNG TĂNG NI VIỆT NAM

Bành Tâm Sơn (Wiesbaden) 20€.

* KÝ TỰ

Gđ. HL Nguyễn Thị Tám 50€. Thị Bích Lan Nguyễn-Erhart (Lünen) 20€.

* QUẢNG CÁO

Phương Kim Stempfle 250€.

ĐỊNH KỲ (Tháng 9 & 10/2023)

Châu Thanh Sơn 10€. Chöling 600€. Christian Leupold 60€. Đặng Quốc Minh 20€. Diệu Khai, Diệu Ngọc & Quảng Tâm 100€. Đỗ Thái Bằng 60€. Đỗ Thị Hồng Hạnh 10€. Đoàn Thanh Vũ Phước 20€ HHHL Đồng Phước Võ Thị Hai. Đồng Giới Nguyễn Thị Thu 20€. Đồng Hoa & Thiện Mỹ 10€. Gđ. Thiện Nam & Thiện Hồng 100€. Gđ. Viên Tú Nguyễn Thị Anh 10€. Hà Đoàn Thục Như 1.000€. Hà Ngọc Kim 50€ HHHL Diệu Hạnh Đinh Thị Hội. Hồ Thị Nguyệt 50€. Hoàng Thị Nhung 10€. Hoàng Thị Phúc 20€. Hoàng Thị Tân 120€. Hồng Nghiệp Phan Quỳnh Trâm 10€. Hứa Thiện Cao 10€. Hue Wollenberg 20€. Kim Loan Lâm Thị Maier 20€. Lâm Đức Toàn 10€. Lâm Thành (Lingen) 50€ Định kỳ trọn năm. Lâm Thị San 20€. Lê Minh Sang 40€. Lê Thị Ngọc Hân 100€. Lê Thị Tiến 50€. Lê Thùy Dương 20€. Lê Văn Đức 20€. Lý Kiến Cường 30€. Lý Quốc Kinh & Lý Trúc Phương 20€. Manuela Horn 20€. Ngô Thị Thắng 20,46€. Nguyễn Đình Chương & Nguyễn Thị Dung (Remscheid) 20€. Nguyễn Hòa 30€. Nguyễn Hoàng Vũ & Nguyễn Thị Thanh Phương 20€. Nguyễn Hữu Mừng Chi 20€. Nguyễn Liên Hương 40€. Nguyễn Ngọc Đương 10€. Nguyễn Quang Hùng 30€. Nguyễn Quốc Định 30€. Nguyễn Thị Diệu Hạnh 40€. Nguyễn Thị Hiền 20€. Nguyễn Thị Hồng Anh 500€. Nguyễn Thị Hồng Quyên 20€. Nguyễn Thị Kim Lệ 20€. Nguyễn Thị Minh Sáu 40€. Nguyễn Thị Ngọc Lan 40€ HHHL mẹ Đồng Phước Nguyễn Thị Phụng. Nguyễn Thị Ngọc Thảo 50€. Nguyễn Thị Thắm 10€. Nguyễn Thị Thu Nguyệt 20€. Nguyễn Thị Tường Nhân 20,43€. Nguyễn Thiện Đức 30€. Nguyễn Thị Thắm 10€. Phạm Thị Mai & Minh Trương 40€. Phạm Văn Dũng & Đỗ Thị Cúc 12€. Phan Đình Du 100€. Phan Thị Dương 25,56€. Phan Thị Lan 14€. Phùng Văn Thanh 10€. Quách Lê Thị Kim Thu 50€. Rafael Adam Spyra 20€. Sabine & Phan Trương Trần Vũ 100€. Spyra Tu Binh 20€. Tạ Thị Ngọc Dung 60€. Thái Kim Sơn 80€. Thái Quang Minh 200€. Thị Bích Lan Nguyễn-Erhart 30€. Thị Thiện Phạm Công Hoàng 50€. Thiện Chơn Ngô Quang Vinh 40€. Thiện Độ Ngô Quang Đức 80€. Thiện Phước & Quang Thảo 40€. Thiện Thủy Vũ Thị Xuyến 30€. Tôn Thúy 40€. Trần Mạnh Thắng 100€. Trần Ngọc Diễm 10€. Trần Tân Tiếng 22€. Trần Thị Kim Lệ 10€. Trần Thị Ngọc Anh 20€. Trần Thị Thanh 30€. Trần Thị Thu Thủy 10,22€. Trần Văn Dân 15€. Trương Ngọc 100€. Uông Minh Trung 20€. Viên Tú Nguyễn Thị Anh 10€. Võ Thị My 20,46€. Võ Thị

Mỹ 20€. Võ Văn Hùng 30€. Vũ Đình Đức 30€. Vũ Quang Tú 100€. Vũ Thị Phương Thảo 20€. Young Thị Thanh 30€.

TU VIỆN VIÊN ĐỨC
(Từ ngày 01.07.2023 đến 30.09.2023)

TAM BẢO

ASIA Mai Lam 50€. Bành Hên 110€. Cát Tường, Đồng Ngọc & Ngọc Hân Delena 10€ (Vườn La Hán). Cầu an cho Thi Văn Cư, Thi Thị Lòng & Thi Thị Tuyết 20€. Dam Katharina & Dam Jenny 10€. Đào Thị Minh Huế 50€. Diệu Ngọc & Quảng Tâm 60€. Đỗ Văn Vinh 30€. Đồng Huệ Huỳnh Thị Đại 100€. Đồng Ngọc Đào Thúy Uyên 150€ (Định kỳ). Đồng Phước & Đồng Trí 50€. Đồng Quý 50€. Đồng Quý Dorothe 60€. Đồng Tịnh & Đồng Hoa 100€. Dương Thị Ngọc Liên 20€. Fam. Luc Ky 100€. Gđ. Hồ Maier Thị Thanh Phượng 50€. Gđ. Lê Xuân Việt & Nguyễn Ngọc Ánh và Lê Ngọc Huyền My 30€. Gđ. Liêu Minh Đại 30€. Gđ. Phạm Thị Kim Dung 100€. Hà 100€ (Vườn La Hán). HHHL Huỳnh Minh Xuân, Vũ Tiến Đạt & Vương Thị Hương 50€. HHHL Thanh Trần Trần Hữu Phúc 50€. HHHL Vũ Tiến Đạt 10€. Hiếu Ngọc Đỗ Bích Giao 10€. Hồ Thị Thanh Bình 40€. Huệ Bửu Hồ Thị Lô 30€. Huệ Khánh Phan Kim Ngân 20€. Huệ Phúc Hồ Thị Hạnh 20€. Huỳnh Thị Đại 50€. Jim Janet & Lim Jennifer 20€. Kim Loan Lâm Thị Maier 45€. Lai Trung Việt & Lo Thị Phương 60€. Lê Hoàng Nam, Vang Le Thuy Ngan, Le Vang Nguyen & Lê Vang Nghi 200€. Lê Thị Duyên 20€. Lê Thị Kim Loan 60€. Lê Thúy Hà 30€. Liêu Thái Hòa 2.100€. Loan 400€ (Vườn La Hán). Nguyễn Thanh Hai 90€. Nguyễn Thị Kim Dung 150€ HHHL Trần Hữu Phúc Pd Thanh Trân. Nguyễn Thị Minh Phương 30€. Phạm Đình Hùng 50€. Phạm Thái Hùng 15€. Phạm Thị Tuyết Hồng 81,14€. Phụng & Dũng 20€. Pt. Đạo Nhân 50€. Pt. Phạm Ngọc Thần 50€ HHHL Phạm Kim Nhung. Pt. Vũ Thanh Tùng 50€. Quách Thị Phương & Văn Khánh 30€. Sonja & Paul Kowa Lyr 20€. Tân 200€ (Vườn La Hán). Thanh Hương Bauer 20€. Thiện An Nguyễn Kim Định & Thiện Tánh Nguyễn Thị Chất 100€. Trần Hoàng Minh 90€. Trần Hữu Sơn & Nguyễn Thị Thanh Ta 1.000€. Trần Mạnh Thắng 150€. Trần Thị Hồng 20€. Trần Thị Nga 30€. Trần Thị Nở 60€. Trần Thị Tần 20€. Trương Bích Thủy 50€. Vũ Đình Đức 45€. Zalando Payments GmbH 61,40€. Fam. Trương (Albstadt) 100€. Gđ. Ngô Văn Chia (Áo) 20€. Gđ. Quảng Phương 50€. Cao Văn Lâm (Aulendorf) 20€. Lê Thị Ngọc Mai (Áo) 20€. Ngô Thị Huyền (Baden-Wüstemberg) 100€. Gđ. Chu Văn Luyến & Hoàng Thu Phương (Brandenburg) 50€. Trương (Braunschweig) 20€. Nguyễn Văn Tiến & Nguyễn Thị Thanh (Bregenz/ Áo) 100€. Diệu Trí Lê Nhất Hiền (Egelsbach) 100€. Nguyễn Thị Minh Phương (Erbach) 30€. Nguyễn Duy Linh & Phan Thị Thức Thịnh (Filderstadt) 50€. Phan Quốc Huy 50€. Gđ. Nhuận Tâm Lưu Kha Thu Hương (Friedrichshafen) 20€. Lê & Hồ (Friedrichshafen) 50€. Vũ Văn Hùng 50€. Nguyễn Sơn & Chiến (Gossau/Schweiz) 50€. Lê Thị Hòa (Heimenkirch) 20€. Đoàn Thị Hồng Phương (Kempten) 20€. Hoàng Thị Hương 20€. Trần Thị Vân 30€. La Văn Du (Konstanz) 50€. Mai Thị Ngọc 20€. Trần Thị Hồng Thanh 50€. Trần Yên 20€. Lê Phương Thanh (Kressbronn) 10€. Hà Thị Tình (Leutkirch) 30€. Lan, Nguyen (Lindau) 50€. Nguyễn Duy Linh & Phan Thị Thoa (Lindau/ Bodensee) 50€. Huỳnh Thị Thanh Hà (Lindenburg) 50€ HHHL Huỳnh Minh Xuân. HH cầu an sức khỏe công nhân viên Công ty EPCOS (München) 150€. Nguyễn Thị Lan Anh 30€. Pt. Trần Thị Tân 40€. Nguyễn Đắc Dũng (Nonnenhorn) 50€. Gđ. Hùng & Thủy (Nonnenhorn) 100€. Nguyễn Văn Dũng 20€. Nguyễn Văn Thắng & Bùi Thị Minh (Oberstdorf) 40€. Cường & Nhung (Ravensburg) 20€. Nguyễn Thị Thu Huyền & Nguyễn Văn Thăng 20€. Wiggenhauser Gartenbau GmbH 20€. Fam. Thị Dung & Nhon Ich To (Schweiz) 104€. Fam. Trương & Hung 100€. Trương & Ngô Thị Liên 41,66€. Gđ. Hùng & Hoa (Slovakia) 20€. Phạm Thị Thu Hằng (Tettnang) 20€. Đỗ Anh Tuấn & Nguyễn Thị Thu (Ulm) 50€. Quỳnh Trần (Wangen) 50€. Trần Hồng Quyên 50€. Yen Trung 30€.

- VU LAN

Gđ. Mạch Khung 50€. Nguyễn Thị Minh Phương 50€. Huỳnh Anh Kiệt (Tettnang) 10€.

*

Khi chuyển tịnh tài cúng Chùa, xin quý vị vui lòng ghi vào nơi (Verwendungszweck = mục đích cho việc gì) để văn phòng dễ làm việc. Quý vị ở xa ngoài nước Đức cũng có thể gửi tiền mặt hoặc Check trong thư, có thể gửi thường hoặc bảo đảm về chùa. Xin thành thật cám ơn quý vị.

Tất cả mọi sự Cúng Dường định kỳ hoặc những lễ lạc khác cho Chùa, quý vị đều có thể lấy Giấy Khai Thuế lại (bằng tiếng Đức) để cuối năm quý vị có thể khai khấu trừ thuế với Chính Phủ. Quý vị nào cần, xin liên lạc về Chùa qua Email: buero@viengiac.de bằng thư hoặc điện thoại, cho đến cuối tháng **4** mỗi năm; chúng tôi sẽ gửi giấy đến quý vị.

Quý vị chuyển tịnh tài về Chùa Viên Giác, xin chuyển vào Konto mới như sau:

Congr.d.Verein Vietn.Buddh.
Kirche Abteilung i.d
Sparkasse Hannover
Konto Nr. **910 403 06**6
BIC: SPKHDE**2H**XXX
IBAN: DE**40** 2505 0180 0910 4030 66

Chùa Viên Giác có số Konto riêng cho
Học Viện Phật Giáo Viên Giác như sau:
Vien Giac Institut
Konto-Nr.: **910 570 65**5
BIC: (Swift-Code):
SPKHDEHXXX
IBAN: DE **90** 2505 0180 0910 5706 55
Sparkasse Hannover

Ngoài ra Tu Viện Viên Đức ở Ravensburg có số Konto như sau:
Kloster Vien Duc
BIC: SOLADES**1R**VB
IBAN: DE**53** 6505 0110 0111 3020 68
Kreissparkasse Ravensburg

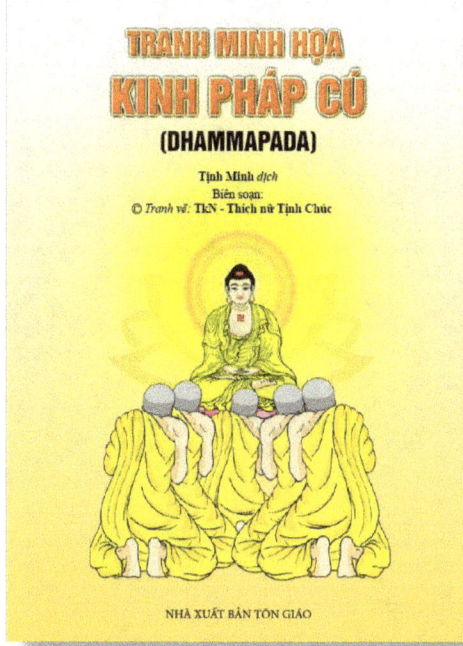

KINH PHÁP CÚ
(DHAMMAPADA)

Tịnh Minh dịch
TKN Thích Nữ Tịnh Chúc
vẽ tranh

Báo Viên Giác có nhận được bản thảo KINH PHÁP CÚ ấn tống, xin trân trọng giới thiệu đến quý Phật tử gần xa.
Kinh dày 492 trang, NXB Tôn Giáo VN.
Nội dung Kinh tiếng Việt kèm bản dịch Anh ngữ đối chiếu.

Mọi cúng dường, ấn tống xin liên hệ:
TKN Thích Nữ Tịnh Chúc
Chùa HƯNG THIỀN, XÃ MỸ HỘI, HUYỆN CAO LÃNH, TỈNH ĐỒNG THÁP. VIỆT NAM.
Điện thoại : (+84) 901 819 985
zalo và verper: (+84) 903 095 892
Email: tinhchuc2020@gmail.com
hoặc tranhhoathinhphatgiao@gmail.com

GIỚI THIỆU
Kỷ Yếu Tri Ân HT Thích Tuệ Sỹ

BAN THỰC HIỆN KỶ YẾU TRI ÂN HÒA THƯỢNG THÍCH TUỆ SỸ

Cố vấn: Hòa thượng Thích Như Điển | Hòa thượng Thích Nguyên Siêu | Hòa thượng Thích Bổn Đạt
Chủ biên: Thượng Tọa Thích Nguyên Tạng | Thượng Tọa Thích Hạnh Viên
Biên tập: Thị Nghĩa Trần Trung Đạo | Nguyên Đạo Văn Công Tuấn | Tâm Huy Huỳnh Kim Quang | Tâm Quang Vĩnh Hảo | Quảng Diệu Trần Bảo Toàn | Tâm Thường Định Bạch Xuân Phẻ
Kỹ thuật và Thiết kế: Nguyên Túc Nguyễn Sung | Quảng Pháp Trần Minh Triết |
Nhuận Pháp Trần Nguyễn Nhị Lâm
Bảo trợ: Ban Bảo Trợ Hội Đồng Hoằng Pháp

Có thể đặt mua sách trên mạng Amazon qua link rút gọn này:
https://pgvn.org/pg_2970up
hay liên lạc về văn phòng Chùa Viên Giác Hannover.

www.ingramcontent.com/pod-product-compliance
Lightning Source LLC
LaVergne TN
LVHW061942070526
838199LV00060B/3937